అధికారినిరూపణం.

కాళిదాసాదుల ఉత్తమకావ్యాలు పఠించి, శాస్త్రపరిచయం, సాహిత్యవిచారణలో ఆవశ్యకప్రజ్ఞ, మహాపురుషారాధనతత్పరత్వం కలిగి ఇతిహాస జిజ్ఞాసువులైనవారు ఈకృతిశ్రవణమందు పూర్ణాధికారులు. తక్కినవారికి ఉపదేశాన్ని అనుసరించి బోధోపలబ్ధి. కేవలం వినోదంకోసం వినేవారు అధమాధికారులు.

ఆం = ఆంధ్రకవులచరిత్ర

ఆం. చ = ఆంధ్రులచరిత్ర

ఆ. మ = ఆనందముద్రాలయమను చరిత్ర

उत्तर = उत्तररामचरितम्

ऋ = ऋग्वेद

ऋ· भा = ऋग्वेदभाष्यम्

ए. ब्रा = एतरेयब्राह्मणम्

కే· జి = కవిజీవితములు

का = काव्यप्रकाशः

का. पू = कादम्बरीपूर्वभाग

का. प्र. व्या = काव्यप्रकाशव्याख्या

కా· ఖ = కాశీఖండం

కృ. వి = కృష్ణరాయవిజయం

का. वि = कामकलाविलास.

కా· చూ = కావ్యాలంకార చూడామణి

कु. त = कुलार्णवतन्त्रम्

క్రీ. రా = క్రీడాభిరామం

क. रा = कलियुगराजवृत्तान्तः

का = कादम्बरी

कथा = कथासरित्सागर

गी = गीता

च. व्या = चम्पूरामायणव्याख्या

ज. व्या = जयमङ्गळव्याख्या

J. A. O. S = Journal of the American Oriental Society.

ध्व = ध्वन्यालोक

ద్రా· వి = ద్రావిడభాషలు

दश = दशरूपकम्

नै = नैषधीयचरितम्

ని = నిరంకుశోపాఖ్యానం

नागा = नागानन्दम्

प्र. च = प्रबोधचन्द्रोदयम्

प्र. य = प्रतापरुद्रयशोभूषणम्

प्र. बो. च. व्या = प्रबोधचन्द्रोदयव्याख्या

प्र. सा = प्रपञ्चसारतन्त्रम्

పా. జా = పారిజాతాపహరణం

पञ्च = पञ्चदशी

బా. సూ. ప్ర = బాలవ్యాకరణ సూత్రార్థ ప్రకాశిక

भ = भट्टभास्करभाष्यम्

भ. त्रि = भर्तृहरित्रिशती

भा प्र = भवप्रकाशः

माल = मालविकाग्निमित्रम्

मधु. वि = मधुराविजयम्

మ. ను = మనుచరిత్ర

म. व = महाभारते वनपर्व

म. उ = महाभारते उद्योगपर्व

म = मनुस्मृतिः

महा = महाभाष्यम्

मेघ = मेघदूतम्

म. स = महाभारते सभापर्व

म. वि = महाभारते विष्णुसहस्रनामस्तोत्रम्
मू = मूकपञ्चशती
मालती = मालतीमाधवम्
रत्ना = रत्नावली
रा. कि = रामायणे किष्किन्धाकाण्डम्
रघु = रघुवंशम्
रा. बा = रामायणे बालकाण्डम्
रा. यु = रामायणे युद्धकाण्डम्
ल. स = ललितासहस्रनामस्तोत्रम्
వ. చ = వసుచరిత్ర
वा. का = वत्स्यायनकामसूत्रम्
వై. వి = వైజయంతీ విలాసం
वै. सि. म = वैयाकरणसिद्धान्तमञ्जूषा

विक्र = विक्रमाङ्कदेवचरितम्
शु = शुक्रनीतिः
शु. य = शुक्लयजुर्वेदः
श. ब्रा = शतपथब्राह्मणम्
श्री. भा = श्रीभागवतम्
श्री. गु = श्रीगुणरत्नकोशः
श्री. भा. न = श्रीभागवते नवमस्कन्धः
సభా = సభాపర్వం
సం. లో = సంస్కృత లోకోక్తులు
सा = साहित्यदर्पणम्
सौ = सौन्दर्यलहरी
हर्ष. च / ह. } = हर्षचरित्रम्

ప్రకాశకులు.

వాఙ్మయసమితి.

గుత్తికొండ

పిడుగురాళ్లపోస్టు, గుంటూరుజిల్లా.

(క॥ శ॥ 5040)

రెండవఆవృత్తి. 1500 ప్రతులు.

కన్నమదాసు—బ్రహ్మనాయుడివరమున పెమ్మసానికి పుట్టినవాడు.

కొమ్మరాజు—మలిదేవరాజు మరది.

గండుకన్నమనీఁడు—బాలచంద్రుడి మామ.

తెప్పలినాయుఁడు,—మలిదేవరాజుయోధులలో ఒకడు.

నలగామరాజు—అనుగురాజుకు మైలమాదేవియందు పుట్టినవాడు.

నరసింగరాజు—నలగామరాజు సోదరుడు.

నాయకురాలు—నలగామరాజు మంత్రిణి.

పినమలిదేవరాజు—మలిదేవరాజు సోదరుడు.

పెమ్మసాని—తెప్పలినాయుడి భార్య.

బాలమలిదేవుఁడు:—మలిదేవరాజు సోదరుడు

బాదన్న:—బ్రహ్మనాయుడి అన్న.

బాలచంద్రుఁడు—బ్రహ్మనాయుడి కుమారుడు.

బ్రహ్మనాయుఁడు:—మలిదేవరాజు మంత్రి.

మలిదేవరాజు:—అనుగురాజుకు వీరవిజ్జలదేవియందు జనించినకుమారుడు.

మాంచాల—బాలచంద్రుడి భార్య.

మాడచి—మలిదేవరాజుయొక్క రాణివాసం కాపాడే యువతి.

రేఖాంబ—మాంచాలతల్లి; బాలచంద్రుడి అత్త.

వెంకు—నలగామరాజు సైనికులలో ఒకడు.

శీలాంబ—బ్రహ్మనాయుడి తల్లి; దొడ్డనాయుడి భార్య.

శ్యామాంగి—బాలచంద్రుడి వెశ్య.

కంసాలచందు	
వెలమనాయుడు మరికీండు [illegible]మరిసీడు గోపినాయుడు	మలిదేవరాజు సేనలోనివారు
కొండమన్నెమరాజు కోటకేతుండు మాదుంగుల వీరారెడ్డి చింతపల్లిరెడ్డి	నలగామరాజు ఆప్తులు.
ఆవాలనాయుడు షుంకరరాముడు చెవులనాయకులు జంగిలినాయకులు పెచుమాలవారు సంపెట నారన్న	మలిదేవరాజు యోధులు.

7 నాయకులు శకటంబులకుఁ బూన్చుటకై యెద్దులనుఁ బేరు పేరునఁ బిలుచుట.

8 మలిదేవరాజాదులు త్రిపురాంతకమునుండి మేళ్ళవాగు చేరుట

11 బ్రహ్మనాయుఁడు గార్యమపూడి యుద్ధరంగముఁ జేరఁబోవుట.

14 ససైన్యంబుగ మలిదేవరాజు కార్యమపూడిం జేరుట.

16 నాయుఁడు నలగామరాజునొద్దకు బట్టును రాయబారమునకై పంపుట

నలగామరాజు కొల్వుకూటమునకేతెంచుట.

17 నలగామరాజు సభయందు విద్యావినోదములు జరుగుట.

19 రాయబారమునకు వచ్చిన బట్టు నలగామరాజు సభయందుఁ బ్రవేశించుట.

భట్టుమూర్తి నలగామరాజునకు రాజనీతి విశేషంబులఁ దెల్పుట.

21 నాయకురాలేకాంతంబున నలగామునకు సంధివిముఖములైన మాటలు చెప్పుట.

24 నాయకురాలు బట్టుతో భీకర వాక్యంబులఁ బల్కుట.

బట్టు కార్యమపూడికిఁ దిరిగి పోయి గురిజాలలో జరిగిన వృత్తాంతము రాజునకుఁ దెల్పుట.

బట్టు కార్యమపూడికిఁ బోయిన తరువాత గురిజాలలో జరిగిన వృత్తాంతము

25 నలగామరాజుతో నాయకురాలు మలిదేవరాజుయొక్క బలమును గూర్చి నిరసనవాక్యములాడుట.

నలగాముఁడు నాయకురాలితో రాచకార్యంబులఁ జెప్పుట.

29 నలగాముఁడు గజారోహణంబొనర్చి యుద్ధభూమికి బయలుదేరుట.

32 నలగాముఁడు గజారూఢుఁడై సేనతోఁగూడి కార్యమపూడి కేగుచుండఁ ద్రోవలోఁ గోడమగుండ్లవారలు విఘ్నకం బొనర్చుట.

83 నలగాముఁడు కార్యమపూడికిఁ జేరుట.

80 ఐతాంబ కుమారుని దీవించి యుద్ధరంగమున కంపుట.

81 అనపోతును వెనుక కంపుటకు బాలచంద్రుఁ డుపాయంబుపన్నుట.

82 బాలచంద్రుఁడు నలగొండను డాయుట

83 సంధికయి నాయకురాలు రాయబార మంపుట.

రాయబారులు మలిదేవమహీపతి కొలువునకు వచ్చుట.

85 కొమ్మరాజు వీరుల వాక్యములఁ బూర్వపక్షము సేయుట.

86 బాలచంద్రుఁడు నలగొండశిఖరమునుండి రణరంగంబు నవలోకించుట.

87 దోర్నఁడుశిబిరంబునకు హద్దులు వివరించుట.

88 నలగొండదిగి రాజదర్శనమునకుఁ బోవుటకై బాలచంద్రుఁడు గమకించుట.

బాలచంద్రుఁడు కార్యమపూడిం జేరఁగదలుట.

వాదప్రకారము

92 బాలచంద్రుఁడు మలిదేవభూపతిని సమ్ముఖమున దూషించుట.

గండుకన్నమనీఁడు బాలచంద్రుని వాక్యంబులఁ బూర్వపక్షము సేయుట

94 బాలచంద్రుఁడు యోధులకు రోషమువచ్చు మాటలాడుట

95 కొమ్మరాజు బాలచంద్రుని కోపంబు చల్లార్చుట.

అనపోతు మేడపికేగుట.

96 అనపోతు శ్యామాంగి గృహమునకుఁ జనుట.

97 అనపోతు మేడపినుండి మరలుట.

బాలచంద్రుఁడువ్రాసిన పత్రము ననపోతు చదువుట.

అనపోతు భాలచంద్రునిఁగూర్చి నిష్ఠులవాక్యంబులాడుట.

99 అనపోతుపలిచంద్రులు కుమారుని మృతకళేబరముం జూచి విలపించుట.

మాడచికార్యమపూడిలోని శిబి
100 రము సొచ్చుట.

2. పద్మ, వాణి, మహాధరాత్మజ,
అని నుతింతురు విబుధులెవ్వరి
ఆజగచ్చైతన్యదాయిని
చరణములకు నమస్కృతి

3 రోహిత ప్రహ్లాదముఖ్యులు
బాలవీరులు తొల్లి తా నని
బాలు డాలోకించు వీరుల
వృత్తిధార గణించెదన్

4 కామభూపాలసుత, అనపోతుభార్య,
దుర్గిలక్ష్మి, సతిధర్మమహిమములను
వ్యక్తమొనరించినట్టి పల్నాటిసీమ
పుణ్యభూముల వెలుగు వర్ధిల్లుగాక.

5 కావ్యపరీక్షాప్రజ్ఞావంతుల
దండి వర్ధనుని అభినవగుప్తుని
రాజశేఖరుని మమ్మటాద్యులను
తద్వాచోఽర్థబలసిద్ధికి తలతున్

6 మదినినిల్పి ప్రతాపరుద్రీయకర్త,
సూరి, వేముల, సింగు, నాదెండ్ల గోపు,
పేరుభట్టాత్మజుని, పురావిదులనెంచి,
కూర్తు భూమిక వీరచారిత్రమునకు

మాత్రమే సమగ్రంగా వున్నది. తక్కినవి కథాంశాలు గ్రహించుడానికి తోడ్పడ్డవి.

మార్పులు.

మొదటిసారి ముద్రితమైన పల్నాటివీరచరిత్రలో వున్న అరసున్నాలు, బండిరాలు, భాషాప్రవాహంలో లేని అనావశ్యక గజడుగు ఒసపలు మొదలైనవి, నేను చేర్చినవేను. ఇవి మూలగ్రంథంలో లేవు. ఇవి లేకుంటే తెలుగుగ్రంథం కాదనుకొనే దశలో ఛాందసమార్గాన్ని అనుసరించి వాటిని చేర్చాను. ఈ అకార్యానికి ప్రాయశ్చిత్తరూపంగా వాటి నిప్పుడు తొలగించాను. మొదటిపీఠికలోను, వ్యాఖ్యలోను, పూర్తిచేసిన కబ్బాల్లోను, అప్పటి అరసున్నాలు మొదలైనవి నావి గనుక వాటిని అట్లానే వుంచాను.

వీరకాలనిర్ణయం

నేను చేసిన వీరకాలనిర్ణయమే పిమ్మటివారు గ్రహిస్తూ వచ్చారు. ఈవిషయంలో చేయవలసిన మార్పేమీ లేదని అనుకొంటున్నాను. మొదటిపీఠికలో నేను ఉదాహరించిన హైహయసంబంధి సంస్కృతశాసనాలు ఇండియన్ ఆంటిక్వేరి పత్రికలోనివి. మాచెర్ల కారెంపూడి శాసనాలు బెజవాడ దుర్గామల్లేశ్వరస్వామి ఆలయంలోని శాసనం నేను స్వయంగా చూచి వ్రాసుకొన్నవి. తక్కిన వన్నీ సూయల్ పట్టికనుండి, తాళపత్రపుస్తకాలయంలోని శాసనసంచయంనుండి, తీసుకొన్నాను. అక్కడక్కడ నేను తెలిపిన స్థలనిర్దేశాదులు

చాలు కాని నేను చూపిన ప్రమాణాలను అన్యథాకరించలేను శ్రీ పెద్దిభట్ల వీరయ్యవారు తమ ఓరుగంటివిచారణలో ఇన్ని యుక్తులుగా ప్రస్తావించారు ఉపపత్తులతో ఈ అంశం స్పష్టపరచారు శ్రీనాథుని కర్ణాటదేశస్థుడని యిప్పటికీ భావిస్తున్నాను శ్రీనాథునితో సంబంధం వున్నా లేకున్నా కన్నడెలని ఒక బ్రాహ్మణశాఖవారు ఇప్పటికీ పల్నాటిసీమలో కరాలపాటిగ్రామంలో వున్నారు

ఇట్లానే నన్నయకూడా అనాంధ్రుడుగా కనబడుతున్నాడు ఆంధ్రదేశాన్ని జయించిన చాళుక్యులను, చోళులకు బాంధుత్వ మేర్పడిన కాలంలో యితడు అన్యదేశంనుంచి వచ్చి వుండవచ్చును ఆంధ్రదేశానికి చోళసంబంధం కలిగిన సమయాన ద్రావిడులు కొందరు యిక్కడ వచ్చినట్లు కనబడుతున్నది తంబళులు (తమిళులు) అట్టావారేనని అనుమేయం అప్పయ్యదీక్షితులవారి తాంత్రికమీమాంసకు విషయమయిన వారిలో వీరుకూడా చేరివుంటారని అనుకొంటున్నాను గురుకలు ఏవిధంగా వచ్చారో ఇప్పటికి అరవమే మాట్లాడుతున్నారు. ఆరామద్రావిడులు మొదలయినవారి సంగతి విదితమేగదా ఇతడు శ్రీనాథునివలె దేశంలో చిరకాలనివాసంగల వంశంలోనివాడు కాక అప్పుడప్పుడే వచ్చి చేరినవాడో అట్లా చేరిన ద్రావిడకుటుంబానికి చెందినవాడో అయివుండవచ్చును కనుకనే తనభాష అయిన అరవంలోని మాటలను అనావశ్యకస్థలాల్లోకూడా తప్పించుకొనజాలని దశలో వుండినట్లు కనబడుతున్నది ఇతడు వాడిన శబ్దాలు కొన్ని ఆంధ్రదేశపు వ్యవహారంలో లేకపోవడమే కాకుండా తమిళదేశంలో యిప్పటికీ సాధారణజనుల్లోకూడా వాడుకలో వున్నవి

			(సభా)		
2	ఎల .	లేత	ఎలజవ్వనంబు (ఆది)	ఎళంగిని (లే తగా)	లేదు
3	తొట్టి	మొదలు కొని	హిమకరుదొట్టి యదువుదొట్టి (ఆది)	పొంగినదు తొట్టు (పుట్టింది మొదలు)	లేదు
4	కఱచు	నేర్చు	విలువిద్య గఱచుచుండిరి (ఆది)	ఎనక్కు [illegible] (నాకు చేస్తు)	లేదు
5	అరయు	తెలియు	పొరయకుండ నరసి (ఆది)	నన్నా [illegible]ంజి (బాగా తెలిసికొని)	లే[illegible]
	ఆరయు	పరిశీలించు	ఆరసి చెలునా (ఆది)	నన్నా ఆరాయ్ (బాగాపరిశీలించు)	లే[illegible]
6	పేర్మి	గొప్పతనం	మహీశుల పేర్మి జేసి (ఆది)	భగవానుదయ పెరుమై కాట్టత్తిరు (భగవంతుడి గొప్ప తనం చూపడానికి)	లేదు
7	మనము	మనస్సు	మనమునఁ జెయ్యువల మాటల (ఆది)	ఎనక్ మనం వరాదు (నాకు మనసు రాదు)	లేదు
8	పోలె	వలె	జలకణంబులపోలె(ఆది)	తంగంబోలె యిరిక్కి (బంగారంవలె వున్నది)	లేదు

సున్నాంబు, నరంబు, పాంబు, ఒడుంబు, నడుంబు, గూండు, వాడుకొంటు అని యీతీరున యిప్పటికీ ప్రభూతంగా ప్రసిద్ధంగా వ్యవహృతమవుతున్నవి. ఈతమిళశబ్దాలు నేటిసంభాషణలో గ్రహించినవి

పైన వుదాహరించబడిన శబ్దాలు స్వల్పరూపభేదంతో ప్రస్తుతపు కన్నడ వ్యవహారంలోను కనబడుతున్నవి ఆపం, గుజ్జు, వసం, కోపం, అని యిట్లాటిశబ్దాలు తెలుగులో హలంతాలైనంచే 'క్రమము' 'జనము' గణము', 'తీర్థము' అని అజంతాలని పిటికి నన్నయోక్తిలో వున్న రూపంతో రూపం 'జలవు' బలవు' 'తీర్థవు' అని తద్ధర్మాస్థాలను కన్నడంలో నేటికి వ్యవహారంలో వున్నవి "ఫలం" 'జలం' 'ఇహం' లేదా "ఫలమూ" 'జలమూ 'ఇహమూ'లని పిటికి తెలుగులో సముచ్చయార్థకరూపం వుంటే "మహారసముల్ .... ఘోషముల్," "ఇహముం బరంబు' "మహోత్సవమున్,....... సాంగత్యముల్' అని ఆగోటిలోనివాటికి ఆఅర్థంలో నన్నయకూర్చిన అనునాసికాంతమైన ఉత్తు "జలముం 'ఫలముం", '(సిల్లూ పండూ)', అని ఆగణంలోనివాట్లో అరవంలో, ఇప్పటికీ వ్యవహృతమవుతున్నది. ఇదివరకు చెప్పినట్లు ఇతను తమిళుడో చాళుక్యుల ప్రధాన నగరమైన కళ్యాణపు ప్రాంతాలనుండి వచ్చిన కర్ణాటుడో అయివుంటాడని వ్యక్తమవుతున్నది. పైన జూపిన శబ్దాలు, శబ్దరూపాలు నన్నయకాలంలో తెలుగులో వ్యవహృతమై ఇప్పుడు లుప్తమైనవేమో, ఇతడు ఆంధ్రుడే అయి ద్రవిడకర్ణాటభాషలు చదివి వుండడంవల్ల పరిచయవశాన ఆమాటలు వాడినాడేమో అనే యిట్లాటి పూర్వపక్షాలను విచారించక వదలుతున్నాను ప్రవాహిభాషల్లో కొన్ని శబ్దాలచ్యుతి నిజమే

మనకు అగౌరవహేతువని చింతించవలసిన పనిలేదు ఆంధ్రేతరులు కూడా తెలుగులో గ్రంథరచనానికి యత్నించారనడం ఆంధ్రులకు గర్వహేతువే కాగలదు అనాంధ్రభాషల సంప్రదాయాలు తెలుగులో పెట్టడం, మార్చిమార్చక అనాంధ్రశబ్దాలను వాడడం శబ్దానుశాసనమని యితడు భావించివుంటే అది అసంబద్ధమని భారతీయవైయాకరణసంప్రదాయవిరుద్ధమని మాత్రం చెప్పి ప్రస్తావవశాన వచ్చిన యీవిచారణ యిక చాలిస్తున్నాను

వీరచరిత్ర

పల్నాటివీరచరిత్ర కొన్ని మహాప్రబంధలక్షణాలుగల మూల గ్రంథం నన్నయభారతాదులవలె అనువాదంగాని, హంసవింశత్యాదులవలె క్షుద్రవృత్తబాహుళ్యంగల పుక్కిటిపురాణంగాని, మనుచరిత్రాదులవలె పూర్వకథావిశిష్టంగాని, కానటువంటి ఒక అపూర్వకృతి

ప్రబంధశబ్దం

మనువసుచరిత్రాదులు ప్రబంధాలని తక్కినవి కావని కావ్యాలు వేరని తెలుగుదేశంలో తెలుగుపుస్తకాలు చదివే మనలో అనేకులు అనుకొంటున్నారు

> ‘ఈతఁడే మొట్టమొదట మనుచరిత్రమును ప్రబంధరూపమున రచియించిన కవియగుటచేత’ (ఆం. క. చ)

అని శ్రీకందుకూరి వీరేశలింగంవారు.

మఠ్రి పినవీరన్నతో ఆరంభమైనవని ఒకచోట, యిట్లా ప్రతిపాదిస్తు న్నారు ఇవి సాహిత్యసంప్రదాయం తెలియనిమాటలు ప్రబంధమంటే కావ్యమే కాని విశేషార్థమేమీ లేదు రామాయణభారతాదులు కూడా ప్రబంధాలేను. ప్రబంధాలు మనుచరిత్రాదులతో ఆరంభమైన వనే వారిపట్టుకలు కొద్దిమార్పులతో అట్లాంటివి మరికొన్ని వాక్యాలు, అమరుడి నిర్వచనం, విద్యానాథాది సాహిత్యవేత్తల వచనాలు, ఆళ్వా రులస్తోత్రాలను దివ్యప్రబంధమనడం, అనువాదాలనుండి వేరుచేయడా నికి ఇది విశేషనామ మనడం, మనుచరిత్రాదులు కొత్తరకం గనుక వేరే పేరు ఆవశ్యకమనడం, నామైకదేశవాదం, దండిచెప్పిన వర్ణనల విషయం, యివన్నీ పూర్వపక్షసమాధానాలతో ఇక్కడ విచారించక వదలుతున్నాను ప్రబంధం, కావ్యం, పర్యాయపదాలని, విశేషమేమీ లేదని, రామాయణమహాభారతాదులు, రూపకాలు, ప్రబంధాలే నని, అందుకే

> "प्रबन्धे च अङ्गी रस एक एव उपनिबध्यमानोऽर्थविशेषलाभं छायातिशयं च पुष्णाति कस्मिन्निवेति चेत् यथा रामायणे यथा वा महाभारते." (ध्व.)

అని ఆనందవర్ధనుడు,

> "प्रबन्धेऽप्यर्थशक्तिभूः
> यथा गृध्रगोमायुसंवादादौ." (काव्य.)

పరిషత్తుకు యెట్లా ఆదరం వుంటుంది?)

అని కాళిదాసు, వాటి ప్రబంధత్వం విదితం చేశారని, వ్యాఖ్యాకమునే సమీచీనమైతే తప్పు స్థితిమాత్రాననే ఉపాదేయం కాదని, అది అనుచితమైనప్పుడు హేయమని, అనువాదాలను అనువాదాలనే అ వచ్చునని, కావ్యానికి సాధారణమైన నూతనత్వాన్ని బట్టి మాత్ర వే విశేషనామ మేర్పరిస్తే కల్పనాగౌరవం సంభవిస్తుందని, రసభావ నిష్పాదన విధానభేదాన్ని బట్టి విశేషనామం వుండవచ్చునని, అది లేనప్పుడు కొంత కల్పన, కొంతపూర్వకథగల రఘువంశాదులకు వలెనే మనుచరిత్రాదులకు విశేషనామ మావశ్యకంగాదని, ఒకవేళ ఆవశ్యకమని చెప్పుకొన్నా వాటికి ప్రబంధమనే విశేషనామం ఉద్దిష్టార్థాన్ని తెలపడానికి సమగ్రంగా సమర్థం కాకపోవడమే కాకుండా భ్రాంతిజనకం కూడా కావడంవల్లను అజ్ఞానసూచకంగా వుండడంవల్లను త్యాజ్యమని. రామాయణాదులు ప్రబంధాలు కావని అనుకోవడం శబ్దా వివేకశూన్యత్వద్యోతకమని, సిద్ధాంతంమట్టుకు తెలుపుతున్నాను

గురజాలకోడిపోరునుండి చివరవరకు గల ఇతివృత్తం శాఖా వంతమై విస్తృతమైనది మహావీరుల ఇతిహాసం కావడంవల్ల ప్రక్షిప్త గూడా అయివున్నది దీనికి నాయకుడైన మలిదేవరాజు, ప్రతినాయకుడైన నలగామరాజు, ముద్రారాక్షసమందలి చంద్రగుప్తుడివలె అంతగా క్రియాపరులు గానివారు ఇట్లాటివారికి సచివాయత్తసిద్ధులని వ్యపదేశం అనపోతు బాలచంద్రుడు, బ్రహ్మనాయుడు, అలరాజు, పేరినీడు

[illegible] ప్రాధాన్యం వహిస్తున్నారు యుద్ధభూమికి పోకుండా ఆపవద్దని కుమారికి ఉపదేశించిన రేఖ, పతిచేతికి ఖడ్గమందిచ్చి విజయాశీస్సు లర్పించిన మాంచాల,లోకమందలి వీరవనితలకు ఆరాధ్యులుగా ఉండజాలినవారు. అల్లుణ్ని చంపినందుకు తండ్రిని నిందిస్తూ చితపై శరీరమర్పించి పరలోకంలో సయితం సేవించడానికి పతిని అనుగమించిన రత్నాలపేరిదేవి భారతీయ పత్నీధర్మంయొక్క బలోన్నతిని విదితం చేస్తున్నది ప్రతిపక్షకోటిలోని నాయకురాలు రామాయణంలో మంథరవలెను, భారతంలో శకునివలెను అనర్థాలకుకారణం నట్టింటి నాగుబాముని చింతపల్లి రెడ్డి ఆమెనుగురించి చెప్పినమాటలు యథార్థమైనవి ప్రతిస్పర్థిలేకపోతే తనరొమ్మును తానే గుద్దుకొంటుందని కథకులు తరుచుగా చెప్పుతూవుంటారు అయినప్పటికీ యీమెను ఒకగొప్ప మంత్రపాటవంగల రాజనీతిప్రవీణనుగా వీరచరిత్రకర్త ప్రదర్శించాడు యుద్ధారంభంలో[౧] చేసిన సంధియేర్పాట్లు యీమె నయకౌశలాన్ని తెలుపుతున్నవి అనర్థాలతో స్త్రీలతో యెదుర్కొనవలసివుండడం వీరపురుషులకు దురదృష్టమని చెప్పవచ్చును ఇట్లాటి దురదృష్టం బ్రహ్మనాయుడికి సంభవించింది అయినప్పటికి బ్రహ్మానాయుడు,

"वृद्धो बालो न हन्तव्यो नैव स्त्री केवलो नृपः ।(शु. अ ४ प्र ७.)

(వృద్ధుణ్ని, బాలుణ్ని, స్త్రీని, సైన్యాదులు లేనిరాజును చంపకూడదు)

౧

బయన్నాయి. అక్కడనుంచి [illegible]
షాలో సగం మానినందువల్ల పోయినసగం పెంటగాక మిగిలిన చెన్నుగ, పగ, చయ్యాన, ఒయ్యాన, పన్నుగ అనే యిట్లాటివండగ్గణాల, భూమిగణాం ప్రకాశగణం, మొదలైన చెత్తను తీసివేస్తే కథనం ఆకర్షకంగాను, స్ఫుటంగాను, పటుత్వవిశిష్టంగాను ఉన్నట్లు విదితం కాగలదు

ఆరంభంలో జీడిమానెగుడ్డలు ధరించి పాపవిముక్తికై అనుగురాజాదులు బయలువెరడం, మధ్యన బాలచంద్రుడి వైరాగ్యోపదేశం, వృత్తావసానమందు ఉభయానికి వినాశం, బ్రహ్మనాయుడి ఉపదేష్టృత్వప్రతిపత్తి, వీటిఅన్నిటివల్ల మహాభారతంలోవలె ఇక్కడకూడా ప్రధానరసం శాంతమని వీరకరుణాదులు అంగరసాలని నిర్ణయించవచ్చును

వైష్ణవులు నాలాయిరాన్నివలె దీన్ని వీరమతస్థులు ఊర్ధ్వదైహికాల్లో పఠనానికి వినియోగించడం దీని శాంతరసమహత్త్వానికి అనుగుణంగా వున్నది రామాయణాదులవలె కాక వీరచరిత్ర ఒకటే ద్విపదఛందస్సులోను, ఒకటేసరణిలోను వున్నది

ఉగ్రం, ప్రసన్నం, మనోహరం, జుగుప్సితం, అద్భుతం యిట్లా వివిధంగావున్న ఖగోళమహీగోళప్రకృతుల్లోని వివిధరూపాలను రామాయణమహాభారతకుమారసంభవాదుల్లోవలె కథాపురుషులదశకు అనుగుణంగా ప్రదర్శించడం వీరచరిత్రలో అరుదు యుద్ధావసానపు చీకటివర్ణనకూడా ప్రకృతంతో అంతగా సంగతం కాదు రఘువంశా

పల్నాటివీరచరిత్రను విచారించడానికి పూర్వం తెలుగువాఙ్మయాన్ని గురించి క్లుప్తంగా తెలుపుతాను తెలుగువాఙ్మయం నన్నయాదుల భారతసంగ్రహాదులలో ఆరబ్ధమయింది తరువాత నైషధాదులు ఆవిర్భవించినవి మరికొంతకాలానికి మనువసుచరిత్రలవంటివి ఉద్భవించినవి. శాకుంతలాదులవలె నన్నయాదులకృతులు స్వసృష్టులు కాకపోవడం విశదం కొన్ని తీసివేతలు, పద్యంలో యిమడకపోతే కొన్ని విశేషణాలు తగ్గడం, అక్షరాల తమాషాకోసం పద్యం నిండకపోతే కొన్ని విశేషణాలు హెచ్చడం, యిట్లానే వర్ణనలు మరికొన్ని చిన్నమార్పులు. ఉన్నమాత్రాన మూలాపేక్ష చేత అదేకథ, అదేపాత్రవర్గం, అవే కథావయవాలు, అదేకథాక్రమం కలిగి కొన్నిచోట్ల అవేమాటలు. బహుళంగా అవే అభిప్రాయాలు తెలిపే నన్నయాదులకృతులు స్వతంత్రగ్రంథాలు కాజాలవు ఇక అవి అనువాదాలని చెప్పవలసివున్నది

మూలంయొక్క స్వరూపం అవికలంగా భాషాంతరంలో తెలపడమే అనువాదానికి పరమప్రయోజనం నన్నయాదులవి అనుచితానువాదాలు. ముఖ్యమైన అంశాలను కవితాసారంగల ఘట్టాలను వదలితుంచడం మార్చడం మొదలయిన వికారాలతో కలుషితంగా వున్న నన్నయాద్యనువాదమార్గాన్నే శ్రీనాథుడు నైషధాదుల్లో అనుసరించాడు పల్నాటివీరచరిత్ర మూలగ్రంథమైనాకూడా తెలుగువాఙ్మయంయొక్క యీసాధారణస్థితిని దాటలేదు. కాళిదాసాదుల కావ్యాల్లోవలె ఉదాత్తకవితాస్వరూపం యిందు కానరాదు

విచారణాసంబంధిఅయినా జ్ఞానవాసిష్ఠంలో విబుధారాధ్యమైన కవితాఘట్టాలెన్నో అక్కడక్కడాదృష్ట మవుతున్నవి శ్రీనాథాదుల పరిన్నైన అనువాదాలను నిర్వహించలేకపోయినారా అనేసంశయం కలుగుతున్నది అవి అనౌచిత్యం పాలుగావడం స్పష్టంగనుక సంగ్రహ మనుకొంటే అసంగతప్రాసాదులతో కూడిన అనపేక్ష్యసంగ్రహాలని గాని లేదా పైన తెలిపినవిధాన అనుపాదేయమైన అనువాదాలని గాని చెప్పుతూ అవి అట్లాటిదశయం దండడానికి యీ క్రింది హేతువులను నేను సంభావిస్తున్నాను

ఉత్తమవిద్యాద్వారం

తెలుగు యెప్పుడుగాని ఉత్తమవిద్యాద్వారంగా వుండలేదు నన్నయకాలంనుండి మదరాసు విశ్వవిద్యాలయం వచ్చేవరకు విజ్ఞానప్రదమైన ఉత్తమవిద్యాఅంతా సంస్కృతంద్వారానే విద్యాపీఠాల్లో అభ్యస్త మవుతూవుండేది. మద్రాసువిశ్వవిద్యాలయం వచ్చినతరువాత మనలో అనేకులు ఇంగ్లీషుద్వారా ఉత్తమవిద్య అభ్యసిస్తున్నారు కనుక ప్రాచీనకాలంలోగాని యిప్పుడుగాని తెలుగు ఉత్తమవిద్యాద్వారంగావుండే ఉదాత్తప్రతిపత్తి పొందలేదు ఉత్తమవిద్య అంటే బుద్ధిపరిణతిహేతువై విచారణాపూర్వకమైన విజ్ఞానం విద్యాపీఠాల్లో సంస్కృతం ఆతేరున ఉదాత్తాధికారం వహించి వుంటూవుంటే “గాసట బీసటె చదివి’ అని యెఱ్ఱాప్రెగ్గడ అన్నట్లు సంస్కృతం వచ్చి రానివారు, దూడపేడ సంస్కృతంవారు, సంస్కృతం బొత్తిగా రానివారు యిట్లాటి అధమాధికారులకుమాత్రమే నన్నయాదుల కథల కృతులు

నలో

“दिवसमेव मशकक्वणितानुकारि किमपि कम्पितोत्तमाङ्गं गायता स्वदेशभाषानिबद्धभागीरथीभक्तिस्तोत्रनर्तकेन…… … …… ……
जरद्द्रविडधार्मिकेणाधिष्ठितां·· …” (का. पू.)

(పగలంతా తలఆడిస్తూ దోమరాగంవంటిదేదో పాడేవాడు, స్వదేశభాషలో గంగాస్తోత్రం చేస్తూ ఆడేవాడు...అయిన ముసలిద్రవిడధార్మికుడు అధిష్ఠించిన...)

అని యీతమిళభాషను ప్రస్తావిస్తాడు కుమారిలభట్టాచార్యులీభాషాశబ్దాలను ఉదాహరించారు

“द्रविडाङ्गनोक्तवाचामिव” (प्र. च.)

(ద్రవిడాంగనల వాక్కులకువలె)

అని కృష్ణమిశ్రు లీభాషను స్మరించారు పైనచెప్పినట్లు వైదికులు సంస్కృతానికి వుండే గౌరవాధిక్యాలను ప్రాకృతభాషలకు ఇయ్యడానికి సమ్మతించలేదు పాలీవలె గాక మిత్రంగావచ్చిన తమిళాన్ని సయితం వారు ఆదరదృష్టితో చూసినట్లు కనబడదు

కూర్మపురాణకర్త

गायन्ति लौकिकैर्गानैः दैवतानि नराधिप ।
वामपाशुपताचारास्तथा वै पाञ्चरात्रिकाः ॥ (कू. अ. ३०.)

(ఓరాజా పాంచరాత్రులు వామపాశుపతాచారులు లౌకికగానాలతో దేవతలను స్తుతిస్తారు.)

అని దేశభాషాత్మకమైన దైవస్తోత్రాలను కలియుగపు ధర్మవిప్లవాల్లో విచారంతో ఉదాహరిస్తాడు ఇక్కడ వుద్దిష్టమైన లౌకిక

(సమస్తపురుషార్థాలను సాధించడానికి వేదం బద్ధాదరమై వుంటూ వుంటే ఈ బ్రాహ్మణవంశ్యులకు (రామానుజీయులైన వైష్ణవులకు) దేశ్యభాషా ప్రబంధాభ్యాసం అన్యాయ్యం విష్ణుతేజస్సుచేత ఆవరించబడిన పాలసముద్రపుగట్టుకు పోయి యెవడు పాలకోసం సక్తితో గొల్లయింటికి పరుగెత్తుతాడు?)

“ मुञ्चन्तः पञ्चयज्ञान् द्रविडभणितिभिर्मोहयन्तोऽनभिज्ञान् ॥”

(वि. द.)

"పంచయజ్ఞాలు విడిచిపెట్టి ద్రవిడభణితులచేత తెలియనివారిని భ్రమపెట్టుతూ."

అని కృశానువుచేత

“ उपादेयं प्राज्ञैरुचितविषयं द्राविडवचोऽप्ययुक्तार्थं हेयं भवति वचनं संस्कृतमपि ॥” (वि. द.)

(ఉచితవిషయమైనది ద్రావిడవచస్సుకూడా స్వీకార్యం అయుక్తార్థమైనది, సంస్కృతవచనంకూడా త్యాజ్యం)

स यासां व्याकर्ता चुलुकितसमुद्रो मुनिवरः
प्रबन्धारः प्रौढाः शठमथनमुख्याः शमधनाः
प्रवक्तारः शुद्धाः प्रथितयशसः पूर्वगुरवो
गिराम्पारे तासां जयति गरिमा द्राविडगिराम् ॥ (वि. द.)

(వేటికి సముద్రాన్ని ఆచమనంచేసిన ఆమునిశ్రేష్ఠుడు వ్యాకరణం రచించాడో, వేటికి శమధనులైన శఠకోపముఖ్యులు ప్రౌఢప్రబంధలో,

సుకోనవచ్చును అయితె మతవిజ్ఞానభాషాగౌరవం యియ్యకపోయినప్పటికీ సంస్కృతం ద్వారా పరిణతబుద్ధులైన విబుధులు కొందరు అనువాదాల్లోకి సంగ్రహాల్లోకి దిగకుండా స్వతంత్రంగా ఉత్తరభారతపు ప్రాకృతాల్లో కావ్యాలు రచించారు గనుక కావ్యశాఖ అయినా కొంతవరకు పరిణతులకు గణనీయమైనదిగా యేర్పడ్డది. బాణుడివంటి విద్వాంసుడిచేత

“ कीर्तिः प्रवरसेनस्य प्रयाता कुमुदोज्वला ।
सागरस्य परं पारं कपिसेनेव सेतुना ॥” (ह. च.)

అని కీర్తితమై ఆనందవర్ధనుడివంటి సాహిత్యవేత్తలకు ఉదాహరణాలను సమకూర్చదగిన వాఙ్మయం శృంగారబహుళమైనా యేర్పడ్డది కొందరు స్వతంత్రించి రూపకాలుకూడా రచించారు ఉపలభ్యమానమైన రాజశేఖరకృతికర్పూరమంజరివంటివి రూపకాలింకా కొన్ని వుండివుంటవి తెలుగులో యిట్లాటి స్థితిమృగ్యం అనువాదాలు క్షుద్రంగా వున్నవని తెలిపినాను స్వతంత్రరచనల్లో ఒకటిరెండు తప్ప తక్కినవి వ్యంగ్యవినాశంతో అన్ని తెలుగుకృతులకూ సమానమైన మురికిపద్యాలకసవుకుప్పలతో నిండి కవితావిషయాన అధమంగా వున్నవి ప్రాకృతకృతికర్తలు సంస్కృతశబ్దాలను వాడనట్లే తెలుగులోగూడా కొందరు సంస్కృతశబ్దాలను త్యజించి అచ్చతెలుగుగ్రంథరచన ఆరంభించారు అయితే ఆపని సాధ్యంకాలేదు కవిత్వందాకా పోవడం యెందుకు? ఇప్పటి టెల్లిగ్రాఫు భాషవలె వారేర్పరుచుకొన్న తిక్క

డారంభించినపద్యం యెంత మురికిలక్షణాలు కలది అయినా తెలుగు గ్రంథ మనేదాన్ని మొదట మనకిచ్చాడు గనుక అతడు ఆరాధ్యుడేను. అయితే ఆకాలపు ప్రకృష్టవిద్వాంసులు ఇతడిపనిని గణనీయకోటిలో చేర్చినట్లుగాని తెలుగును సంపన్నం చేయబూనినట్లుగాని కనబడదు వారు తెలుగుతో సంబంధం పెట్టుకొనివుంటే తెలుగు యీనాటికి అత్యంతం సమృద్ధమైనభాషల్లో ఒకటిగా వుండేదని నే ననుకొంటున్నాను అహోబలపండితుడివంటివిద్వాంసులు విబుధులదృష్టి తెలుగువంక మరల్చడానికి కొంతపూనుకొన్నా వారియత్నం సఫలం కాలేదు చివరకు అహోబలపండితుడివంటి విజ్ఞానసంపన్నుడి రచన సంస్కృతంలోనే వుండవలసిరావడం తెలుగుయొక్క భాగ్యహీనత కాక మరేమి కాగలదు? అధమాధికారులకు దుర్గ్రాహ్యమైన భగవద్గీతాదులను భారతంలో వదలిపెట్టడం, "నాటకాంతం కవిత్వం" అని కీర్తితమై కావ్యశిరస్సులని చెప్పదగిన నాటకాలను వారు అనువదించకపోవడం, పరమవిజ్ఞానప్రదమైన న్యాయాదిశాస్త్రాలను శ్రీనాథుడివంటి అహోబలుడివంటి మహావిద్యావంతులు సయితం తెలుగున స్పృశించకపోవడం, సాహిత్యంలో సయితం గణనీయమైన విచారణాగ్రంథాలు లేకపోవడం ఆకాలాన తెలుగుకృతులు అధమాధికారులకే వుద్దిష్టమనిఅవి కథలకూ పద్యవినోదానికీ తప్ప మరే వుదాత్త ప్రయోజనానికీ వారు స్వీకరించలేదని స్పష్టపరుస్తున్నవి. పోతనాదుల భాగవతాదులు కూడా ఈసంగతికే జ్ఞాపకంగా వున్నవి.

(సంస్కృతపురాణపఠనంచేతగానివారు, వాటిని చదివిచెప్పుతూ వుంటే వినడానికికూడా అలాలసులైనవారుఅయిన శూద్రాదులకు ప్రధానంగా ఆంధ్రపురాణాదులు జ్ఞానోపయోగులవుతున్నవెను) అని అన్న అహోబలపండితుడివచనం వాటి అధమాధికారి గ్రాహ్యత్వాన్ని విశదం చేస్తున్నవి

తెలుగుకృతుల కిప్పటికికూడా యిదేదశ చాలామట్టుకు దృష్ట మవుతున్నది ఈఅంశాన్నే

"సంస్కృతపండితునిసృష్టి తెలుంగునం దంతఘనంబుగాఁ బోవనేరదు."

(బా. గు ప్ర 517.)

అని శ్రీకల్లూరి వేంకటరామశాస్త్రులవారు వ్రాసిన మాటలు విదితం చేస్తున్నవి మద్రాసు విశ్వవిద్యాలయం వచ్చినతరువాత తెలుగుయొక్క ఈదుర్దశ మారకపోవడం అట్లా వుండగా మరికొంత నికృష్టస్థితి యేర్పడ్డది విశ్వవిద్యాలయం వచ్చినప్పటినుండి వెలసిన తెలుగు గ్రంథాలు, నిఘంటువులవద్దనుండి పాఠ్యగ్రంథాలవరకు, ఈ అధమ దశను వెల్లడిస్తున్నవి మచ్చుకు కొన్ని ఉదాహరణాలు చూపి యీ విచారణ ముగిస్తాను

౧ "మహావీరచరిత్రము .కాళిదాసరచితము అయిన ఒకనాటకము."

౨ "మృచ్ఛకటి. ఇది శూద్రకునిచే రచియింపఁబడిన ఒక నాటకము."

3 "భర్తృహరి ఈయన . . .. వాక్యప్రదీపము అను వ్యాకరణ గ్రంథమును రచియించెను"

(పురాణనామచంద్రిక.)

౪ "సఖుఁడు. సం. వి. అ. పు" (శబ్దరత్నాకరం.)

(4) సఖుడు అనేది అకారాంత పుంలింగశబ్దంయొక్క ప్రథమైక వచనరూపమని శబ్దరత్నాకర కర్త అభిప్రాయం ఇది తప్పు. అకారాంత పుంలింగమైన సఖ శబ్దం లేదు అది ఇకారాంత పుంలింగం పరమసఖ, భవత్సఖ అనేవాటిలోవలె సమాసాన్తస్థమై

राजाहःसखिभ्यष्टच् (अ ५-४-९१)

(తత్పురుషసమాసాంతమందున్న రాజన్ అహన్, సఖి ఈశబ్దాలకు టచ్ (అ) ప్రత్యయం వస్తుంది.)

అనేపాణిని వచనంప్రకారం టచ్ ప్రత్యయాంతమైన సఖిశబ్దాన్ని చూచి యీయన భ్రమపడివుండవచ్చును సమాసాంతమందుండనప్పుడు ఇది ఇకారాంతమైన సఖి శబ్దం అకారాంతంగాదు అనేకమైన ఆధునికపుస్తకాల్లో బహుళంగా కనబడుతున్న సఖుడు అనేదుష్ట ప్రయోగాలూ శబ్దరత్నాకరకర్తయొక్క పై తప్పు వ్రాతా ఒకటే కోటిలోవి.

ఉ. 'అటజనియోసఖా" (ఆంధ్రమేఘసందేశం. వడ్డాది సుబ్బరాయుడు.)
జనకుండో.సుతుఁడో సఖుండో (ప్రబోధచంద్రోదయం. కందుకూరి వీరేశలింగం.)
"కావుఁరుజన్ సహింతువెసఖా" (వేదం వేంకటరాయశాస్త్రి. మాళవికాగ్నిమిత్రం.)

జాలదు గ్రంథకర్త గతించినా జీవించివున్నా సాధ్వసాధుతలు మారవు

“सह खेन वर्तत इति सखः”

అని సఖశబ్దం సిద్ధిస్తున్నదని కొందరు అడ్డం రావచ్చును. ఋజుమార్గంలో మిత్రవాచికాని యీతీరు కృత్రిమ శబ్దాలు శరణం కాజాలవు. ఈరకపు వాటికి పాల్పడితే నిఘంటువులు అవ్యవస్థితాలై స్వరూపాన్ని కోల్పోవడమేకాక భాష అయోమయపుఅసంబద్ధతపాలు కాగలదు. కనుక అట్లాటివాటిని అడ్డం పెట్టుకొనడం అకార్యమని చెప్పి ఈసంగతి ముగిస్తున్నాను అవునుగాని శబ్దరత్నాకరపు వ్రాత తప్పని ఒప్పుకొంటాము పుంలింగంలోను స్త్రీలింగంలోను అప్పుడు సఖి అని ఒకటేరూపం యేర్పడుతుంది, అది చిక్కుగదా అంటే చెప్తున్నాను సుమతి, దాక్షి గాంధారి, ఇట్లాటివాటికి పుంలింగంలోను స్త్రీలింగంలోను తెలుగులో ఒకటేరూపంగదా. వాటికేమి చేస్తున్నాము? వాట్లో సుమతి అనేదాన్ని ఆ అర్థంలో సుమతుడు అని అననట్లే సఖి అనేదాన్ని సఖుడు అని అనగూడదని అట్లా అనడం అపభ్రంశమని ప్రకరణాన్ని బట్టి అర్థం జ్ఞేయమని చెప్పి మరియొక అంశానికి వస్తాను

(6) ‘పాణిని వ్యాకరణభాష్యము మున్నగు గ్రంథములయందును, గోనర్దీయుఁడు, గోణికాపుత్రుఁడు అను పేరులు పదములు గలవు. ఇవి పాణినికి పేర్లుగను వాడఁబడి యున్నవి.” (పంచాగ్నుల ఆదినారాయణశాస్త్రి.) వాత్స్యాయన కామసూత్రవివరణం. 22

(6) గోనర్దీయుడు గోణికాపుత్రుడు—ఇవి పతంజలి పేరులుగాని పాణిని పేరులుగావు

రేవంతుడంటే అశ్వశిక్షకుడు కాదు. ఇది ఊహించి వ్రాసిన అర్థం 'అశ్వారోహణకళయందు అశ్వశిక్షకు' డయినవానికి అని అనడం బాలోక్తిగదా రేవంతుడు అనేది సంజ్ఞావాచి. అతడు సూర్యపుత్రుడు భార్య సంజ్ఞాదేవి భర్తృతాపాన్ని సహించలేక ఆడగుర్రపురూపం ధరించి ఉత్తరకురుభూముల్లో తపస్సుచేస్తూవుంటే మగగుర్రపు రూపంతో సూర్యుడు ఆమెను కలిసినప్పుడు జనించిన పుత్రుడు రేవంతుడు ఇతడు అశ్వవాహనుడు ఈకథ మార్కండేయపురాణంలో దృష్టం మీచరిత్ర పూర్వభాగంలో రేవంతముళ్లు రేవంతుడి బయలు అనేచోట్ల ఈశబ్దానికి ఈఅర్థమే అను సంధేయం. రేవంతుడంటే అశ్వశిక్షకుడనే అర్థంకాదని ఆశబ్దంజాతివాచికాదని సంజ్ఞావాచి అని స్పష్టపరచాను పై ఊహింపు అర్థం జూలూరి అప్పయ్యపండితులదిగా కనబడుతున్నది దీన్నే ఆనందాదిముద్రాలయాల్లో ప్రకటితమైన మను చరిత్రలు పేరు చెప్పకుండా గ్రహించినవని అనుకోవచ్చును

9 ' మనువునుగురించి మేధాటితి

10 లాత్యాయన'' (కామరాజు హనుమంతరావు.) పేజీ 146,47.

(9) మేధాటితి కాదు మేధాతిథి మేధాతిథి మనువును గురించి యేమీ వ్యాసం వ్రాయలేదు. మేధాతిథి మనుస్మృతికి వ్యాఖ్యానకర్త ఆవ్యాఖ్యకు మనుభాష్యమని పేరు Medthatithi on Manu అని మూలంలో వున్న పఙ్క్తిని చూసివ్రాసిన తెలియనిమాటలివి. ఇట్లాంటివి

చాలను ఇట్లానే మరిఒకచోట చూసి తెలియక అపకితవకలు వ్రాయడం యింకొకపుస్తకంనుండి ఉదాహరిస్తాను

(11) కుమారిలభట్టు 'పాంబు' అనుదానికి బదులు 'పాంప్' శబ్దము నుదాహరించుటచేతను,

(12) కుమారిలభట్టు 'ఆంధ్రద్రావిడభాష' యనుపదము నుపయోగించుటచేత నయ్యది దక్షిణదేశభాషలనుద్దేశించి వాడఁబడినదనియును, తెలియుచున్నది.
(విద్వాన్. జి. జె. సోమయాజి. ఎమ్. ఏ. ఎల్. టి.) ద్రావి. 13,171.

(11) కుమారిలభట్టాచార్యులు పాంప్ అని చెప్పలేదు.

तद्यथा पाप् शब्दं पकारान्तं
सर्पवचनं अकारान्तं कल्पयित्वा.

(त १-३-१०)

అని అనుసాసికంలేని పాప్‌శబ్దాన్ని ఉదాహరించారు

(12) ఆంధ్రద్రావిడభాష అని వచించలేదు **तद्यथा द्रविडादि भाषायामेव** అనేమాటలను వాడినారు. (त १-३-१०)

(13) వ్యాకరణమహాభాష్యము చదువుకోకపోతే శబ్దమంజరివల్ల ప్రయోజనము లేదు. మహాభాష్యము చదువుకొంటే శబ్దమంజరివల్ల ప్రయోజనములేదు
(చిలుకూరి నారాయణరావు, ఎమ్. ఏ. ఎల్. టి. పి. హెచ్. డి.) (సం. లో)

ఇవి ఊహింపుమాటలు. మహాభాష్యం చదవకపోతే అర్థంకాదని చెప్పబడినది పదమంజరి కాని శబ్దమంజరి కాదు.

చించెను.   (చిలుకూరి వీరభద్రరావు.) ఆం. చ. ౭౪౧ ప్రథమభాగం.

(14) జైమినిసూత్రాలకు భాష్యంవ్రాసినది శబరస్వామి కుమారి
లభట్టుకాదు ఆగ్రంథానికి శాబరభాష్యమని పేరు ఈశాబరభాష్యం
మీద కుమారిలభట్టాచార్యులు వార్తికం వ్రాశారు పైన ఉదాహరిం
చిన పట్టికలదుష్టత విజ్ఞులకు విదితమేగదా అని విస్తరించి వివరించలేదు
ఇక రేజీకటి వుజ్జాయింపుసంస్కృతం, దూడపేడ సంస్కృతం, మరియొక
చోట పీఠికలో వివరించవలచి యిక్కడ వదలినాను

పైన చూపిన అసంబద్ధతలవంటివాటిని గుణదోషవిచారానికే
కావలసిన బుద్ధిగాని శక్తిగాని లేక యేదిపెట్టినా మింగేఅధమాధికారు
లుమాత్రమే పత్తిగింజల బసవన్నలవలె స్వీకరిస్తారని స్పష్టం అప
భ్రంశాలు కనుక్కొని నిరసించగలిగి గుణవిశేషాలకు ఆహ్లాదించగల
విద్వచ్ఛ్రేణి దేశంలో బలవిశిష్టంగా వుంటే పైనచూపినరకపు పుస్త
గొడుగుగ్రంథాలుకాక ఉదాత్తకోటిలో చేరదగినవి ఉత్తమాధి
కారులకు గ్రాహ్యంకాదగినవి ఉద్భవిల్లడానికి అవకాశం యేర్పడు
తుంది ఆ అవకతవకలపట్టికలకర్తలు వాఙ్మయానికి ఉపకారం చేయు
వలెననే సంకల్పంకలవారే పూజ్యులే అయినప్పటికీ, తమగ్రంథాలు
పరిణతులైన విద్వాంసులు చూస్తారనేసంజ్ఞానం వారికి ఉండినట్లైతే
యింకా కొంచెం హెచ్చుశ్రద్ధవహించి తమగ్రంథాలు నిష్కల్మష
దశలో వుండడానికి యత్నించి వుంటారనిమాత్రం చెప్పి యీవిచా
రణ ముగిస్తున్నాను

చాలవా అని సంగ్రహాలను దరువుప్రాధాన్యంతో ప్రాచీనులు రచించారని అనుకోనవచ్చును. ఇక ఇట్లాటి సంగ్రహాలను మాత్రమే చదివి తెలుగులో వ్రాయడం మొదలుపెట్టే వారికృతులు రచనలు అంతకంటే అధమదశలో వున్న వారికిగాని వుపాదేయం కావనడం విదితమేగదా. ఇట్లా అధమాధికారులకు వుద్దిష్టమైన పురాణసంగ్రహాలు అట్లానే క్షుద్రంగా వున్నమరికొన్ని పుస్తకాలు పాఠ్యగ్రంథాలుచేసి విద్వాన్, బి ఏ ఆనర్స్, యం ఏ మొదలైన పరీక్ష లేర్పరచడంవల్ల స్పృహణీయమైన ప్రయోజన మేమీసిద్ధించదని విజ్ఞులకు వేరుగా చెప్పవలసి సలేదు కణాదుడు, గౌతముడు, శంకరుడు, ఆనందవర్ధనుడు, అభినవగుప్తపాదుడు మొదలైన మహావిజ్ఞానసంపన్నుల రచనలకు అంధులైపురాణకథలూ అట్లాంటివే మరికొన్ని చిల్లరపుస్తకాలూ పఠించడం పరమవిద్యగా వుండే విద్వానుల భాషాప్రవీణుల విజ్ఞానపురకమేమి? అట్లానే అంధతలో పొందిన బి ఏ, యం. ఏ మొదలైన ఉపాధులకు భారతీయ విజ్ఞానవిషయంలో విలువయేమి? అనేప్రశ్నలకు నీళ్లు నమలడమే ప్రతివచనం కదా? బి ఏ, యం ఏ మొదలైన ఉపాధుల ముఖ్యవిషయాల కన్నిటికీ లేపా ప్రకృతం "శిరోమణి" "విద్యాప్రవీణ" ఈఉపాధుల విజ్ఞానవిషయాలమట్టుకైనా తెలుగులోనే నిర్బంధంగా పరీక్షజరుగవలెనని యేర్పరచిననిమిషమే ఆంధ్రభాషయొక్క క్షుద్రదశ తొలగడానికి ఆరంభకాలం కాగలదు ఇప్పుడంతగా ప్రయోజనవంతమైనపనిలేక తగినప్రతిఫలం ప్రాపించకుండా ధనాన్ని వ్యయపరు

లానికి కొంత సంస్కృతభాషయందు నైపుణ్యం కలిగి అధ్యాపకపీఠాలు యేర్పాటు చేయబడివున్నది ఈపని కావలసినంతవరకు జరిగితేనే గాని ఆంధ్రవాఙ్మయేతిహాసంలో స్మరణీయదశ యేర్పడి ఆంధ్రభాషాగ్రంథాలకు వృత్తసాధికారి గ్రాహ్యత్వం సిద్ధించదని, అట్లాగాక కొన్ని అసంగతపురాణసంగ్రహాలకు ఆతీరు మరికొన్ని చిల్లరపుస్తకాలకు పరీక్షలు ఉపాధులు యేర్పరిస్తే ఇదంతా ఆంధ్రభాషాభివృద్ధి అని మనము చంకలు కొట్టుకొనడం మిక్కిలి తెలివిమాలినపని అని చెప్పి ఆనుషంగికంగా వచ్చిన యీవిచారం యింతటితో ముగించి ప్రకృతానికి వస్తాను

నన్నయకాలంమొదలు ఇప్పటివరకు యేర్పడిన తెలుగుకృతుల స్థితి తెలిపినాను ఈసంగతి పూర్వపక్షపరామర్శ పూర్వకంగా విచారణ చేసి సిద్ధాంతంమట్టుకు యిక్కడ నిరూపించాను నన్నయాదులకృతుల్లో ఉండేసంస్కృతం వారి ఉద్దేశమైనా అధమాధికారులకు సయితం పనికిరాకపోవడం, తిక్కన విరాటపర్వంలోని అధిక ప్రసంగాలు భగవద్గీతాపానం, ఉద్యోగపర్వంలోని రాయబారపుఘట్టాలు, మనువసుచరిత్రాదుల వర్ణపుకృతులు, వేమనపింగళిసూరనాదులకృతులు, అదివరకు లేక మద్రాసు విశ్వవిద్యాలయం వచ్చిన తర్వాత తెలుగు పండితులు తెలుగు లెక్చరర్లు అని యిట్లా యేర్పడ్డవారివృత్తం, వారిలో అనేకుల వ్యుత్పత్తి, పండితశబ్దంయొక్క అర్థం, తెలుగులో పండితుడు అనే మాటలకు ఇప్పుడుగల అర్థం, తెలుగుపండితులనే వారిలో అనేకులకు దేశవిజ్ఞానంతో యెంతవరకు సంబంధంగలదు అనే అంశం, తెలుగు కృతికర్తలు కొందరు. అపభ్రంశాలు వ్రాసి తమ అవ్యుత్పన్నత

పంప యీడపడ సంస్కృతం తెలుగుపుస్తకాల్లో వాడేత యేమి అనే వారిమాటలు, లౌకికశబ్దాలు వదలి నన్నయాదుల ఛాందస శబ్దరూపాలతో ఛాందసపు తెలుగుశబ్దాలతో పుస్తకం వ్రాయవద్దా అనే సంగతి, తెలుగువంటి జీవద్భాషలకు వ్యాకరణం లేకుంటే యేమి అనే మాటలు, అష్టావధానమని శతావధానమని కర్తలకు బుద్ధిదుర్వినియోగాద్యవస్థాల హేతువు, కారయితలకు ఫలరహితం అయినవాటిని ఆచరిస్తూ అక్షరాలతమాషాపద్యాల కుప్పలుచేసి కవులమని అది కవిత్వమని కొందరు ఉప్పొంగడం, విజ్ఞానలబ్ధి లేకుండా కవిత్వం దానంతట అదే పుట్టుకొని వస్తుంది అని కొందరు అనుకొనడం, భారతీయుల విజ్ఞానలబ్ధికి ప్రకృతదశలో సంస్కృతవిద్య ఆవశ్యకమా కాదా అనే సంగతి, బిరుదులు చేరివున్న మాత్రాన వారికృతులు బాగా వుండవచ్చునని కొందరు తలచడం, కృతిసమర్పణోత్సవాలు చేస్తే కృతులు గొప్పవవుతవని కొందరు ఆసించడం, ఆశువు అని పేరుపెట్టి శ్రీఘ్రంగా పద్యాల కుప్పలుచేస్తే అది కవిత్వమని కొందరు అడావుడిపడడం, పద్యాలపుస్తకం యెంతలావుగావుంటే అంత గొప్ప కవిత్వమని కొందరు తాండవించడం, అట్లా పద్యాలపుస్తకం లావుది తయారుచేయడం మహిమ అని కొందరు నర్తించడం, పద్యాలు గద్యవాక్యాలు వ్రాయడమే పరమవిద్య అయి బుద్ధిపరిపాకంలేని శోచనీయులు కొందరు కృతికర్తలుగా పత్రికల్లో వ్యాసాలకర్తలుగా బయలుదేరడం, అంకితం చేసినవారికి తమకృతి భార్య అని కొందరు

మని కొందరు తాళాలు కొట్టడం, ఈకాలాన ఒక సభగాని విందుగాని జరిగితే ఒకవూరినుండి మరియొకవూరికి యెవరైనాపోతే, తుమ్మితే దగ్గితే చొప్పదంటుపద్యాలు పోగులు పడడం, యాచించడానికీ ఇయ్యక పోతే తిట్టడానికీ అప్పకవి పద్యాలను సాధనంగా గట్టిపరచడం, ఆసా ధనాన్ని అవలంబించి కొందరు ధనవంతులను వ్యవహారసంబంధులను ఆశ్రయించి వారిని స్తుతించి వారివద్దనుండి కొంతధనాన్ని, పుచ్చు కొంటివాయినం అన్నట్లు, కొన్ని స్తుతులను పొందడంవల్ల, అందులో, బహిరంగంగా ముఖ్యమైన అన్నికులాల తెగల వివిధలక్షణాల మను షులను చేర్చినసభల్లో పొందడంవల్ల, తమకృతులు ఉత్కృష్టమవుతవని కొందరు భావించడం,

“न तच्छास्त्रं न तच्छिल्पं न सा विद्या न सा कला”
यद्भवेन्न च काव्याङ्गमहो भारो महान कवेः ॥

(కావ్యాంగం కాకుండావుండే శబ్దంగాని, అర్థంగాని, న్యాయంగాని, కళగాని లేదు, అహోకవిభారం గొప్పది) అని యిట్లాకవి సామగ్రి ప్రతి పాదిత మవుతూవుంటే విద్వాత్ కవులమని కొందరు మురియడం,

“अनन्तशास्त्रं बहु वेदितव्यं........अल्पश्च कालः”

అని విజ్ఞులు పలుకుతూవుంటే రేజీకటి సంస్కృతంతో ఉభయభాషా పారంగతులమని కొందరు ఊరెగడం,

నిను మెచ్చబోవుచుంటిని నను మెచ్చుచు నుంటివీవు“...... ....” (యేకవీర.)

[illegible] వాడడం, యిక్కడ దనని చెప్పవలెనా ఆవివేకం లేక సందర్భమున్నా లేకపోయినా తమకు తెలిసినసంగతులన్నీ కొందరు కుక్కడం, విచార్యమాణవిషయంలో ఆవశ్యకమైన ప్రవేశం లేకుండా కొందరు అసంబద్ధాలు రచించడం, అశ్లీల చిత్రాలు పుస్తకాల అట్టలమీద వేసి దానివల్ల కొంత ఆకర్షించవచ్చునని కొందరు ఉత్సహించడం, అనువాదం జేసినమాత్రాన మూలగ్రంథకర్తలతో సమత్వం ఆరోపించుకొని ఆంధ్రగౌతములు, ఆంధ్రకణాదులు, ఆంధ్రశుక్రులు అనేపేరున కొందరు అనుచితప్పేర్లతో సంభ్రమించడం, అనువాదంచేసి పద్యాల అనువాదిగాని గద్యపు అనువాదిగాని ఉభయపు అనువాదిగాని కావగి వుంటే ఆ అనువాదమే ప్రధానహేతువుగా కవిచక్రవర్తులమని కవిసమ్రాట్టులమని కొందరు గంతులువేయడం, పేరు చెప్పక చెప్పి చెప్పక దొంగిలించి యెంగిలివ్రాతలువ్రాసి కాళిదాసు కవిత్వం కొంత అనే సామెతను జ్ఞప్తికితెస్తూ కొందరు మూలగ్రంథాలకు స్వరూపవికృతి కలిగించడం, పాతకాలపువేషంతో వుండేవారికృతులు మంచివని కొందరు, ఇప్పటికాలపువేషం గలవారివి శ్రేష్ఠంగావుంటవని కొందరు, అటూయిటూ కాక మధ్యరకపువేషంవారివి గొప్పవిగావుండవచ్చునని కొందరు, ఇంగ్లీషు చదివిన వారిగ్రంథాలు గణనీయమని కొందరు, ఇంగ్లీషు రానివారి కృతులు ప్రశస్తమని కొందరు, బ్రాహ్మణుల కృతులు ఆదరణీయమని కొందరు, నియోగులవి ఉత్తమమని కొందరు, కాదు వైదికులవి శ్లాఘ్యమని కొందరు, వారూ వీరు

[illegible] పొందితే అట్లాటివారికృతులుపొగడదగినవిగా వుండవచ్చునని కొందరు, కర్త మొదలైనవారిచిత్రాలు ప్రకటించేకృతులు గుణవంతంగా వుండవచ్చునని కొందరు, అక్షరాల ఆట (వళిప్రాసలు) ప్రయత్నం లేకుండా పడినట్లు వుంటే అది కవిత్వమని కొందరు మనము మాట్లాడుకొనే సాధారణమైన మాటలు మొదలైనవి, సామెతలు, పద్యంలో వుంటే అదంతా కవిత్వమని కొందరు, తక్కిన విచారంతో మాకు పనిలేదు, అక్షరాల దరువుతోగాని లేకుండాగానిపద్యం వ్రాస్తేచాలును, అది కవిత్వమని కొందరు, సంస్కృతం యెక్కువగా వుంటే జటిలమని రమ్య కవిత్వమని కొందరు, తెలుగు యెక్కువగా వుంటే సొంపు కవిత్వమని కొందరు, అదీ యిదీ సమంగా వుంటే అపేక్ష్యకవిత్వమని కొందరు తలలూచడం, ధార అనర్గళం, శైలి మృదుమధురం, ముద్దులుమూటగట్టుతున్నది అనే యిట్లాటి రోకటిపాటమాటలు, ఈకాలంలో తెలుగులోగురువులని శిష్యులని అనుకొనేవారికి గల విద్యాసంబంధం, వారియెడల వీరి ప్రవృత్తి, ఆధునికమైన మూలగ్రంథాలు అనువాదాలు తదాభాసాలు, శాస్త్రగ్రంథరచనలు వీటి అన్నిటి మీమాంసావిస్తరభీతిచేత వదలుతున్నాను. పీఠికల్లోని ప్రశంసలను యాచితాభిప్రాయాలను గురించి వాఙ్మయపరిశిష్టంలో ద్రష్టవ్యమని చెప్పి ఇక భగవద్గీత వదలిపెట్టి డాన్నిగురించి కొంతవిచారిస్తాను భగవద్గీత వేదాంతానికి సంబంధించినది గనుకను, తెలుగుభారతం కావ్యదృష్టితో రచించబడినది గనుకను, దానిని తిక్కన వదలినాడని కొందరంటున్నారు

"प्रबन्धे च अंगी रस एक एव
उपनिबध्यमानोऽर्थविशेषलाभं
छायातिशयं च पुष्णाति कस्मिन्निवेतिचेत्
.........यथावा महाभारते" (ध्व. लो.)

(ప్రబంధంలో ప్రధానరసం ఒకటే ప్రతిపాద్యమవుతూ అర్థ విశేషలాభాన్ని ఛాయాతిశయాన్ని పోషిస్తున్నది. యెట్లానంటే మహా భారతంలోవలె)

అనేకస్థల్లో ఆనందవర్ధనుడు మహాభారతం శాంతరసప్రధాన మైన కావ్యమని చెప్పుతున్నాడు భారతం కావ్యమని భారతంలోనే ఉక్తం

"कृतं मयेदं भगवन् काव्यं परमपूजितम्" (आदि)

(ఓ మహానుభావుడా! పరమపూజితమైన యీకావ్యం నాచే చేయబడినది)

అని వ్యాసుడే బ్రహ్మతో చెప్పినట్లు విదితమవుతూవుంటే వ్యాసుడికి కావ్యదృష్టి లేదనడం అవివేకం. కాళిదాసాది మహాకవులకు సంశ్రయం కాగలిగిన వ్యాసుడికి కావ్యదృష్టి లేదనడం నిజంగా తెలివి మాలినపని మీకు పైవాక్యాలు ప్రమాణం కావంటారా, మీ వాక్యాలు ప్రమాణం కాదని అంతకంటే చులకనగా తోసివేయ వచ్చునుగదా! ఇవన్ని సాహిత్యసాంప్రదాయం తెలియని అజ్ఞాన

యేమున్నది? భగవద్గీత వేదాంతమైతే శాంతిపర్వంలోని మోక్షధర్మ ఘట్టాలు సృష్టిక్రమాదులనిర్వచనం వేదాంతం కాదా? కావ్య దృష్టితో రచించాడు గనుక తిక్కన భగవద్గీత వదలిపెట్టినాడనడం తలాతోకాలేని అప్రశస్తపుమాట. తెలుగుభారతం అధమాధికారులకు వుద్దిష్టం గనుకనే దానిని వదలిపెట్టినాడు బ్రహ్మవిద్యకు ప్రధానాంగాలైన ప్రస్థానత్రయంలో భగవద్గీత ఒకటిగను, బ్రహ్మవిద్యయందు శూద్రాదులకు అధికారం లేదని బ్రహ్మసూత్రమందలి అపశూద్రాధికరణంలో నిర్ణీతమైనది గనుకను అధమాధికారులకు అది అగ్రాహ్యం కావడంవల్లను శాంతిపర్వాద్యపేక్షచేత అధమాధికారులకు కఠినమైన భగవద్గీతను తిక్కన వదలినాడని స్పష్టం. ఈసంగతినే అహోబలుడి పద్యాలు వ్యక్తం చేస్తున్నవి కావ్యదృష్టివల్లనని అట్లానని యిట్లానని వ్రాయడం సంప్రదాయవివేకంలేని అజ్ఞానపు మాటలని చెప్పి యీ విచారణముగిస్తాను

ఇక తిక్కన అధికప్రసంగాలు. తిక్కన విరాటపర్వస్థకీచకవధలోని చేర్చడాలు గొప్పకవిత్వమని కొందరు తలుస్తున్నారు

“విరాటపర్వములో దిక్కన్న వ్రాసిన శృంగారవర్ణనము అనన్యసాధ్యమని వేఱుఁ జెప్పవలయునా? ఔచిత్యశోభితము.”

అని శ్రీ రామలింగారెడ్డివారు

ఇట్టి కీచకవధఘట్టమునకు భీముని నాయకునిఁగాఁజేసి శృంగార వీరరసముల కంగాంగిభావము కల్పించి యనేకవిధములగు నూతన వర్ణనలఁ జేర్చి యీకథ నొక చక్కని ప్రబంధముగా రచించినాఁడు.”

ఇట్లానే మరికొందరు అనుకొంటున్నారు ఆచేర్పడాలు అధికప్రసంగమని దుష్టమని తెలుపబోతున్నాను మంచిది ఆసంగతి విచారిస్తాను సీతావిషయకమైన రావణరతి, ద్రౌపదీవిషయకమైన కీచకరతి, రసాభాసం అంతేగాక అది హేయం ఈ హేయత్వాన్ని వివరించవలసిన పనిలేదు విస్తరం నేటికాలపు కవిత్వమనే కృతిలో శృంగారాధికరణంలోను క్షుద్రకావ్యాధికరణంలోను ద్రష్టవ్యం సంచారిభావాదిసామగ్రి ఉత్తమనాయకుల రతిసందర్భంలో శోభిస్తవి గాని రత్నాద్యలంకరణం మురుగుడుబురదనీటికుండకువలె దుష్టరతికి హేయం, అత్యంతం అనుచితం నింద్యత ప్రకటితమయ్యేవిధంగా ఇట్లాటిరతిని తెలుపవలెను గాని చీము పుండుమీద యీగవలె, దానియందు సక్తి కనబరచడం అప్రశస్తం. కనుకనే రామాయణంలో రావణుడు సీతను ప్రార్థించడం ఆమె నిందించడం, తిరిగి అతడు పూలుబుక్కాయి సవరించుకొని మళ్లీ ఆమెనుప్రార్థించడం,తిరిగి ఆమె దూషించడం తప్ప అతడి మన్మథావస్థను సంచార్యాదులచేత విపులీకరించలేదు అట్లానే మహాభారతంలో కీచకుడు సుదేష్ణతోను ద్రౌపదీతోను గట్టిగా తన కామవికారం తెల్పుకొనడంతప్ప వేరేవిధంగా అతడి విరహతాపాలాపాలు మొదలైనవి వివరించలేదు యెందుకంటే అవి తుచ్ఛమే కాకుండా అనావశ్యకం కూడా అయివున్నవి. దుర్బలచిత్త అయితే లభించేటట్లు అతడికామ ప్రార్థనలు కొంతవరకు దీర్ఘంగా ప్రతిపాదితమైనవి అంతేగాని అతడి శృంగారాన్ని సంచార్యాదులతో వర్ణించలేదు. కాని తిక్కన్న యీ

కాని సుదేష్ణ పంపుతానన్న తరువాత తిరిగి కీచక కామాగ్ని అమూలాగ్రాన్ని యింకా కొన్ని పద్యాలతో విపులీకరించాడు. ఇంతటితో వూరుకోలేదు. నర్తనశాలకు రమ్మని ద్రౌపది చెప్పిన తరువాత మళ్ళీ మూలంలో లేని కీచకవిరహాన్ని సంభ్రమంతో వర్ణించాడు చిన్న పద్యాలతో తృప్తిలేక కాబోలు

సీ. ఇయ్యింతి ప్రాపున నయ్యంగజుండు పార్వతీశునైనను దక్క నేలకున్నె
పేసమైనక్కట లీలఁ ద్రెళ్ళుసఁగెడు వాలుగు సోగల మేలుడించి
వలనాపుండట నా లేమ వాలసిరిఁ జూడ్కికిఁ జుబ్బనచూఱ గాదె
కనుపిచ్చి సన్ను నాకనుమధ్య చూచినఁ దనువున కమృత సేచనము కాదె.

(తి. భా. వి.)

అని సీసాలను అనుగడుక్కా ఆహ్వానిస్తాడు.

ఈ సీసాలు బాగా వున్నవి గదా అంటే అవి కులటా విలాసవంటివని చెప్తున్నాను ఈ సంచారివర్ణనలతో వూరుకోలేదు అతడి విరహావస్థకు వుద్దీపనంగా వనవిహారాన్ని కల్పించాడు. అంతటితో ఆగలేదు పొద్దుక్రుంకకపోవడం అతడికి దుస్సహంగా వున్నదని మూలంలో రెండుమాటలు చెప్పితే దానికి సూర్యాస్తమయవర్ణనను చేసి అతడి అనంగదశకు దాన్ని తగిలించాడు తవుడుతింటూ వయ్యారం అన్నట్లు ఈ పాడుపనిలో వసప్రలుకూడా వేశాడు ఇదంతా మురుగుడు బురదకుండకు రత్నాలద్యలంకరణం వంటిదని అది తుచ్ఛమని దానియందు స

అని మమ్మటుడు

“तथा च तद्गत एव रसः प्राधान्येनास्वाद्येत न तु नायकगतः प्रधानो-रस इति दोषः” (का. प्र. व्या)

[అట్లా (అయితే) ప్రతినాయకగతరసమే ప్రధానంగా ఆస్వాదిత మవుతుంది కాని నాయకగతప్రధానరసం ఆస్వాదితం కాదు కనుక దోషం]

అని వామనాచార్యులు.

హేయరసాభాసం అంగంగాక ప్రధానమైతే కావ్యం భ్రష్టమై దూష్యకోటిలో చేరగలదు గనుక అవశ్యమైనచోట అది అంగంగా మాత్రమే వుండడం వుచితం

“प्रतिषिद्धविषयत्वादिरूपं सामाजिकसंवेद्यं” (का. प्र. व्या.)

(సామాజికులకు ప్రతిషిద్ధవిషయత్వాదిరూపంగా సంవేద్య మయ్యేది) అని ఈ ఆభాససందర్భంలో న్యాయరత్నమహేశచంద్రుల వారన్నారు

అంగమైన ప్రతినాయకవృత్తంలో వనవిహారజలక్రీడాదులు ఒక గ్రంథకర్త ప్రతిపాదిస్తే అది దుష్టమని

“हयग्रीवस्य जलकेलिवनविहाररतोत्सवादेर्नायकापेक्षया विस्तरेण वर्णनं हयग्रीवस्य नायकत्वमेव प्रत्याययते न तु प्रतिनायकत्वमितिदोषः।”

నాయకుడని ప్రతీతి అవుతుంది (కాని అలాటి) ప్రతినాయకునిపై (ప్రతీకం) కాదు కనుక దోషం......శత్రువుయొక్క వంశశౌర్య ప్రతాపాలను గొప్పవి అంటూ వర్ణించడంవల్ల, కూడా (నాయకోత్కర్ష ప్రతిపాదకం కనుక ప్రీతికరం) అనే(దండి)మాటలచేత విరోధించినా ఆ శ్లోకం అని అనరాదు యెందువల్లనంటె శత్రువు యేగుణాలుగలవాడని వర్ణిస్తే నాయకోత్కర్షం ప్రతిపాదితమవుతుందో అక్కడనే పై వాక్యానికి తాత్పర్యం గాని వనవిహారాదులందు కూడా కాదు]

అనేకస్థల్లో సారబోధినీకారులు నిరాకరించారు

ఇక అంగమైన హేయరసాభాసంలో ఆత్మభాషణ వనవిహారాది సార్వాస్తమయాది వర్ణనల విస్తరం దుష్టమని చెప్పవలసిన పనిలేదు గదా! కనుక ఆ హేయమైన ఆభాసమంతా గొప్పకవిత్వమని గంతులు వేయడం అజ్ఞానం

ఉత్తరభారతపారాంతరాలు మొదలైనవి యీ విచారణలో అప్రధానం గనుక వదలినాను అవునయ్యా, నన్నయాదుల కృతులు అధమాధికారులకు వుద్దిష్టమని మీరే చెప్పినారు వారికి రుచించే మార్గం తిక్కన మార్పుచేసినాడు, కనుక వుచితమేనంటారా అసంగతం అధమాధికారులు ఉత్తమమార్గానికి వచ్చేతీరున రచించవలెను గాని వారిని యింకా అధోగతికి తీసుకొని పొయ్యేసరణి అత్యంతం నింద్యం గదా! కనుక, అధమాధికారులకు హేయం ఉచితమనడం నిల్వజాలదు. ఇట్లాటి తుచ్ఛశృంగారం తెలుగుదేశపు తెలుగుకృతుల్లో

మని, ఈసంగతి కాదని యెవ్వరైనా రుజువుపరచితే ఆమాటలు ప్రామాణికంగా వుంటే నాసిద్ధాంతాన్ని వదులుకొంటానని లేకపోతే ఆమాటలను ఉపేక్షిస్తానని మనవిచేస్తూ యిక ప్రకృతవిషయానికి వస్తాను నన్నయ మొదలు ఇప్పటివరకు తెలుగు వాఙ్మయపు సాధారణదశ తెలిపినాను పల్నాటి వీరచరిత్ర ఇందుకు అపవాదం కాజాలదు కాళిదాసీయాదుల్లోవలె ఉదాత్తభావోన్మీలనాదులు దీంట్లో కనుగొనలేము కనుక కవితావిషయంలో ఇది ఉత్తమత్వప్రతిపత్తిని పొందజాలదంటున్నాను.

శ్రీనాథవైలక్షణ్యం.

ఈవీరచరిత్ర కర్తయైన శ్రీనాథుడు ప్రాచీనాంధ్రగ్రంథకర్తల్లో విశిష్టుడు ఇతడి వైదుష్యం అన్యదీయాపేక్షచేత అసాధారణమైనదిగా కనబడుతున్నది కాళిదాసాదులకు భారతవర్షంవలె ఇతడికి ఆంధ్రదేశం అఖండరూపంతో గోచరించినట్లు విదితమవుతున్నది.

ప్రతాపరుద్రీయంలో విద్యానాథుణ్ణివలె త్రైలింగశూరతేజస్సు ఇతణ్ణి పరవశుణ్ణి చేసినట్లు కనబడుతున్నది "చిత్తముపొంగి" అని వీరచరిత్రంలో ఇతడు చెప్పినమాటలు ఈవిషయాన్ని సూచిస్తున్నవని అనుకొంటాను పద్యానికి నన్నయాదుల యతిభ్రంశాన్ని ఇతడు అనేక స్థలాల్లో తొలిగించడం స్పష్టం.

తెలుగుభూమి అని ఆంధ్రభూమి అని తనకృతుల్లో పలుచోట్ల ప్రస్తావిస్తూ వచ్చాడు. ఆంధ్రదేశానికి సంబంధించిన భీమఖండాన్ని

లేమీ తెల్పకున్నా సూరన లలితరీతిప్రియత్వం విశుద్ధమనోజ్ఞతాప్రతి శ్లాఘ్యం నన్నయాదుల యతిభ్రంశదోషాన్ని శ్రీనాథుడు చాలావరకు తొలగించాడు కనుక ఆతడిపద్యాలకు శ్రావ్యత్వాదులుదృష్టమవుతున్నవి ఆకాలాన తెలుగు ఉత్తమవిద్యాద్వారంగావుండి తెలుగుపద్యం కనువు లక్షణాలకు దూరమైవుంటే శ్రీనాథుడు పింగళిసూరన, వేమన వీరివల్ల ఇంకా యెంతప్రశస్తమైన కృతులు తెలుగుదేశానికి లభించివుండేవో నని ఉత్ప్రేక్షిస్తుంటాను

వక్ష్యమాణవిధాన నన్నయాదుల వాటివలె అమార్గ గాములైన అనువాదాలనే కావించినా ఉదాత్తభావోన్మీలనాదులు లేకున్నా ప్రస్తుతంవరకు పొల్లుమాటల పెంటకుప్పలకింద అణిగేటట్లు చేయక వివక్షితార్థం ప్రసాదగుణంతో స్ఫుటంగా రుజువుగా తెలపడం శ్రీనాథుడి రచనల యందలి విశేషం. ఒకరిద్దరిలో తప్ప ఇక్కడి తెలుగు కృతికర్తల్లో యీలక్షణం మిక్కిలి అరుదు

వీరచరిత్ర విశేషం.

కాళిదాసీయాదుల్లోవలె ఉత్తమకవితాస్వరూపం వీరచరిత్రలో లేకున్నప్పటికీ అది శ్రీనాథుడి కృతుల్లోనే కాక తెలుగువాఙ్మయ మంతటిలో విశిష్టమైనదిగా కనబడుతున్నది దీంట్లో ద్వితీయాక్షరపు ఆటలేకపోవడంవల్ల సగం తుక్కువదలడం మొదటివిశేషం ఇది తెలుగు సంప్రదాయానికి సరిపడని సంస్కృత వృత్తాలైన శార్దూల మత్తేభాదుల్లో కాక దేశ్యపద్యంలో బసవపురాణాదులవలె వుండడం

పల్నాటివీరచరిత్ర—పంగళాలు

కాటయవేమారెడ్డి కోమటివేమారెడ్డివంటి విజ్ఞులు ప్రభువులుగా వున్న రోజుల్లోకూడా తెలుగులో శ్రీనాధుడివంటి విద్యావంతులు న్యాయాది శాస్త్రగ్రంథాలను సాహిత్యవిచారణాగ్రంథాలను వ్యక్తి ప్రధానమైన స్వతంత్రకావ్యాలను తలపెట్టక సాధారణపు తుక్కు అనువాదాలు చేయడం, ఆకాలాన విద్వాంసులుగాని పండితులైన ప్రభువులుగాని ఉదాత్తగ్రంథరచన తెలుగులో ప్రోత్సాహపరచి వుండలేదని విదితం చేస్తున్నదని తెలిపి యింకో అంశానికి వస్తాను. పల్నాటివీరచరిత్ర వీరగీతాల్లో ముఖ్యమైనదిగా కనబడుతున్నది. వెన్నెలరాత్రుల్లో జనసమూహాలకు వీటిని కథకులు వినిపిస్తుంటారు. సాధారణంగా పిచ్చికుంటజాతివారు ఈ వీరకథలను కీర్తిస్తుంటారు పంబజోడూ, తిత్తీ సహాయపడుతుండగా కత్తిపట్టుకొని భావానుగుణంగా ఆడుతూ ఈ వీరవృత్తాలను కథకుడు చెప్పుతుంటాడు భారతీయరూపకానికి బీజాలనదగి భరతుడిచేత ప్రస్తావింపబడిన వృత్తులను ఈకథకప్రవృత్తి పోలివుంటుంది.

సాధారణజనుల్లో ఉద్రేకం కలిగించి వారికి ఆవీరులమీద సద్యః ప్రేరితమైన భక్తివిశేషాన్ని ఆవిర్భవించజేయడం కొంతపరిణతిగలవారికి వీరకావ్యాదులందు తత్పరత్వం కలిగించడం వీటి ముఖ్యలక్షణం

ఇట్లాంటి శాఖ అరవం మొదలైన దక్షిణభారత భాషల్లోగాని బంగాళీవంటి ఉత్తరభారతభాషల్లోగాని వున్నదేమో నేను చెప్ప

[illegible] వుండిన కాలంలో [illegible] యిప్పుడు
వుండినవేమో

ఉదయన విక్రమార్కాదుల ఇతిహాసాలు సంస్కృతభాషలో ఉద్బోధకంగా కీర్తితమయినా అవి ప్రస్తుతవీరగీతమార్గాన లేవు అయితే సాహిత్యవిషయాన ఈవీరగీతవాఙ్మయం ఉత్తమకవితాశాఖగా పరిగణించ వీలులేదు కాళిదాసాదుల కావ్యాల్లో వ్యక్తమయ్యే ప్రకృతిశోభలు ఉదాత్తభావవ్యక్తి, పరిణతచిత్త వృత్త్యున్మీలనం మొదలైనవి వీంట్లో కనుగొనలేము కనుకనే కవితావిషయాన ఉత్తమ శాఖను చెందదని చెప్పినాను. అయితే యిది దేశీయచ్ఛందస్సులో ద్విపదీయూతపక్రీడతుక్కు నగంపోయి రచితం కావడంవల్లను అక్కడక్కడ వ్యక్తమయ్యే కవితాచ్ఛాయలవల్లను ఇదిమనుచరిత్రాదులకంటె మేలైనదేనని చెప్పవచ్చును ఇదివరకు తెలిపినట్లు అటు వాదపుకోటిలో యిది చేరని మూలగ్రంథమని, చాలామట్టుకు వ్యంగ్యవినాశమే కాక క్షుద్రశృంగారాదులతో నిండిన హంసవింశత్యాదుల సాధారణమార్గంనుండి చీలి మహాభారతంవలె శాంత ప్రధానమై వీరాదులను అంగంగా కలిగినదని, బొబ్బిలికథ మొదలైన వాటివలె పల్లెధోరణిలో కాక కావ్యమార్గంలో వుండడానికి యత్నిస్తున్నదని, తెలుక్కు మతభాషాగౌరవమేర్పడ్డది ఈ వీరచరిత్రయందేనని, ఇప్పటికీ ఔర్ధ్వదైహికక్రియల్లో బ్రాహ్మణేతరులనేకులు, వైష్ణవులు నాలాయిరాన్నివలె పితృప్రీతి నుద్దేశించి వీరచరిత్రగానం చేయిస్తారని చెప్పి యీ విచారణయింతటితో ముగిస్తున్నాను.

యిక మనకు మిగిలే ఆంధ్రులెవరు? మనము ఆంధ్రులని చెప్పేవారు కూడా ఐతరేయబ్రాహ్మణకథ ననుసరించి వుత్తరభారతంనుండి యీ దేశానికి వచ్చినవారే కనుక వారినికూడా అన్యదేశస్థులనే అనవలసి వుంటుంది కనుక యిట్లా ఒక్కొక్కరిని పైదేశికులని తోసివేస్తే దేశంలో భూమితప్ప మరేమీ మిగలదు అనుగురాజాదులు ఆంధ్ర దేశానికి వచ్చి అక్కడవుండినారు గనుక వారిని ఆంధ్రులుగానే భావించవచ్చును

తటస్థాక్షేపం

అట్లా అనాంధ్రులను ఆంధ్రులుగా భావించడం మిక్కిలి అనర్థ హేతువు ఇది ఆంధ్రులదాస్య బుద్ధిని ప్రకటిస్తున్నది. దేశం ఆంధ్ర దేశమని దేశస్థులు ఆంధ్రులని చెప్పడం ఒకవ్యవస్థ. వారుమాత్రం కొత్తవారు కారా అంటే అసలు మనిషే భూమికి కొత్త అని అనవలసి వస్తుంది అదంతా తత్త్వజిజ్ఞాస లోకధర్మ నిర్వహణార్థం వ్యవహారంలో అప్రత్యక్షమైన హేతువులవల్ల యిది ఆంధ్రదేశం యిది అరవదేశం యిది వంగదేశం అని యిట్లా వ్యవస్థిత మవుతున్నది ఆవ్యవస్థ ఆధారంగా యిది మనదేశం యిది కాదు అని దృష్టియేర్పడి దాని రక్షణయందు తత్పరత దృఢపడుతున్నది ఈతీరుగా ఒక్కొక్కదేశం తద్దేశస్థులచే రక్షితమయి విశిష్టవిజ్ఞాన సంప్రదాయాలను కలిగివుండడం లోకశ్రేయో హేతువే గనుక యీ వ్యవస్థ ఉపాదేయమని అంటున్నాను ఒక దేశస్థులు మరియొక దేశస్థులచేత పరాజితులయి ఉదాత్తగుణ విశేషాదులను కోల్పోవడం లోకానికి అనర్థమేను ఆరామద్రావిడులు

స్థిరపడినట్లు కనబడుతున్నది ఒక ఆంధ్ర గ్రంథకర్త

'ఆంధ్రచోళదానవోపేంద్రుండగు నుపేంద్ర [ఆంధ్రచోళులనే రాక్షసులకు విష్ణువువంటివాడైన ఉపేంద్రుడు] (విన్నకోటపెద్దన. కా. చూ.)

అని అన్నాడు తమకు తాము రాక్షసులుగాను, తమ శత్రువు విష్ణువుగాను కనబడినప్పుడు ఆంధ్రులెంత దీనదశకువచ్చినదీ స్పష్టం కాగలదు చాళుక్యులమని, చోళులమని, వారు గౌరవం ప్రకటించు కొంటూవుంటే బ్రాహ్మణశ్రమణకన్యాయంగాని మరి యేన్యాయంగాని వర్తించని స్థితిలో ఆంధ్రచాళుక్యులని ఆంధ్రచోళులని, చేతులు నలుపుకోవడం మన దైన్యాన్ని తెలుపుతునే వున్నది

ఆంధ్రుల శోచనీయదాస్యాన్ని తొలిగించడానికి ఓరుగంటి ఆంధ్ర రాజులు కాకతీయులు యత్నించారు చాళుక్యులను వెలనాటి చోడులను అణచి ఆంధ్రసామ్రాజ్యాన్ని తిరిగి ప్రతిష్ఠించారు విజ్ఞానాన్ని దేశంలో ప్రసరింపజేశారు.

వీరికాలంలోనే ఆంధ్రుల ఉత్కర్షను వ్యక్తీకరించిన విజ్ఞుడు విద్యానాథుడు, స్వర్ణాభిషేకప్రభగల మొదటి మల్లినాథుడు, ఆంధ్ర దేశంలో వెలయ గలిగినారు

మందడగ్రామభోక్త అయి దక్షిణరాఢానుండి వచ్చిన కాలాముఖుల తోడ్పాటుతో వెలగపూడి మఠాదుల్లో విద్యాశాలలు సాగించి ఆంధ్రదేశంలో విజ్ఞానాన్ని వ్యాపింపజేసిన విశ్వేశ్వర శైవాచార్యులవంటి విద్యాసంపన్నులు ఈకాకతీయుల కాలంలోనే వర్ధిల్ల గలిగినారు

పుటలయందు విదిత మవుతున్నది

"खेलन्त्यन्ध्रचमूभटाः सवपुषो रौद्रप्रकारा इव"

(శరీరంధరించిన రౌద్రభేదాలవలె వున్న ఆంధ్రసైన్యభటులు క్రీడిస్తున్నారు)

"अहो तुरङ्गतरङ्गास्त्रिलिङ्गाधिपतेः"

(అహో త్రిలింగాధిపతియొక్క గుర్రాలనే అలలు)

"शृण्वन्तो मुहुरन्ध्रसैन्यपतयः प्राप्ता दिशं दक्षिणाम्"

(మాటికి వింటూ ఆంధ్ర సేనాపతులు దక్షిణదిక్కు చేరినారు)

रेरे सेवण कस्तवायमनिदंपूर्वोऽद्य गर्वो महा
नुत्तीर्णा किल येन गौतमनदी प्राप्तोऽसि मृत्योर्मुखम् ।
एषा काकतिवीररुद्र इति किं नाश्रावि सप्ताक्षरी
प्रक्षुभ्यत्प्रतिपक्षपार्थिवमहाभूतग्रहोच्चाटनी ? ॥

[ఓరీ ఓరీ సేవణుడా ఇదివరకులేని నీయీ మహాగర్వం యేమిటి? దానితో (ఆగర్వంతో) గౌతమనది దాటినావన్న మాటేగాని మృత్యుముఖం చేరినావు. కలతపొందుతున్న శత్రురాజులనే మహాభూతగ్రహాలకు ఉచ్చాటని అయిన "కాకతివీరరుద్ర" అనే ఈ సప్తాక్షరీమంత్రం వినలేదా యేమి?]

पादच्छायान्ध्रनाथस्य विन्ध्याद्रेर्वा निषेव्यताम्

योद्धारो वयमित्यरीनभिभवन्त्यन्ध्रक्ष्माभृद्भटाः ॥

[ఓరీ ఓరీ గుజరాతిరాజా! యుద్ధంలో శిథిలగాత్రుడ వైనావు ఓ లంపాకుడా వణుకుతున్నా వేమి? ఓ బంగాళీ యెందుకు వ్యర్థంగా యెగురుతున్నావు? ఓ కొంకణుడా సైన్యపుదుమ్ముచేత గుడ్డివాడ వైనావా? హూణుడా ప్రాణాలు కాపాడుకో. ఓ మహారాష్ట్రుడా అపరాష్ట్రుడ వయినావు. (నీరాష్ట్రం పోయింది) ఈమేము యోద్ధలము అని ఆంధ్ర రాజభటులు శత్రువులను పరాభవిస్తున్నారు]

“ नीराजयन्त्यन्ध्रपुरीरमण्यः प्रदीपजालैर्वरवीररुद्रम् ”

ఆంధ్ర పురీరమణులు వీరరుద్ర భూపతికి నీరాజన మిస్తున్నారు)

“ स्वामिंस्त्रिलिङ्गदेशपरमेश्वर ! ” [प्र. य.]

(స్వామీ! త్రిలింగదేశపరమేశ్వరుడా)

అని యిట్లా ఆగ్రంథంలోని పఙ్క్తులు ఆంధ్రులమైన మనకు ఉచితగర్వహేతువుగా వుంటున్నవి కాని మహమ్మదీయ కఠినహస్తాలు ఓరుగంటి కోటపై బడినవి ఆంధ్రసామ్రాజ్య మంతరించింది కాకతీయుల అనుచరులైన రెడ్డి వీరులు తిరిగి చిన్నచిన్న రాజ్యాలను అక్కడక్కడా స్థాపించి మహమ్మదీయసంక్షోభాన్ని నివారించడానికీ ఆంధ్రసామ్రాజ్యాన్ని వుద్ధరించడానికీ యత్నించారు.

“ उद्धृत्य भूमि यवनाब्धिमग्नाम् ”

అని ఒక రెడ్డిరాజు కీర్తితు డయినాడు. ప్రఖ్యాతమైన ‘కాటయవేమ

ఆంధ్రులకు యీదశ వుండలేదు తిరిగి దాస్యంపాలయినారు దేశం చివరకు విజయనగర కర్ణాట రాజుల అధీనమయింది విజయనగరపు రాజులు ఆంధ్రులు కారా అంటే కారని సమాధానం. ఆకాలపు ప్రమాణాలు వారు కర్ణాటులనే విదితం చేస్తున్నవి

కర్ణాటక్షితినాథమౌక్తికసభాగారాంతరాకల్పిత (కా. ఖ)

అని విజయనగరరాజైన ప్రౌఢదేవరాయల విషయమై శ్రీనాథుడు

శ్రీమత్ కర్ణాటసింహాసనాధ్యక్షుండగు కృష్ణరాయ ధరాధినాథుండు.
(కృ. వి)

అని కుమార ధూర్జటి,

సకలకర్ణాట రక్షా విచక్షణుండు. (రా. శే. చ.)

అని కృష్ణరాయమంత్రి తిమ్మరుసును గురించి మాదయ్యగారిమల్లన

జీర్ణకర్ణాట పునఃసృష్టి సెవ్వాని. (వ. చ.)

అని విజయనగరరాజైన తిరుమలదేవరాయల సుద్దేశించి భట్టుమూర్తి ఆంధ్ర, కర్ణాట, అనేవి యేకార్థవాచకాలు కావని, అవిరెండు వేరువేరని ప్రథమభూమికలో నిరూపితం విజయనగర రాజులు కర్ణాటులు గనుకనే వారివద్ద చేరిన తిమ్మమంత్రి తిమ్మరుసు అయినాడు. అరుసు అంటే కన్నడభాషలో రాజు అని అర్థం కర్ణాటులైన మైసూరు మహారాజవంశస్థుల్లో ఇప్పటికీ అరుసుశబ్దం వ్యవహారంలో వున్నది ఉ॥ చామరాజ అరస్ ఆంధ్రక్షమావల్లభ అనే యిట్లాటివాక్యాలు అతడి ఆంధ్రదేశాక్రాంతినే తెలుపుతున్నవి.

[కేరళ ప్రాణవాయువులకు పాములు ... ...
ఆంధ్రాంధకారవినాశానికి సూర్యులు (అయిన బాణాలను యవనుడి మీద వేశాడు)]

అనేచోట గంగాదేవి విజయనగరరాజూ, తనభర్తా అయిన కంప రాయల ఆంధ్రదేశవిజయాన్ని ప్రకటించింది విజయనగరకర్ణాటుల కాలంలో ఆంధ్రులపైన దాస్యతమస్సు పూర్తిగా ఆవరించింది ఆంధ్ర రాజుసవిష్ణుడని ఒక ఆంధ్రుడు తమశత్రువును గొప్పగా పొగడిన దశ వంటి నీచదశ తిరిగి ఆంధ్రులకు సంప్రాప్తమయింది తిమ్మన్నవంటి మహా సచివుడికిగాని లోకవిదితప్రబోధచంద్రోదయవ్యాఖ్యకు కర్త కాగలిగిన నాదెండ్ల గోపమంత్రివంటి విద్వాంసుడికి గాని ఆంధ్రదేశంలో ఉచిత స్థానం లేక కర్ణాటానికి పోవలసి వుండడం ఆంధ్రదేశపు దుర్గతి గాక మరేమిటి? ఇట్లానే జగన్నాథపండితరాయలు వల్లభాచార్యులు మొదలైనవారి ప్రతిభ ఆంధ్రేతరదేశాల్లోనే వికసించవలసి వచ్చింది.

అవునుగాని నిర్ణయసాగర ముద్రాలయంలో ప్రకటితమైన ప్రబోధచంద్రోదయంలో, నాండిల్ల గోపమంత్రి అని వున్నది. అతడాంధ్రుడని వ్యాఖ్యలోగాని, పీఠికాకర్తృవాక్యాల్లోగాని, కానరాదు. కనుక అతడాంధ్రుడంటే మేమొప్పుకోము అని అంటారా చెప్పుతున్నాను

నిర్ణయసాగరముద్రాలయపుప్రబోధచంద్రోదయంలో నాండిల్ల అని వున్నమాట సత్యం.

Pāli was the only one which differentiated Paiśācī from Māgadhī."

(J A. O. S. Vol. 44, Page 118)

(నాండిల్లగోపుడు ఒక్కసూత్రాన్నిమాత్రమే పైశాచికి ఉదాహరిస్తూ పైశాచిని మాగధినుండి వేరుపరచేది తన అభిప్రాయప్రకారం ఆ ఒక్కసూత్రమే నని విశదంగా వ్యక్తపరుస్తున్నాడు)

అనేచోట Walter Eugene Clark అమెరికా ఓరియింటల్ సొసైటీపత్రికలో నాండిల్ల అని వ్రాశాడు అయితే నిర్ణయసాగర పుస్తకంలోని నాండిల్ల అనేపాఠం తప్పు.

ఇతడు నాండిల్ల గోపమంత్రి కాడు నాదెండ్ల గోపమంత్రి ఇతడాంధ్రుడు ప్రబోధచంద్రోదయ వ్యాఖ్యానపీఠికలో తెలిపిన గోపమంత్రివంశవర్ణనం, మాదయ్యగారి మల్లన రాజశేఖరచరిత్రలో తెలిపిన గోపమంత్రి వంశవర్ణనం, ఒక్కటిగా వున్నవి ఈ గోపమంత్రి రాజశేఖరచరిత్రయందలి అప్పదండనాథుడి సోదరుడు. వీరు ఆరువేలనియోగిబ్రాహ్మణులు. కృష్ణరాయలవద్ద మంత్రిగా వుండిన తిమ్మచకు గోపమంత్రి మేనల్లుడు ఈసంగతి ప్రబోధచంద్రోదయవ్యాఖ్యాపీఠికవల్లను రాజశేఖరచరిత్రవల్లనుకూడా విశదమవుతున్నది.

"तस्य श्रीकृष्णरायस्य प्राज्यराज्यधुरन्धरः ।
कुलक्रमागतो मन्त्री साल्वतिम्मचमूपतिः ॥"

(శ్రీకృష్ణరాయడికి ప్రాజ్యసామ్రాజ్య ధురంధరుడైన, కులక్రమాగత మంత్రి సాల్వతిమ్మసేనాని)

ఆఖువెలవంశవార్ధి పూర్ణచంద్రమా. (రా॰ శే॰ చ)

అని షష్ఠ్యంతాల్లోను ఆశ్వాసాంతంలోను నాదెండ్ల అప్పదండనాథుణ్ణిగురించి మల్లన్న పైపద్యాల్లో అప్పయ్య యప్ప అయి నాదిండ్ల నాండిల్ల అయినట్లు విశదం గోపమంత్రి ఆంధ్రుడని స్పష్టం నాదెండ్ల యల్లమంత్రి అనే యుద్ధవీరుడు ఈ నాదెండ్ల వంశస్థుడొకరు వుండినట్లు ముప్పైయిద్దరు మంత్రుల పద్యంవల్ల విదితం నిర్ణయసాగ పుస్తకంలో పైవిధంగానే వినుకొండ, కొండవీడు అనేపేర్లుకూడా వికృతమై వున్నవి

“ यः कोण्डवीडुनगरीं विनिकोण्डुमुख्यै ।
दुर्गैः समं समधिगम्य महामहिम्ना ॥”
“ प्रादान्मुदा निखिलभूसुरपुङ्गवेभ्यः ।
श्रीरामचन्द्रपुरमुख्यमहाग्रहारान ॥” [प्र. भो. च. ३या.]

(మహామహిమతో యెవ్వరు విని కొండు మొదలైన దుర్గాలతోపాటు కొండవీడు నగరం పొంది సంతోషంతో బ్రాహ్మణశ్రేష్ఠులకు రామచంద్రపురం మొదలైన మహాగ్రహారాలిచ్చాడో)

ఈతీరుగా ప్రసిద్ధాంధ్రపురుషుల, పట్టణాల, పేర్లు యెవరయినదీ యేమైనదీ తెలియకుండా ఆంధ్రేతరులు తారుమారుచేయడం ఆంధ్రులకు చింతాకరం కాకమానదు దీన్ని శుద్ధపాఠాలతో ప్రకటించవలసిన భారం మనదై ఉన్నది రాజశేఖరచరిత్రలో వున్న నాదిండ్ల అనే పాఠం లేఖకదోషంవల్ల యేర్పడివుండవచ్చును. లేదా ఆకాలాన న

మైన నాదెండ్ల కూడా కొండవీటిప్రాంతంలో చిలకలూరిపేటకు దగ్గరగా వున్నది.

ఇప్పటి యూరోపులో ప్రసిద్ధప్రభువులు, నైజాంలో మహారాజా సర్ కిషన్ ప్రసాద్ బహద్దరు, మొదలైనవారి కుటుంబాలవలె దండనాయకులు మంత్రులు మహావిద్వాంసులు వెలసిన ఈగోపమంత్రవంశం ఆకాలంలో అత్యంతం ప్రఖ్యాతం అయివుంటుంది నాదెండ్లలో ఇప్పటి మిరాశిదారులు అన్నాప్రగడవారు. కాని కౌశికగోత్రులైన నాదెండ్ల వంశ్యులు లేరు బహుశః ఆవంశం నశించి వుండవచ్చును

మంత్రి అనేమాట ఆరువేల నియోగి బ్రాహ్మణులకు ప్రాచీన కాలంనుండి బహుళంగా నామాంతమైనట్లు కనబడుతున్నది. వారు రాజకార్యదురంధరులై వుండడంవల్ల ఇది యేర్పడి వుండవచ్చును లేదా మంత్రవిద్యానిష్ఠత్వంవల్ల యేర్పడి ఉండవచ్చును మంత్రదీక్షను పొందినవారికి మంత్రి అనికూడా వ్యవహారం దృష్టం

प्राणायामः पवित्रीकृततनुरथ मन्त्री । [प्र. सा. ९]
मेधावी भवति च वत्सरेण मन्त्री । [प्र. सा. १२]
त्रिलक्षमेनं प्रजपेच्च मन्त्री । [प्र. सा. १२]

(ప్రాణాయామాలచేత శరీరాన్ని పవిత్రపరచి పిమ్మట మంత్రి.)
(సంవత్సరంలో మంత్రి మేధావి కాగలడు)
(మూడులక్షలు దీనిని మంత్రి జపించవలెను)

"षट्त्रिंशत्तत्त्वात्मा तत्त्वातीताच केवला विद्या ॥"

"आसीनः श्रीपीठे कृतयुगकाले गुरुः शिवो विद्याम् ॥" [का. वि.]

[విద్య (పఞ్చదశాక్షరి) షట్త్రింశత్తత్త్వాత్మా (శివాదిక్షిత్యన్త విగ్రహా) తత్త్వోత్తీర్ణా యేకాకినీ అయివున్నది]

[కృతయుగకాలంలో గురువు శివుడు శ్రీపీఠమందు ఆసీనుడై విద్యను (స్వశక్తి విమర్శరూపిణీ అయిన ఆకామేశ్వరికి వుపదేశించాడు)]

అని పుణ్యానందులు కాకతీయులకాలంలో ఈవిద్య ఆంధ్ర దేశంలో యెక్కువగా వర్ధిల్లినట్లు కనబడుతున్నది కాకతీయులకాలం లోనివాడైన మొదటి మల్లినాథుడి పుత్రుడు కపర్ది విషయమై

"मल्लिनाथात्मजः श्रीमान् कपर्दी मन्त्रकोविदः ॥"

[चं व्या. ప్రతాపరుద్రీయటీకలో త్రివేదిచే ఉదాహృతం]

అని వున్నచోట మంత్రశబ్దం మంత్రవిద్యాపరమని చెప్పవచ్చును ప్రతాపరుద్రీయకర్త విద్యానాథుడు, వేదభాష్యప్రణేతా మహావిజ్ఞాన సంపన్నులూ అయిన విద్యారణ్యులు, వీరి యీ నామాల్లో వున్న విద్యా శబ్దానికి మంత్రవిద్యాపరత్వంకూడా వాచ్యమని విదితం విద్యానాథుడు మంత్రవిద్యాబలంతో ప్రతాపరుద్రుడికి శ్రేయశ్చింతకుడుగా, విద్యారణ్యులు మంత్రవిద్యాపటువులై విజయనగరపు రాజులకు మంత్రిగా

[illegible] వుంటున్నది ఉదా—పండితమధుసూదన కౌలశాస్త్రి, తంత్రాలోక టిప్పణికర్త కైలాసనాధకౌల ఆనంద కౌల అని శాక్తోపాసకుల్లో సమయిభిన్నులైనవారికి కౌలులని ప్రతీతి కలదు

“ उत्पादयन्ति चानन्दं मत्प्रिये कौलिकाश्च ते ॥”
अप्रबुद्धा पशोः शक्तिः प्रबुद्धा कौलिकस्य च ॥ [कु. त.]

ఆనందాన్ని కలిగిస్తారు ఓ నాప్రియురాలా, వారు కౌలికులు పశువుశక్తి అప్రబుద్ధం కౌలుడిశక్తి ప్రబుద్ధం

అని కులార్ణవ తంత్రకారుడు

కాశ్మీరంలో కౌలశబ్దంవలెనే ఆంధ్రదేశంలో మంత్రి అనేది వాడబడి వుండవచ్చును రూఢమైనపిమ్మట దానిపర్యాయపదాలైన అమాత్యాదిశబ్దాలు వాడుకలోకి వచ్చివుండవచ్చును లేదా మొదట చెప్పినట్లు రాజనీతిధురంధరులై మంత్రులుగా వుండడంవల్ల యేర్పడి వుండవచ్చును అనుషంగికంగా వచ్చిన ఈవిచారణ ఇంతటితో ముగించి ప్రకృతానికి వస్తాను

సాళ్వతిమ్మమంత్రి, నాదెండ్ల గోపమంత్రివంటి విద్వాంసులకు ఆంధ్రదేశంలో ఉచితస్థానంలేక కర్ణాటానికి పోవలసివచ్చిన దుర్దశ యేర్పడినదన్నాను

ఆంధ్రదేశపుదుర్గాలను యీ కర్ణాటులుజయిస్తే,

ఔరాత్రిక చిచ్చన " [పద్ధన ఖు ఖు]

అని మరియొక ఆంధ్రుడు ఆపనిని కీర్తించాడు ఇంతకంటె ఆంధ్రు లకు నికృష్టస్థితి మరియేమి సంభవించగలదు ?

ఇప్పటికీ యీ నికృష్టదాస్యందశలోనే వున్నాము అంతటా ఉద్వేగంతో ఆంధ్రుల ఉత్కృష్టతను ప్రకటించే ప్రతాపరుద్రీయాన్ని విస్మరించాము ప్రతాపరుద్రీయపు ప్రతిని కాశ్మీరంనుంచి సయితం ప్రతిని తెప్పించి పాఠనిర్ణయంచేసి టీకచేర్చి బొంబాయి ప్రభుత్వంవారితోడ్పాటుతో ప్రకటించడానికి అనాంధ్రుడు ప్రవేది వహించిన శ్రద్ధలో సూక్ష్మాంశమైనా ఆగ్రంథంయొక్క అనగమనానికి గాని, ప్రచారానికిగాని ఆంధ్రులమైన మనము కనబరచడం లేదు.

ఆంధ్రుల వీరత్వాలను ప్రకటించి ఆంధ్రసామ్రాజ్యాన్ని ప్రతి ష్ఠితంజేసిన కాకతీయాంధ్రరాజులను మరచినాము విజ్ఞానోజ్జీవనం చేసి ఆంధ్రులకు ఆరాధ్యులై యశోభ్యుదయాలు సమకూర్చిన గణ పతిదేవుణ్ణిగాని రుద్రదేవినిగాని ప్రతాపరుద్రుణ్ణిగాని మనవారని విశిష్టబుద్ధితో జ్ఞప్తికి తెచ్చుకోనము పైగా ఆంధ్రుల అపజయాన్ని ప్రకటించే కథను వ్రాసుకొని దానికి ప్రతాపరుద్రీయమని పేరు పెట్టి దాన్ని ఆడుతుంటే చూసి మురుస్తూ చప్పట్లు కొట్టుకుంటున్నాము రెడ్డిరాజులను వేమనకాటయవేమ మొదలైన విద్వాంసులను అస్మదీ యులని విలక్షణదృష్టితో తలంపునకు తేము కాని ఆంధ్రులను రాక్ష సులుగా హతంజేసిన చాళుక్యవంశ్యులలోని రాజులకు పట్టాభిషే

గ్రామాలను తగలబెట్టి ఆంధ్రుల దుర్గాలను పాడుబెట్టిన కర్ణాటరాజుకు సంవత్సరోత్సవాలు చేస్తున్నాము

ఆంధ్రోత్కలాంశాలతో కళింగమనేది వేరుగా వ్యవహరించ బడినా భాషాదులచేత ఆంధ్రుల్లోనివాడనే అనదగి

"असौ महेन्द्राद्रिसमानसारः पतिर्महेन्द्रस्य महोदधेश्च ।
यस्य क्षरत्सैन्यगजच्छलेन यात्रासु यातीव पुरो महेन्द्रः ॥"

(ఇతడు మహేంద్రాద్రితో సమానమైన బలంగలవాడు మహేంద్రానికి, మహోదధికి అధిపతి మదధారలు కారే సైన్యగజాలనే వ్యాజంతో ఇతడియాత్రలయందు మహేంద్రపర్వతం ముందు నడుస్తున్నట్లుంటుంది)

అని గజసంపదకు కాళిదాసుచేత సయితం ప్రశంసితుడైన కళింగభూపతిపరంపరలోచేరిన గజపతిని అనాంధ్రరాజు అవమాన పరచి అతడిపుత్రికను పెండ్లాడితే ఆవృత్తాంతాన్ని నవలలుగా పద్య పుస్తకాలుగా వ్రాసుకొని మురుస్తున్నాము

విజయనగరరాజుల పూర్వులు కాకతీయులవద్ద వుండినారు గనుక ఆంధ్రులు కావచ్చునేమో నంటారా? ఒకవేళ అయినాగూడా పేర్లు, బిరుదులు మొదలైన సంప్రదాయాల్లో కర్ణాటీకృతులై ఆంధ్రత్వం కోల్పోయి వాఙ్మయంలో కర్ణాటులుగా విదితులవుతున్నారు

(పరులపరిభవంప్రాప్తిస్తే మేము 105 మందిమి) అని ధర్మరాజన్నట్లు భారతీయేతరులసందర్భంలో కృష్ణరాయాదులు మనవార లనుకొనడం అత్యంతం వాంఛనీయమేను కాని ఆంధ్రులు ఆంధ్రేతరులు అనే విచారణలోమాత్రం వారు అనాంధ్రులు అనక తప్పదంటున్నాను. ఇట్లా అనాంధ్రులైన జేతల శత్రువుల పేర్లు దేశంలో కొన్ని భాగాలకు పెట్టిరాయలసీమ చాళుక్యసీమ అని బుజాలు కొట్టుకుంటున్నాము రాజరాజనరేంద్రగ్రంథాలయమని కృష్ణదేవరాయాంధ్రగ్రంథనిలయమని కృష్ణరాయగ్రంథమాల అని యిట్లా వీరిపేర్లు గ్రంథాలయాలకు గ్రంథమాలలకు తగిలిస్తున్నాము

ఇంతకంటె మనదాస్యవృత్తి హెచ్చజాలదు ఈదాస్య చిత్తవృత్తితోనే బంగాళీగాని, మరాటీగాని, పంజాబీగాని, గుజరాతిగాని, లేదా ద్రావిడుడుగాని యేదైనా చెప్పితే దానికి తాళంవేయడమే గొప్పని అని అనుకొనవలసిన దశలో వున్నాము

అధికులైనవారు యేదైనా ఉపదేశిస్తే వినకూడదని కాదుగాని మనగుణదోషాలేవో మనము తెలుసుకొని వాటివర్ధనానికి హానానికి యత్నించడం లేకుండా అనాంధ్రులు చెప్పితేనేగాని అడుగు కదలించలేనిస్థితిలో వుండడం అత్యంతం తుచ్ఛలక్షణ మంటున్నాను. చివరకు అనాంధ్రులతో మాట్లాడడమే ఒక గొప్పఅని అనుకొంటున్నాము

ఆంధ్రదేశపు సరిహద్దులు దాటితే నోరు విప్పలేము. ఒకవేళ విప్పితే అక్కడివారిని అనుసరించి వారికి అనుగుణంగా నాలుక ఆడించడం

ఆంధ్రుల విశిష్టసంప్రదాయాలైనా వుత్తమమైనవి వుంటే వాటిని కనుగొనడం లోకానికి ప్రసాదించడం మృగ్యం ఆంధ్రేతరుల ప్రసక్తి లేక మనలో మనమైతే అధికార్యనధికారిభేదం లేకుండా నోటికి వచ్చినదంతా మాట్లాడి చేతికివచ్చినదంతా వ్రాసి పత్రికలు పుస్తకాలు నింపి అజ్ఞానిరంజన చేస్తూ ఆత్మవంచనపాలవుతున్నాము చివరకు గుణదోషవివేకానికి కావలసిన విజ్ఞానంగాని యత్నంగాని స్వపరపరిమాణవిచారణగాని మాని నేనంటేనేనని బోలుగౌరవాలకు పరమానందాయశిష్యులవలె కీచులాడుతున్నాము ఇట్లాటదాస్యచిత్తవృత్తిలో వున్న ఆంధ్రులకు మనకు, అనాంధ్రులు ఆంధ్రులపై రాజ్యం చేసినవారు, అయిన హైహయుల వృత్తం, పల్నాటివీరచరిత్ర మన బానిసతనాన్ని గట్టిపరుస్తుంది కనుక ఇది అభిమానికంగా మనకు వుపాదేయం కాదు లోకేతిహాసంలో ఒక భాగంగా గ్రహిస్తే గ్రహించవచ్చునే గాని మనకు అభిమానికవిషయం కాజాలదు అంటే

సమాధానం

చెప్పుతున్నాను తటస్థాక్షేపవాదాన్ని కాదనజాలను గాని ముద్రారాక్షసంలోని చంద్రగుప్తుడివలె హైహయరాజులు సచివాయత్తసిద్ధులై ప్రతిమాతుల్యులుగా వున్నారు గనుకను బ్రహ్మనాయుడు, బాలచంద్రుడు, నాయకురాలు, కన్నమనీడు మొదలయిన ప్రధాన కావ్యపురుషులందరు ఆంధ్రులే గనుకను కొంతవరకైనా మనకు అభిమానవిషయంగా వుండగలదని మాత్రం చెప్పుతాను

"यदर्थं क्षत्रिया सूते तस्य कालोऽयमागतः" [म. उ. ९०-७५

"काले हि समनुप्राप्ते त्यक्तव्यमपि जीवनम्" [७६

(దేనికొరకు క్షత్రియస్త్రీ సంతతిని కంటున్నదో దానికి సమ
మిప్పుడు వచ్చింది

సమయం సంప్రాప్త మయినప్పుడు జీవనంకూడా వదలవ
వుంటుంది కదా)

అని శ్రీకృష్ణుడిద్వారా భీమార్జునులకు

"विक्रमेणार्जितान्भोगान्वृणीतं जीवितादवि" [७८]

(జీవితం కంటె కూడా యెక్కువగా విక్రమార్జితాలైన భోగాలను వరించండి) అని నకులసహదేవులకు చెప్పిపంపగలిగిన భారతీయ వీరమాత కుంతికి యీమె ప్రతియోగినిగా కనబడుతుంది బహుశః కృతికర్త యిక్కడ స్త్రీఅధీరతను ప్రదర్శించదలచి వుండవచ్చును। వ్యాసుడు కూడా ఒకసందర్భంలో

"न मा माधव वैधव्य नार्थनाशो न वैरिता ।
तथा शोकाय दहति यथा पुत्रैर्विना भवः ॥" [म. उ. ९०-६९]

(పుత్రులు లేని బ్రతుకువలె మాధవుడా వైధవ్యంగాని అ
నాశంగాని విరోధంగాని నన్ను దుఃఖపడేటట్లు దహించదు)

అని కుంతిచేత చెప్పిస్తాడు.

వుండినట్లు గోచరిస్తున్నది పురాణవాఙ్మయంలో వీరివృత్తం విస్తరించి కలదు భరతవంశపు జనని దేవవేశ్యయొక్క కూతురు ఇంకా పురాణాల్లోవున్న వేశ్యాకథలను విస్తరభీతిచేత వివరించక వదలుతున్నాము. ఇప్పటివలె గద హేతువులుగాకూడా గాక

"जात्यन्थाय च दुर्मुखायच जराजीर्णाखिलाङ्गाय च ।
ग्रामीणाय च दुष्कुलाय च गलत्कुष्ठाभिभूताय च ।
यच्छन्तीषु मनोहरं निजवपुर्लक्ष्मीलवश्रद्धया ।
पण्यास्त्रीषु विवेककल्पलतिकाशस्त्रीषु रज्येत कः ॥"

"वेश्यासौ मदनज्वाला रूपेन्धनविवर्धिता ।
कामिभिर्यत्र हूयन्ते यौवनानि धनानि च ॥" [भ.]

(వివేకమనే కల్పలతకు శస్త్రంవంటివారై పుట్టుగుడ్డికి, దుర్ముఖుడికి, ముసలితనంచేత జీర్ణించిన అంగాలుగలవాడికి, పల్లెటూరి మోటువాడికి, కుష్ఠరోగికి, మనోహరమైన తన శరీరాన్ని కొద్దిడబ్బుకాశపడి సమర్పించే వేశ్యలయందు యెవడు అనురాగం పొందుతాడు?)

(వేశ్య యీమె రూపమనే కట్టెలచేత ప్రజ్వరిల్లిన మదనజ్వాల, దాంట్లో ధనాలను యౌవనాన్ని కామిపురుషులు హుతంచేస్తున్నారు.)

అని భర్తృహరి, ఇట్లానే మరికొందరు విజ్ఞులు వీరిని ఒకవైపున నిందిస్తూ వుండినప్పటికీ దేశంలో వీరు సుప్రతిష్ఠితలై వుండినట్లు గోచరిస్తున్నది. అదిగాక వీరు రూపసౌష్ఠవంకూడా కలిగివున్నట్లు విదితమవు

అని మహావ్రతమనే యజ్ఞంలో జరుగవలసిన బ్రహ్మచారీత్వరీక తాన్ని శ్రీహర్షుడు పూర్వపక్షవాని చేత ఆక్షేపింపజేసిన సందర్భంవంటి చోట్ల ఇత్వరి పుంశ్చలీపర్యాయనామంగా గృహీతమైనా అది వేశ్యా పరపుస్త్రీలకు అన్వయిస్తుందని

"इदावत्सरायातीत्वरीम्" [शु. य. ३०-१५]

అని ఇట్లాంటి శ్రుతివాక్యాలవల్ల తెలుసుకోవచ్చును

"अधिपेशांसि वपते नृतूरिव" [ऋ. १-९२-४]

అనే ఋక్కులో నృతూ అనే శబ్దానికి నర్తకి అనే అర్థాన్ని పాటికంగా విద్యారణ్యులవారు ప్రతిపాదిస్తున్నారు దేవవేశ్య అయిన ఊర్వశికి పురూరవుడికి జరిగిన సంవాదం ఋక్సంహితలో విశ్రుత మవుతున్నది

"हये जाये मनमा तिष्ठ घोरो वचांसि मिश्रा कृणवा है नु"
[ऋ. १०-९५-१]

అని ఋక్కు.

"ఓఘోరాకారిణీ ప్రియురాలా! (ఊర్వశీ) నామీద అనురాగం కలిగిన మనస్సుతో సమీపాన వుండు. ఉక్తి ప్రత్యుక్తి రూపమైన సంవాదాన్ని ఇప్పుడు చేస్తాము"

అని విద్యారణ్యభాష్యాన్ని అనుసరించి పైవాక్యాలకు అర్థం.

ఈసందర్భంలో ఊర్వశీ పురూరవుల కథను పద్యరూపాన తెలిపి

[illegible]
చేపట్టి (యిల్లా) అన్నది ...]

వేశ్యావర్గపుస్త్రీలు శ్రుతివాఙ్మయంలో ప్రస్తుతులయినవిధం తెలిపినాను.

వేశ్యాసంపర్కం విహితంగాని, నిషిద్ధంగాని కాకపోవడంవల్ల పాపహేతువు కాదని

"अवरवर्णास्वनिरवसितासु वेश्यासु पुनर्भूषु च न शिष्टो न प्रतिषिद्धः सुखार्थत्वात्" [वा. का. १-५-३]

[నిరవసితలు కాని తక్కువజాతిస్త్రీలయందు, వేశ్యలయందు పునర్భువు (మారుమనుముస్త్రీ)లయందు ప్రయుజ్యమానమైన కామం సుఖార్థమైనది గనుక విహితం కాదు నిషిద్ధం కాదు.]

అనే శబ్దాల్లో వాత్స్యాయనుడు తెలుపుతున్నాడు

ప్రతాపరుద్రీయంలో కుమారస్వామి ఉదాహరించిన వచనంలో **चारुयोषिति** అని వున్నా వేశ్య యెదురైతే కూడా శుభమని నిమిత్తజ్ఞుల అభిప్రాయం వర్షపుమానమైన ఆఢకంయొక్క సాంకేతికస్థితుల్లో ఒకదానికి గణికాహస్తాన్ని నిర్దేశించి

"आढको गणिकाहस्तं गतः सस्याभिवृद्धिकृत्"

అని ఆగణికాహస్తస్థితి శ్రేయఃఫలకమని చెప్పుతున్నారు

కొన్నిచోట్ల రూపకంలో[8] సంస్కృతం వుపయోగించవలసినపాత్రలను చెప్పుతూ

8

[illegible] కూడా కల్పించాడు

వాత్స్యాయనుడిచేత ఉచితానురాగ విషయంగా గృహీత అయిన పునర్భువును ఉపేక్షించినట్టి సాహిత్యవేత్తలు వేశ్యను, ఉత్తమ కోటిలో చేర్చకపోయినా,

"अथ नायिका त्रिविधा स्वान्या साधारणस्त्रीति" [सा. ३]

అని కావ్యనాయికగా వుండడానికి అంగీకరించారు. ఆవేశ్యాకుల కాంతవలె స్థిరానురాగవతి అయితే మృచ్ఛకటికలో వసంతసేనవలె ఉత్తమ కావ్యంలోకూడా నాయికగా ఉండవచ్చునని వారి అభిప్రాయం. కాళిదాసు

"पादन्यासैः कणितरशनास्तत्रलीलावधूतै
रत्नच्छायाखचितवलिभिश्चामरैः क्लान्तहस्ताः ।
वैश्यास्त्वत्तो नखपदसुखान्‌ प्राप्य वर्षाग्रबिन्दू
नामोक्ष्यन्ते त्वयि मवुकरश्रेणिदीर्घान्‌ कटाक्षान्‌ ॥

[ఆవుజ్జయినిలో నృత్తపు అడుగులచేత మ్రోగుతున్న వడ్డాణంతోను విలాసంగా కదలించబడి కంకణరత్న కాంతి ఖచితమైన దండాలు గల చామరాలచేత అలసినహస్తాలతోను వున్న వేశ్యలు నీవల్ల నఖక్షత సుఖహేతువులైన వానతొలిచినుకులనుపొంది తుమ్మెదపఙ్క్తివలె దీర్ఘమైన కడగంటిచూపులను నీయందు ప్రసరింపజేస్తారు]

[నీపరివారవారవనితల గీతాలను విని ఆడతుమ్మెదలు (లజ్జితలైనట్లు) కుసుమాంతరాల్లో లీనమవుతున్నవి]

అని వాసవదత్తయొక్క పరివారవేశ్యలగీతాలశ్లాఘను శ్రీహర్షుడు వత్సరాజు చేతనే చేయించాడు.

“ कर्णाटीदशनाङ्कितः शितमहाराष्ट्रीकटाक्षाहतः
प्रौढान्ध्रीस्तनपीडितः प्रणयिनीभ्रूभङ्गवित्रासितः ।
लाटीबाहुविवेष्टितश्च मलयस्त्रीतर्जनीभर्जितः
सोऽयं सम्प्रति राजशेखरकविर्वाराणसीं वाञ्छति ॥ ”

(కర్ణాటి పంటిచేత నొక్కబడి, మహారాష్ట్రి కడగంటిచూపుచేత కొట్టబడి, ప్రౌఢాంధ్రి స్తనాలచేత పీడించబడి, ప్రణయిని బొమముడిచేత భయపెట్టబడి, లాటిచేతులచేత ఆవరించబడి, మలయస్త్రీతర్జనిచేత వేచబడిన ఆ ఈరాజశేఖరకవి యిప్పుడు కాశీని కోరుతున్నాడు.)

అనే అభియుక్తోక్తి యథార్థమైతే రాజశేఖరుడు బహుదేశ స్త్రీలతో సుఖించానని ప్రకటించుకోనడం గౌరవాపాదకంగానే భావించివుండవచ్చును

ఈ వేశ్యలలో కొందరు విద్యావతులుగా ధనవతులుగా ఉండేవారు. గణిక అనేసంజ్ఞ ఇట్లాంటి వేశ్యలకే నని విదితం.

“ कुम्भदासी परिचारिका कुलटा स्वैरिणी नटी शिल्पकारिका प्रकाश-विनष्टा रूपाजीवा गणिकाचेति वेश्या विशेषाः । [वा. का. ६-६-५४]

అని (పైన ఉదాహృతలైనస్త్రీలు) వేశ్యావిశేషాలు]

అని వాత్స్యాయనుడు

కుంభదాసి, రూపాజీవ, గణిక, కాక తక్కినఆర్గురు అవలంబించెది వేశ్యావృత్తంవంటిదే గనుక వారుకూడా వేశ్యలలోనే చేర్చబడినారు

“रूपादिभिर्नायिकागुणैः कलादिभि
श्चान्विता उत्तमगणिकाः गुणानाञ्च
कलानां च पादार्थाभ्यां शून्या
मध्यमाधमाः ॥” [६-५-२५ ज. व्या]

(నాయికాగుణాలైన రూపాదులు, గుణాదులు, కలిగిన వేశ్యలు ఉత్తమగణికలు ఈగుణాల్లో నాలుగవవంతు తక్కువైతే మధ్యమగణికలు సగం తక్కువైతే అధమగణికలు)

అని జయమంగళుడు

కౌటిల్యమతాన్ని అనుసరించి వేతనాలిచ్చి వేశ్యలను రాజసేవయందు స్థాపిస్తుండినట్లు వారివ్యవహారాలను గణికాధ్యక్షులు పరిపాలిస్తుండినట్లును, అర్థశాస్త్రంవల్ల విదితమవుతున్నది. గణికలకు గీతాది విద్యలను నేర్పే ఆచార్యుడికి రాజమండలంనుండి వృత్తిని యేర్పరచవలెనని కౌటిల్యుడు చెప్పుతున్నాడు

“गीतवाद्यपाठ्यनृत्तनाट्याक्षरचित्रवीणावेणुपरचित्तज्ञानगन्धमाल्यसंयूहनसम्पादनसंवाहनवैशिककलाज्ञानानि गणिका दासी रङ्गोपजीविनीश्च ग्राहयतो राजमण्डलादाजीवकुर्यात् ॥” [अ. २-२७]

तस्य षष्ठं वैशिकमधिकरणं पाटलिपुत्रिकाणां गणिकाना नियोगाद्दत्तकः
पृथकचकार ॥ [वा. का. १-१-११]

అనేవాక్యాల్లో వీరసేన మొదలైన పాటలీపుత్ర గణికల నియోగంవల్ల దత్తకుడనే విద్వాంసుడు బాభ్రవ్యగ్రంథమందలి వైశికాధికరణాన్ని (వేశ్యల పురుషరంజన విధానాన్ని) పృథక్కరించాడని వాత్స్యాయనుడు తెలుపుతున్నాడు

ఇతడు తనకామసూత్రంలో ఒక అధికరణం అధికరణం వేశ్యావిషయకథనానికి వినియోగించాడు దేశాధీశ్వరులంతటివారికికూడా వేశ్యామైత్రి న్యూనతగా వుండినట్లు కనబడదు మణిమేఖల అనే వేశ్యాపుత్రిని పొందడానికి రాజకుమారుడంతటివాడు యత్నించాడని తమిళవాఙ్మయజ్ఞులు చెప్పుతున్నారు

रतियोगे हि कीलया गणिका चित्रसेनां चोलराजो जघान ॥
[वा. २-७-२०]

(రతియోగమందు కీల అనే ప్రహాణనవిశేషంచేత చిత్రసేన అనే గణికను చోళరాజు చంపినాడు) అని చిత్రసేన అనే వేశ్యతోడి చోళరాజమైత్రిని వాత్స్యాయనుడు విశదం చేస్తున్నాడు ఈతీరుగా వేశ్యామైత్రి ఆకాలంలో న్యూనతకు హేతువు కాలేదు

అయినప్పటికీ బాలచంద్రయుద్ధంలోని వేశ్యాఘట్టమంతా అప్రసక్తంగా కనబడుతుంది సత్యభామ శ్రీకృష్ణుని అనుసరించినట్లు బాల

వేశ్యాప్రసక్తి వచ్చినచోట వేశ్యమాతను ప్రదర్శించడం చాలామట్టుకు తెలుగుగ్రంథకర్తల ఆచారంగా కనబడుతున్నది నిరంకుశోపాఖ్యానం మొదలయినవి ఉదాహరణం వాత్స్యాయన కాలం నుండి యీ వేశ్యమాత వాఙ్మయంలో ప్రసక్తి వహించింది.

मातरि च क्रूरशीलायां अर्थपरायां च आयत्ता स्यात्तदभावे मातृकायाम्॥

[वा का. ६-२-२]

(క్రూరశీల, అర్థాసక్త, అయిన తల్లిఅధీనంలో ఉండవలసినది తల్లి లేకపోతే కృతకమాత అధీనంలో ఉండవలసినది)

అని వాత్స్యాయనుడు.

“सौभाग्यभङ्गे मातृकां कुर्यात्” [अ. २-२७]

[(ముసలితనంచేత రూపయౌవనాలు చెడినప్పుడు (ఆమెను భోగ్యగణికను) మాతృకగా చేయవలెను అంటే తల్లిలేని భోగ్య వేశ్యకు మాతృస్థానీయనుగా ఆమెను చేయవలెను]

అని కౌటిల్యుడు

వేశ్యకూతురును బలాత్కరించినందుకు దండం విధిస్తూ దానికి పదహారురెట్లు వేశ్యమాతకు భోగశుల్కంగా ఇప్పించవలెనని

“गणिकादुहितरं प्रकुर्वतश्चतुष्पञ्चाशत्पणो दण्डः ।
शुल्कं मातुर्भोगः षोडशगुणः ॥”

[illegible] [illegible]

(బాగా అంగీకృతు డయినప్పటికీ క్షీణధనుణ్ని వేశ్య పునః సంధానకాంక్షతో తల్లిచేత వెళ్లగొట్టించవలెను)

అని విశ్వనాథుడు.

“निस्वान्मात्रा विवासयेत्” [दश. ३]

(ధనంలేనివాండ్లను తల్లిచేత పంపించివేయవలెను)

అని ధనంజయుడు

ఈవేశ్యమాత ప్రస్తావన తెలుగుకృతికర్తల స్వమార్గం కాక పూర్వసంప్రదాయానుసారిగా వున్నట్లు స్పష్టపడుతున్నది ఈమెను వెగటుగా వర్ణిస్తూవచ్చారు

‘‘విటసమూహావిలంఘ్యమాననానావచోఝిల్లి దాని తల్లి
వేశ్యమాత విషము వేము విషము.

పైశాచసమితిలోపలి వికాంజెల్లఁగపికోటిలోనుండు కాంక్ష . . .
. . ..లెల్ల
దీసి .. నిర్మించెబ్రహ్మ . ..లంజ తల్లిగాఁగ”

(ని 2)

అని కంసాలిరుద్రయ్య

‘‘సూనశరభుక్తనిర్ముక్త శుష్కపత్రభాజనములైన వృద్ధవేశ్యాజనములు
. ...
కాచుజాగిలములువోలెఁ గాచియుంద్రు

పైమార్గాన్ని అనుసరించె వీరచరిత్రకర్త వేశ్యమాతను మిక్కిలి విశారంగా ప్రదర్శించాడు అవి ముందుపుటల్లో ద్రష్టవ్యం

భార్యాసమాగమం.

యుద్ధానికి బయలుదేరబోయే సమయంలో వేణీసంహారంలో

द्रौ—नाथ—असुरसमराभिमुखस्य हरेरिव मङ्गलं युष्माक भवतु ।
यच्चाम्वा कुन्त्याशास्ते तद्युष्माकं भवतु ॥"   [छाया]

(కన్నిరు ఆపుకొంటూ) నాథా అసురయుద్ధాభిముఖుడైన విష్ణువుకువలెమీకు మంగళనుగుగాక అంబ కుంతి ఆశాసిస్తున్నది మీకు కలుగును గాక)

అనేచోట భీమసేనుడివలె బాలచంద్రుడు భార్య ఆశీస్సులను స్వీకరిస్తాడు ఇంతటితో వూరుకొంటే వుచితంగా వుండేది. కాని ఆమెను చూడగానే బాలచంద్రుడు కామపరవశు డవుతాడు రణదీక్షితుడు ఇట్లా కామవశుడు కావడం భారతీయ వీరధర్మానికి విరుద్ధం అనార్యుడై పరాజయం పొందబోతున్న వాలికి వాల్మీకి

तं तु तारा परिष्वज्व वालिनं प्रियवादिनी ।
चकार रुदती मन्दं दक्षिणा सा प्रदक्षिणम् ॥   [रा. कि]

(దక్షిణా ప్రియవాదిని అయిన తార ఆవాలిని కౌగిలించుకొని విలపిస్తూ తిన్నగా ప్రదక్షిణంచేసింది.)

వాల్మీకి కనబరచలేదు యుద్ధమాసన్నమై వున్నప్పుడు దుర్యోధనుడు భార్యనుచూసి మదనచేష్టలను ఆరంభించినట్లు భట్టనారాయణుడు వేణీసంహారంలో చెప్పితే అది అనుచితమని ఆకాండంలో ప్రథనమనే దోషమని

अकाण्डे प्रथनं यथा—वेणीसंहारे द्वितीयेऽङ्केऽनेकवीरक्षये प्रवृत्ते भानुमत्या सह दुर्योधनस्य शृङ्गारवर्णनम् ॥ [का. प्र. ७]

(అనవసరముందు వర్ణనానికి ఉదాహరణం—వేణీసంహారనాటకంలో ద్వితీయాంకంలో అనేకపీరక్షయం ప్రవృత్తమైనప్పుడు భానుమతితో దుర్యోధనుడి శృంగారంయొక్క వర్ణనం)

అనేపట్టుల్లో మమ్మటుడు నిరసించాడు భార్యను కలిసికొనడానికి అదేచివరసారి గనుకను తల్లికోరింది గనుకను బాలచంద్రుడట్లా చేశాడేమో నంటారా, చెప్తున్నాను. పరలోకానికూడా భార్య తనను అనుసరించబోతున్నదని సంప్రదాయం ప్రబోధిస్తూవుండే తన క్షాత్రధర్మంకోసం ప్రాణాలనుసైతం సమర్పించబోయ్యేవీరుడు సర్వత్యాగదీక్ష వహించవలసిన ఆసమయంలో యేకారణంచేతగాని యింద్రియవశుడు కావడం దీక్షాభంజకంగదా కోడి మొదలైన ప్రాణులతో ఆడే జూదానికి సమాహ్వాయమని పేరు ప్రాణంలేనిపాచికలు మొదలైనవాటితో ఆడేదానికి ద్యూతమని పేరు ద్యూతసమాహ్వాయాలకు ధర్మశాస్త్రంలోగల నిషేధం, రాజ్యవ్యవహారంలో కౌటిల్యమతాన్ని అనుసరించి

[illegible]
ఆరాధన, తాంత్రికమతాభిరతి మొదలైన వాటినిగురించి చర్చించవల
చాను గాని కొన్ని కారణాలచేత ఆవిచారణ ఇప్పుడు మానుతున్నాను.

వీరమతం

వీరత్వం మిక్కిలి ప్రాచీనకాలంనుండి ఆరాధ్యంగా సంభావిత మవుతున్నది. ఋగ్వేదంలో పూజ్యుడైన ఇంద్రుడికి వీర అని సంబోధనం కలదు

"सुप्रवाचनं तव वीर......" [२-१३-११]

అని ఋక్కు.

"वीर बलवन् हे इन्द्र" [ऋ. भा.]

అని శ్రీవిద్యారణ్యులు శ్రుతుల్లో అగ్నికికూడా వీరుడని ప్రశంస కలదు. వీరహత్య ఒకగొప్పపాపంగా పరిగణిత మవుతూవుండేది

"वीरहा वा एष देहिनां योऽग्निमुद्वासयते न वा एतस्य ब्राह्मणा ऋता-यवः पुरान्नमक्षन्" [कृ. य. ५-१-२]

అని కృష్ణయజుస్సు వేదభాష్యంలో

"देवानां मध्ये वीरोऽग्निः तद्वधकारिणः यजमानस्यान्नं ऋतायवः सत्यमिच्छन्तो ब्राह्मणाः पुरा नैवाक्षन् नैव भुक्तवन्तः"

"वीरहा ब्रह्महणि" [तै. ब्रा. ३-८]

అనేచోట వీరశబ్దం క్షత్రియవాచి అని కొందరంటారని అది పుత్రవాచకమని

"वीरहा गर्भघाती क्षत्रियवाचीत्येके" [भ.]

అనేపఙ్క్తుల్లో భట్టభాస్కరులు తెలుపుతున్నారు. ఋగ్వేదభాష్యంలో కొన్నిచోట్ల వీరశబ్దానికి శ్రీవిద్యారణ్యులు పుత్రపరంగా వ్యాఖ్య చేశారు

"अवीरायाश्च योषितः" [म. ४-२१३]

అని వీరభార్యఅయినా వీరమాత అయినా కానటువంటి స్త్రీచేతి అన్నం తినగూడదని మనువు నిషేధిస్తున్నాడు ఇక్కడ వీరశబ్దం పుత్రవాచిగాగూడా వ్యాఖ్యాతం. దుర్బలులైన శిశువులు త్యక్తులై, దేశరక్షకులు కాగల దృఢకాయులైన శిశువులుమాత్రం రక్షితులుగా వుండిన పురాతనపు గ్రీసుదేశంలోవలె, ఇప్పుడు ఇటలీవంటి దేశాల్లో వలె, ఒకప్పుడు భారతవర్షపు ఆర్యుల్లో వర్ధిల్లిన పురుషులందరూ చాలా మట్టుకు వీరులుగానే వుండిన కాలాన్ని పై శ్రుతిస్మృతి పఙ్క్తులు సూచించగలవేమో నని అనుకొంటున్నాను. క్షాత్రప్రతిపత్తిలో పుత్రుడు వీరుడు కనుకనే

"वीरप्रसवा भूयाः" [उत्तर]

"अपरा वीरमजीजनत् सुतम्" [रघु]

శాస్త్రాలు ప్రసిద్ధి చెందుతున్నవి ఆయుష్మత్పురుషకాలు, వీరపురుష కాలు చెప్పుతున్నవి (వాటిని చదివినవారు ఆయుష్మంతులు వీరులు అవు తున్నారని)

పతంజలి వీరత్వాన్ని సంభావించాడు

మంత్రశాస్త్రంలో కూడా

"निस्सङ्गो निर्भयो वीरो निर्द्वन्द्वो निष्कुतूहलः" [कु

(నిస్సంగుడు నిర్భయుడు నిర్ద్వంద్వుడు నిష్కుతూహలుడు అయిన వీరుడు)

అని సందర్భం సాధకపరంగా అన్విత మవుతున్నది ఇట్లానే మహ ర్షి పతంజలి యోగశాస్త్రంలో కూడా ఈవీరశబ్దాన్ని స్వీక రించి వీర్యమనే ఒక సాధనాన్ని ప్రతిపాదించారు దీన్నే

"वीरासनैर्ध्यानजुषामृषीणां" [र]

(వీరాసనాలతో కూడుకుంది ధ్యానించే ఋషులయొక్క)

అనేచోట కాళిదాసు ప్రస్తావించాడు శృంగారసందర్భంలో కూడా

"मनसि नः स्मरं वीर यच्छसि" [श्री. भा. १०]

(ఓ వీరుడా శ్రీకృష్ణుడా) మామనస్సులో మన్మథుణ్ణి ప్రభవించ చేస్తున్నావు]

"दृष्टसारमथ रुद्रकार्मुके, वीर्यशुल्कमभिनन्द्य मैथिलः" [र. ११]

(పిమ్మట జనకుడు రుద్రకార్ముకమందు కనబడ్డ సారంకల వీర్యశుల్కానికి సంతోషించి) అనేచోట స్వీకరించి గౌరవాన్ని తెలిపినాడు వీరమాతృత్వం, వీరపత్నీత్వం, మిక్కిలి ఆరాధ్యమైనవిగా ప్రాచీనకాలంలో సంభావిత మవుతూవుండేవి

"वीरसूर्वीरपत्नी त्वं" [म. उ. ९०-९२]

(ఓకుంతీ, నీవు వీరజననివి వీరభార్యవు) అని శ్రీకృష్ణుడు కుంతిని అభినందిస్తాడు

"भर्त्रासि वीरपत्नीनां श्लाघ्यानां स्थापिता धुरि ।
वीरसूरिति शब्दोऽयं तनयात्त्वामुपस्थितः ॥" [मा. ५]

[శ్లాఘ్యులైన వీరపత్నుల అగ్రాన భర్తచేత నిల్పబడ్డావు. (ఇక) వీరజనని అనే ఈశబ్దం (బిరుదం) కుమారుడివల్ల నిన్ను చేరింది] అని కాళిదాసు ఈధర్మాలపూజ్యతను విశదం చేస్తాడు శివోద్భూతుడైన వీరభద్రుడి వీరత్వం ప్రసిద్ధమయ్యేవున్నది తదారాధకులు ఇప్పటికీ వీరాంగాన్ని ఉద్బోధకంగా వెలయిస్తున్నారు విష్ణువుయొక్క పది అవతారాల్లో నృసింహుడు, శ్రీరాముడు, పరశురాముడు, బలరాముడు యుద్ధవీరులే అయివున్నారు వైదికమతరక్షణాదులు విశేషలక్షణాలు వారికివున్నా వారు యుద్ధవీరుల్లో చేరినసంగతి నిర్వివాదం బుద్ధుడు దయావీరుడు.

యేమీామించిపోలేదు అట్లాకాదా, ఖరదూషణత్రిశిరుల కంఠరక్తా
చేత పంకిలమైన యీబాణంనా ధనుర్జ్యాబంధానికి సంధించబడి సహి
చదుసుమా) అనే వాక్యాలను సాహిత్యదర్పణకర్త యుద్ధవీరుడై
శ్రీరాముడికి వుదాహరణంగా చూపినాడు శ్రీరాముడికి వీరరాఘ
వత్వప్రతీతివిదితం భవభూతికృతిలో శ్రీరాముడు మహావీరుడుగా
ప్రసిద్ధుడు అవతార వీరుల్లో నృసింహ శ్రీరాముల కిప్పటికీ ఆల
యాల్లో పూజలు జరుగుతున్నవి. ఇంతవూ చెప్పదలచిం దేమంటే
వీరారాధనం భారతవర్షానికి నూతనంకాదని అయితే "భవిష్య
జేతిహాసం' అని పురాణాల్లో ప్రదర్శితులైన రాజులకాలానికి పిమ్మట
పల్నాటి వీరులవలెదైవత్వ మారోహించి పూజితులవుతున్న యుద్ధ
వీరులు ఇంతవరకు భారతవర్షంలో మృగ్యులు భారతవర్షమందలే
యితర దేశాల్లో యిట్లాటివీరారాధనం నాకు తెలిసినంతవరకు వున్నట్ల
తోచదు నేను కలకత్తాలో వుండేరోజుల్లో "Birbhum" (వీర
భూమి) అనేపేరుగలఒకప్రదేశం వంగదేశంలో వున్నట్లు విన్నాను
కాని యిట్లాటి వీరమతప్రతిపత్తి అక్కడవున్నట్లు నేను వినలేదు
ఇటీవల పరాక్రమప్రధానమైన సిక్కు జాతిలోకూడా ఈరీతులు
కనబడవు మహమ్మదీయులు "మొహరం" సమయంలో ఆచరించే
ఆరాధన కొంతవరకు దీన్ని పోలివున్నది కార్లైలు వీరపూజను
గురించి యూరపుఖండంలో యెక్కువప్రచారం చేశాడు పల్నాటి
వీరారాధనంవంటి మతప్రస్థాన మెక్కడా యేర్పడివుండలేదు. స్కా

జాతిభేదం లేదు బ్రాహ్మణుడు మొదలు చండాలుడిపర్యంతం అందరికీ దీంట్లో ప్రవేశం కలదు చండాలుడైన కన్నమనీడు బ్రహ్మనాయుడి పుత్రుడుగా భావింపబడ్డాడు. దక్షిణదేశమందు బ్రాహ్మణేతరులైన కొందరు ఆళ్వారులవలె ఇతడు పూజనీయుడుగా వున్నాడు.

బ్రహ్మనాయుడి సైన్యంలో అన్నిజాతులవీరులు వుండేవారు అందులో పంచములకు గోసంగులని పేరు బ్రాహ్మణుడు చాకలి మంగలి కుమ్మరి మొదలైన నానాజాతియోధులు బాలచంద్రుడికి సోదరతుల్యులైన పరమమిత్రులు వీరభక్తులైన యిద్దరు మహమ్మదీయుల గోరీలు కూడా వీరాలయంలో వున్నవి

प्रद्योतस्य प्रियदुहितरं वत्सराजोऽत्र जह्रे ।
हैमं तालद्रुमवनमभूदत्र तस्यैव राज्ञः ॥
अत्रोद्भ्रान्तः किल नलगिरिः स्तम्भमुत्पाट्य दर्पा ।
दित्यागन्तून रमयति जनो यत्र बन्धूनभिज्ञः ॥ [मेघ]

[ప్రద్యోతుడి ప్రియపుత్రికను వత్సరాజిక్కడ హరించాడు, ఆరాజుకే (ప్రద్యోతుడికే) ఇక్కడ బంగారుతాటితోపు వుండినది, ఇక్కడ స్తంభంపెరికి నలగిరి (యేనుగు) దర్పంతో పైకెగిసింది గదా, అని ఆగంతులైన బంధువులను అభిజ్ఞజనుడు అక్కడ (ఆఉజ్జయినిలో) వినోదపరుస్తుంటాడు]

నోలాడె నిచ్చోట బి(శి)ంసాని

యిచ్చోట బోరినాలిలఘంబుగఁ గొల్ల

సవతితల్లుల బిడ్డ లవనిపతులు

దీనులగువార లేవురు వీరపురుషు

లై మహోద్ధతినిచ్చోట నాజిఁబడిరి

అనుచుఁ జెప్పను శైలిహ్యా మచటనచటఁ

జనప పెద్దలు పల్లెదేశములయందు

శ్రీ రా.

అని వీరచరిత్రవిషయాలను తిక్కిరిబిక్కిరిగా తెలిపే శ్రీ డాక్షి రామపద్యంలోని చాపకూడు నానాజాతుల యేకపఙ్క్తి భోజనంవంటి దిగా తోస్తున్నది ఈ వీరమతస్థులందరికీ పాంగ్యం అని పారిభాషిక వ్యపదేశం అన్ని అవైదికమతాలవలెనే ఈవీరమతంకూడా వైదికమతం ముందు తలవంచింది ఉత్సవదినాలు గడచిపోగానే పాంగ్యం వా సాధారణమతమార్గాల్లోనే వర్తిస్తున్నారు దీనికి ఆచార్యులు బ్రాహ్మ ణులైన పిడుగువారు వీరోత్సవంలో ఆచార్యప్రవృత్తిని చూస్తే నప్పుడు కృపుడు, అశ్వత్థామ. ద్రోణుడు, పరశురాముడు ఇట్లాంటి మహా వీరుల సంప్రదాయాలు చిహ్నమాత్రంగానైనా ఆంధ్రదేశమంది నిల్చివున్నవి గదా అని సంతృప్తి చిత్తోన్నతి కలుగకమానవు. మహా ప్రాచీయుగం దేశంవెంట దేశం అన్ని దేశాలను గ్రసిస్తూ ఉత్తరభారత వర్షాన్ని సంక్షోభపరుస్తుండినసమయాన విజృంభించిన భారతీయప్రతా పాగ్నియొక్క ఒక్కకణమే ఆంధ్రదేశంలో పల్నాటియందు భ్రాతృ యుద్ధరూపాన వెలిగింది ఆపత్కాలసమయంలో దేశాన్ని రక్షించగల

కలిశకం 43-వ శతాబ్దిలో చేదిదేశపు హైహయులు ఉత్తర భారతంలో అదృశ్యులైనారని వారేతీరుగా అదృశ్యులైనారో తెలియడం లేదని ఆధునికుడైన పాశ్చాత్యైతిహాసికుడు విన్సెంట్ స్మిత్తు చెప్పుతున్నాడు ఈతీరుగా ఐతిహాసికులకు అగోచరమైన హైహయా వర్ణనాన్ని, ఇంకా కల్యాణమేలిన పశ్చిమచాళుక్యవంశపుక్షయాన్ని ఈ పల్నాటివీరచరిత్ర వ్యక్తపరుస్తున్నది క. 43-వ శతాబ్ది భారత వర్షైతిహాసంలో పూర్వోత్తరాలనుకలిపే ప్రముఖమైన ఒకగణుపుగా పల్నాటివీరచరిత్ర కనబడుతున్నది.

హై హ యు లు.

ఈహైహయరాజవంశాలు ఇప్పుడే రూపాన యెక్కడవున్నవో చెప్పజాలను. భారతవర్షపు హైహయక్షత్రియుల మహాసభ యీ నడుమ అలహాబాదులో జరిగినదని విన్నాను పూర్వం వీరికి నర్మదా తీరమందలి మాహిష్మతిరాజధానిగా ఉండినట్లు విదిత మవుతున్నది వీరికి మిక్కిలి ప్రాచీనకాలంనుండి ఒకవిధమైనవక్రత వాఙ్మయంలో విశ్రుతం మాహిష్మతీస్త్రీలు స్వైరిణులుగా ఉండినారని భాగతం చెప్పుతున్నది

"एवमग्निर्वरं प्रादात् स्त्रीणामप्रतिवारणम्
स्वैरिण्यस्तत्र नार्यों हि यथेष्टं प्रचरन्त्युत"

[म. स. २७ ३९]

[illegible] వీరచరిత్రకర్త చెప్పినవిషయం హైహయుల అనుఖ్యాతమైన [illegible] అనుగుణంగానే ఉన్నది వీరభద్రరావుగారు వివరించిన [illegible] హైహయులు ఈ పల్నాటివీరుల వర్గంలోనివారే అయి వుండ [illegible]

[illegible] కాలంనాటికి చేదిదేశపురాజధాని త్రిపుర అయినట్లు [illegible] త్రిపుర రేవానదీసమీపంలో ఉన్నట్లు రేవామాహా[illegible]లో ఉక్తం. తమరాజధాని త్రిపురను స్మరించడానికి కాబోలు [illegible] హైహయులే పల్నాటిప్రాంతాల్లో త్రిపురాపురం, త్రిపురాంతకం [illegible] గ్రామాలను నిర్మించి ఉంటారని అనుకొంటున్నాను. త్రిపురా [illegible] కార్తికమాసంలోనే పల్నాటివీరుల ఉత్సవంకూడా [illegible]

[illegible] వీరచరిత్రలో హైహయులు పాలమాచాపురినుండి [illegible] ఈపాలమాచాపురికి చేదిదేశంలో అవికృత [illegible] మత్స్యపురి అని వూహిస్తే అది చేది [illegible] లేదో నిశ్చయించలేను త్రిపుర కాక పాలమా[illegible] పేరుగల మరిఒకస్థలంలో కూడా వారు [illegible]. జంఘనాపురి అని వీరచరిత్రలోనే మరి [illegible] జబ్బల్పురమై వుండవచ్చునని అనుకొం[illegible] చరిత్ర చంపువుగా వ్రాసిన వీరభద్రుడు జబలాపురమనే [illegible]

తెలుగుదేశంలో క్షాత్రసంప్రదాయాలను నిలవబెట్టిన నియోగి, వెలమ, రెడ్డి, కమ్మ, శాఖలవారిలో మనకు సన్నిహితకాలంలో శౌర్యధైర్యాదులను లోకోత్తరంగా వెలయించినది వెలమవారేను ఈ వెలమలు హైహాయులతో తెలుగుదేశంలో ప్రవేశించిన క్షాత్రధర్మ పరాయణులని, అందువల్ల వైదేశికులని, భావిస్తే బ్రహ్మనాయుడితండ్రి వోడ్డనాయుడని దక్షిణదేశపుపేరుతో ఉండడం ప్రతిబంధకం అనుగు రాజపుత్రుల్లో ఒకరు పెరుమాళ్లరాజని పేరు వహించడం కూడా విచారణీయం అవకాశం లేక ఆచర్చ వదలుతున్నాను పల్నాటివీరుల కాలంలో వెలమవారికి నాయుడు, నీడు అని నామాంతాలు కనబడుతున్నవి సంస్కృతంలోని నాయ అనే శబ్దంనుండి నాయుడు అని యేర్పడి ఉండవచ్చును

“श्रिणीभुवोऽनुपसर्गे (३-३-२४)

అనే సూత్రంప్రకారం నీధాతువునుండి నాయశబ్దం ఉత్పన్నమైనది నాయ అనగా నీతి అరిగలవాడు **नायः** అని, ‘भुक्ता ब्राह्मणाः’ అన్నచోట భుక్తశబ్దంవలె అది అచ్‌ప్రత్యయాంతమని, భావించవచ్చును లేదా నాయడు అనేది కేవలం దేశ్యమై ఉండవచ్చును. ఈ నాయుడుశబ్దానికి ఆకాలంలో గల గౌరవాన్నిబట్టి కమ్మ, ఈడిగ, చాకలి, మంగలి. మొదలైనశాఖలవారెందరో దాన్ని తరువాతకాలంలో తమకు చేర్చుకొన్నట్లు అనుమేయం అయితే

తున్నా రెడ్లుమటుకు అనేకులు ఈఅనౌచిత్యానికి పాల్పడి రావులైనట్లు గోచరించదు రెండు జేకులుజేకి మూడుపాకులు సాకమన్నట్లు అవీకా వలె యిదీకావలెనని కొందరు రావుపంతుళ్లు, అయ్యాపంతుళ్లు, అయిన విధాన ఈవెలమలలో కొందరు రావునాయుళ్లు కూడా అయినారని విదితం ఈరావు అనేది యిప్పుడు మిక్కిలి దుర్వినియోగం చేయబడు తున్నది కొన్నివంశవర్ణాలను వేరుపరచి తెలపడమే నామాంతాల యొక్క ప్రయోజనం కనుకనే ఇంగ్లాండు మొదలైన అభారతీయదేశా ల్లోనయితం నామాంతాలు వంశవర్ణాలనే తెలుపుతున్నవి పిళ్ల, మొద లియార్. అయ్యర్, అయ్యంగార్, మొదలైననామాంతాలు దక్షిణా దేశంలోను, సర్కార్, బెనర్జి, ముఖర్జి, మొదలైనవి వుత్తరభారతంలోను శాఖలను తెలపడంవల్ల ప్రయోజనవంతమై చరితార్థమవుతున్నవి లేదా ఏటికి ఫలమేలేక అజాగళస్తనాలు కాగలవు బ్రాహ్మణులు, కోమటి, కమ్మ, వెలమ, చాకలి, కుమ్మరి, మంగలి బోయ, యానాది మొదలైనశాఖలవా రందరు తోచినట్లు రావుశబ్దం అనాలోచితంగా తగిలించుకొంటున్నారు. కనుక రావు ఇప్పుడు అర్థంలేనిదై పనికిమాలి నదై పోయినది ఇది తెలుగుదేశపు అవివేకాల్లో ఒకటి అని భావిస్తు న్నాను తెలుగుదేశంలో సర్వవర్ణసాధారణమైన అయ్యా, అన్నలవలె, యీరావునుకూడా అంగీకరించగూడదా అని అంటే దేశీయమైన అయ్య, అన్నలు ఉండగా పరదేశస్థులరావును స్వీకరించడం అప్రశస్త ని, ప్రయోజనం లేకుండా స్వీయంవదలి పరకీయానికి చేతులు

దురాచారాలు ఉన్నమాట యథార్థం. అయ్య, అన్న, అమ్మ, అక్కలకు అసమంజసంగా ఇకారాంతాలమీద, త్ర్యధికాక్షర సంస్కృతశబ్దాల మీదకూడా, సంధిచేసి ఆపేర్లను చప్పబడవేయడం, గోరుచుట్టుపైన రోకటిపోటన్నట్లు పురుషులు సీతయ్య, లక్ష్మయ్య, అంబయ్య, అని ఈ తీరున ఆడపేర్లు పెట్టుకొనడం, స్త్రీలు రామమ్మ, హనుమమ్మ, శంకరమ్మ, సూరమ్మ, రాఘవమ్మ.అని ఈతీరున మగపేర్లు పెట్టుకొనడం, రామనాథం విశ్వనాథం ఇట్లా కొన్నిపేర్లు ద్వితీయాంతంగా ఉండడం తరుచుగా వుపలబ్ధమవుతున్నవి అయ్య,అమ్మ, మొదలైనవాటికి దాక్షిణాత్యుల్లో వలె గౌరవార్థం గారు వారు అని చేర్చి వాటిని పేర్లతో కలపకుండా మీనాక్షి అమ్మగారు మీనాక్షి అమ్మవారు విశ్వనాథ అయ్యగారు, రామస్వామిఅయ్యవారు అని యిట్లా ఈతీరున ప్రయోగించడం వుచితం దురాచారాలు తొలగించుకొనడం సదాచారాలు స్వీకరించడం ఆవశ్యకమే అయినా వివిధదేశసంప్రదాయాల పరిజ్ఞానం,స్వసంప్రదాయానుభవం వుండి వివేకంతో ఆపని చేయవలసివుంటుంది గాంధి, గోక్లే, తిలక్, మొదలైనపేర్లవలె వంశసూచకంగా వుండడం వుచితమని కాబోలు కొందరు పేర్లను పొడి అక్షరాలుచేసి పే. ప్రభృతుల వలె యింటిపేర్లతో వ్యవహరింపబడుతున్నారు వంశసంప్రదాయాభిరతిని తెలిపే యీమార్గం ఉపాదేయమేను ఇంటిపేర్లను పొడి అక్షరాలుచేసి పేర్లకు అయోమయత్వం కల్పించడంకంటె ఈ మార్గం ప్రశస్తం తిక్కనాదులవలె యింటిపేరు పూర్తిగా మాని

వగుతున్నది. ఆనుషంగికంగా వచ్చిన యీవిచారణ యిక చాలిస్తాను.

బ్రహ్మనాయుడికి ఇతడితల్లిపేర శీలం బ్రహ్మనాయుడని పల్నాటిలో వ్యవహారం కలదు కాని శీలం అనే యింటిపేరు వెలమశాఖకు చెందని నాయుడుశబ్దవాచ్యుల్లో కూడా కనబడుతున్నది గౌరవార్థం పేరెయింటిపేరు స్వీకరించారని అనుకోనవచ్చును మతదీక్షకోసం మీరాబాయివలె అనేకక్లేశాలకోర్చి యిష్టదైవమైన మద్దులేటిస్వామికి అధీన అయి చివరకు బాధపెట్టిన అత్తమామ మొదలైనవారినికూడా తనపక్షానికి తిప్పుకోనగలిగిన చిన్నఅమ్మవారు శీలంవారియింటి ఆడ బిడ్డేను

ప్రస్తావవశానవచ్చిన యీ అంశాలనువదలి ప్రకృతానికి వస్తాను పల్నాటివీరచరిత్రవంటివె కాటంరాజకథ మొదలైన వీరగీతాలు ఇతిహాససంబంధాలు మరికొన్ని కలవు కాటంరాజుకథకూడా శ్రీనాథ రచితమని ప్రతీతి కలదు ఇవి దేశప్రభువులకు వారితో సంపర్కంగల వీరపురుషులకు సంబంధించిన యుద్ధాదులను తెలుపుతున్నవి అవి ఇతిహాసజ్ఞానానికి సాధనమైన మూలగ్రంథాల్లో చేరినవై ప్రస్తుతి

"आन्ध्राणामेव काले तु वहवो म्लेच्छवंशजाः
सिन्धुतीर्त्वाभियास्यन्ति भारतश्रीजिघृक्षया"

(क. रा.)

వంటివి వీరగీతాలు ఆవృత్తాంతాన్ని వ్యక్తపరుస్తున్నవి జిజ్ఞాసువులైన ఐతిహాసికులకు విజ్ఞానసాధనాలై భారతీయవీరత్వప్రవృత్తి విశేషాలను ప్రదర్శించే ఈ వీరగీతాలు ఉపాదేయమని చెప్పి ఈవిచారణ విస్తర భీతిచేత ముగిస్తున్నాను నృత్త (లాస్యతాండవ) ప్రాముఖ్యం కలిగి జంపె, త్రిపుట, రగడ, చంద్రిక మొదలైన దేశ్యగీతవైఖరులతో అర్థోక్తులతో సముదాయ గానవిధానంతో, అత్యంతం వినోద హేతువులైన యక్ష గానప్రయోగాలను విస్మరించడంవల్ల ఆంధ్రుల ఒకవిశిష్ట సంప్రదాయానికి క్షతియే గాక అపేక్ష్యవినోదక్రమవినాశమనే అనర్థం కూడా ఆపతిత మవుతున్నది గనుక విక్రమోత్తేజకాలైన వీరగీతాల తోపాటు అవికూడా మనకు రక్షణీయమని ఆనుషంగికంగా చెప్పి వేరేఅంశానికి వస్తాను

మాచర్ల చెన్నకేశవస్వామి ఆలయం.

దీనిని బ్రహ్మనాయుడు నిర్మించాడని పరంపరంగా చెప్పుతున్నారు దీనికి దానంచేసినవారిలో వెంకటగిరి వెలుగోటి రాజవంశపు స్త్రీ ఒకరని అక్కడి శాసనంవల్ల తెలుస్తున్నది ఇది ఒకప్పుడు బహుభాగవతమహితమై వుండవచ్చును కాని యిప్పుడు ఉత్సవసమయాల్లో తప్ప తక్కిన రోజుల్లో పూజాదర్శనాలకు వచ్చేజనులసంఖ్య మిక్కిలి స్వల్పం.

వుండగలగడం అవదు గనుక నాస్తికత సాధారణజనుల్లో హింసలు, కలహాలు, పరధనాపహరణాదులు, విషయలోలత మొదలయిన హేయలక్షణాలకే ప్రేరకం కాగలదు కనుక నాస్తికత యే దేశంలో గాని సాధారణజనులకు మతంగా వుండడానికి అర్హమయినది కాదు తత్త్వజిజ్ఞాస లేతీరుగా ప్రవర్తిల్లినా రష్యా మొదలయిన దేశాల్లో నాస్తికత యేమార్గంలో నడుస్తున్నా దైవభక్తి ముఖ్యలక్షణంగా గలమతంయొక్క ఆవశ్యకత లోకసంగ్రహానికి అనివార్య మవుతున్నది. మానవులయందలి హేయగుణాలను చంపి అభ్యుదయప్రదమయిన కల్యాణగుణాలు వర్ధిల్లజేసి అందు గుప్తమయివున్న దైవత్వాన్ని ప్రస్ఫుటంజేయడమే మతంయొక్క ప్రకృష్టప్రయోజనం చిహ్నధారణాదిబాహ్యలక్షణాలే మతం కావు గాని యేమీ లేకుండా వుండడంకంటె అవి కొంత మేలనవచ్చును యేదశయందైనా యెప్పటికైనా అవి వాటికి సమీపానవున్న శ్రేయః పథాన్ని చూపించవచ్చును కొందరు తమ దుష్టచిత్తవృత్తులను కప్పిపుచ్చి లోకాన్ని వంచించడానికి బాహ్యలక్షణాలను ధరిస్తుండడం సత్యం అయితే అది మతంయొక్క మిథ్యాయోగం అంతమాత్రంచేత మతం దుష్టం కాజాలదు మిథ్యాయోగంయొక్క నింద్యతను వస్తువునకు ఆరోపించడం అనుచితం గదా. ఈ దేవాలయాలు ప్రజలకు సమాగమస్థానాలని నేను భావిస్తున్నాను. ధనాదులచేత ప్రవేశం నియమితమై ప్రాకృతక్రీడాసుఖాలకోసం చేసే పాశ్చాత్యుల క్లబ్బులవలె గాక మన దేవాలయాలు నిర్ధనులకు సైతం నిరవధికంగా ప్రవేశం ప్రసాదిస్తున్నవి

౩

ఈ ఆలయాలు అక్కడ కొంచెంసేపైనా కూర్చుండవలెనని ఉత్తమధర్మాలను గురించి చింతించవలెనని వినేయులను ఉన్ముఖులను చేస్తున్నవి భారతీయదేవాలయాల్లో ఆనందం, వినోదం, జిహ్వాతృప్తికూడా ఉపలబ్ధ మవుతున్నవి అయితే అవి దైవనివేదితం కావడంవల్ల వాటికి ఉండగల మాలిన్యాన్ని వదలుతున్నవి దేవాలయం మతానికి ప్రధానావాసం. మతంయొక్క సింహాసనాస్థానంగాను తత్త్వజిజ్ఞాసాచోదకంగాను ఉండడమే కాక దేవాలయం సౌందర్యం గానం శిల్పం కవిత మొదలైనవాటికి సమావేశస్థానంగా కనబడుతున్నది. లోకంయొక్క సర్వసమృద్ధి, కమనీయత, శ్రీ. లక్ష్మి అనేనామాలతో లోకస్థితికారకుడైన విష్ణువుకు హృదయాసాదితంగా ఆరాధించబడడం, మాన్యత, శుభత, సాధ్వీత, ఆర్య, సర్వమంగళ, సతి అనేపేర్లతో పరమశివుడి దేహంలో ఒకభాగంగా అర్పితం కావడం, భావకచేతస్సులకు వికాసం కలిగించక మానవు ధనుర్దాసుడికి తన నత్యంతం ఆకర్షించినభార్యకంటె భగవంతు డెక్కువ మనోజ్ఞతతో గోచరించడం, ఆముక్తమాల్యద (గోదఆండాళ్), వేదవల్లి, పాదుషాపుత్రి మనుష్యాకృతులు నివసించి భగవంతుడి వదనాన్ని మౌగ్ధ్యంతో పవిత్రులు కావడం, వైష్ణవుల దివ్యసౌందర్యభావనయొక్క స్వరూపాన్ని కొంతవరకైనా తెలుపగలవు మధురసమీపంలోవున్న స్వర్ణమయవిష్ణువు సుందరరాజు (అళగర్). सुन्दरः, मनोहरः [म. वि] అని

"त्वदीयं सौन्दर्यं तुहिनगिरिकन्ये तुलयितुम्"

(ఓ తుహినగిరికన్యా నీసౌందర్యాన్ని పోల్చడానికి)

అని

"तनोतु क्षेमं नस्तव वदनसौन्दर्यलहरीपरीवाहस्रोतस्सरणिरिव सीमन्तसराणिः ।"

(నీవదనసౌందర్యప్రవాహంయొక్క అలుగుకు కాల్వవలె ఉన్న సీమంతమార్గం మాకు క్షేమంకలిగించును గాక) అని శంకరాచార్యులు శ్రీచక్రాధిదేవతయందు,

1 "श्रीरङ्गहर्म्याङ्गणकनकलते"

2 "श्रीरङ्गेश्वरगेहलक्ष्मि"

3 "सौन्दर्यामृतसेकशीतलमिदं लावण्यसूत्रार्पितम्"

4 "प्रकृतिमधुर गात्रं जागर्ति मुग्धविभूपणैः"

5 "श्रीरङ्गधाममणिमञ्जरि"

1. శ్రీరంగవిమానాంగణమందలి కనకలతా

2 శ్రీరంగేశ్వర గేహలక్ష్మీ.

3 సౌందర్యామృతం చల్లడంచేత శీతలమైనది లావణ్యసూత్రార్పితమైనది అయి సుకోమలాంగకుసుమాల కూర్పు శ్రీరంగేశ్వరి

[సౌందర్యనదీతరంగాలయందు హంసవలె ఉండే (స్మితం)]

అని పంచశతికారుడు కామాక్షియందు

सहस्ररतिसौन्दर्यशरीरीरायै ॥

[సహస్రరతి సౌందర్యశరీర అయినదేవికి (నమస్సు)]

అని ఉపాసకులు లలితయందు విషయాస్పృష్టమైన ఈ దివ్య సౌందర్యాన్నే దర్శించారని వ్యక్తం. దక్షిణదేశపు శైవవైష్ణవమత సంప్రదాయాల్లో దివ్యసౌందర్యం స్ఫుటాంశంగా పరిగణిత మవుతున్నదని స్పష్టం. శాక్తుల్లో ఇది ప్రసిద్ధమే గనుక వివరించవలసినపని లేదు ఇంతేకాక దేవాలయాల్లో శిల్పాలంకరణాల ప్రత్యక్షసౌందర్యం ప్రకటం. దేవాలయంలో స్త్రీచిత్రాన్ని యతి కౌగిలించుకొన్నాడని కళాపూర్ణోదయాష్టమాశ్వాసంలో చెప్పిన పింగళిసూరన ఈ శిల్ప మనోజ్ఞతనే తెలిపినాడు ప్రఖ్యాతగాయనులు తమకౌశలాన్ని దేవాలయాల్లో పవిత్రపరుస్తుండినట్లు విదిత మవుతున్నది.

ततः प्रविशति वीणां वादयन्ती ॥ **[नागा]**

[అంతట వీణవాయిస్తూ (మలయవతి) ప్రవేశిస్తున్నది]

అనే పఙ్క్తుల్లో మలయవతి మలయపర్వతమందలి దేవాలయంలో గానం చేస్తుండినదని శ్రీహర్షుడు తెలుపుతున్నాడు

ఊహ వ-యిన-లు)

అనేవాక్యాల్లో కాళిదాసు తెలుపుతున్నాడు దేవాలయాల్లో వున్న సీతారామాదుల ప్రతిమలు మూర్తమైన వాల్మీకి భావ స్పృష్టే నని అనవచ్చును. గీతాదాత పార్థసారథి. వ్యాసుడు చిత్రించినట్లే గోచరిస్తున్నాడు సర్వాంకుశ అయిన, జగన్నియంత్రి యొక్క కరాళ స్వరూపానికి దృష్టినిమరల్చి మానుషచిత్తవృత్తులకు ఒకవిధంగా పరిణతి కలిగించె బీభత్సభయానకాల నిష్పత్తికి సాధనాలైన కొన్ని దేవాలయాలు కలవు దివ్యకవితాప్రయోగస్థానాలుగా కూడా దేవాలయాలు నాకు గోచరిస్తుంటవి

दयावत्या दत्तं द्रविडशिशुरास्वाद्य तव यत् ।
कवीना प्रौढानामजनि कमनीयः कवयिता ॥ [सौ]

[దయావతివి నీవిచ్చిన స్తన్యం తాగి ద్రవిడశిశువు ప్రౌఢకవుల్లో కమనీయకవి అయినాడు]

అని శ్రీశంకరాచార్యులు,

त्वत्प्रेयसः श्रवणयोरमृतायमानां तुल्यां त्वदीयमणिनूपुरशिञ्जितेन ।
गोदे त्वमेव जननि त्वदभिष्टवार्हां वाचं प्रसन्नमधुरां मम संविधेहि ॥
[गो]

(ఓ గోదాదేవీ! తల్లీ! నీ ప్రియుడిచెవులకు అమృతంవంటిది, నీమణి నూపురశింజితంతో సమానమైనది, ప్రసన్నమధురమైనది, నిన్ను స్తుతిం

అని మూకుషా

सूक्तिं समग्रयतु नस्स्वयमेव लक्ष्मीः ।
श्रीरङ्गराजमहिषी मधुरैः कटाक्षैः ॥

(శ్రీరంగరాజమహిషి లక్ష్మి స్వయంగానే మధురకటాక్షాలచేత మంచివాక్కును మాకు సమగ్రం చేయునుగాక)

అని శ్రీ గుణరత్నకోశకారులు ఈదివ్యకవితను స్మరిస్తున్నారు

कलानिधिः काव्यकला रसज्ञा रसशेवधिः ॥ [ल. स]

(కళానిధి, కావ్యకళ, రసజ్ఞ, రసనిధి)

అని లలితను కావ్యకళగా ఉపాసించేసాధకులు ఈ దివ్యకవితనే సూచిస్తున్నారు

పద్మపురాణకర్త దుఃఖించినట్లు ఆశ్రమాలు యవనధ్వస్తాలు కాగా మీమాంసకుల కర్మవాదపాటవం దేశంలో క్షీణించగా విజ్ఞానపీఠం అరణ్యాలను వదలి ఆలయాలకు మరలినట్లు కనబడుతున్నది. ఇంతేకాక భారతవర్షమందలి మతసంరక్షకు లెందరో దేవాలయాలతో సంబంధించివున్నాయ

వ్యాసుడు అగస్త్యుడు దేవాలయాలతో సంబద్ధులై ఉన్నారని కాశీఖండం చెప్పుతున్నది మహాభాష్యకర్త పతంజలి చిదంబరక్షేత్రంలో ప్రవచించినట్లు వృద్ధవ్యవహారం కలదు శ్రీరామానుజా

उपस्थितेषु बौद्धेषु मद्धीना तव स्थितिः ॥

[ఐశ్వర్యమదమత్తుడవై నన్నవమానపరచి వర్తిస్తున్నావు బౌద్ధులు దగ్గరకు వచ్చినప్పుడు నీస్థితి నా చేతులో వుంటుంది (అంటే నాస్తికులవాదాలను నాతర్కంతో ఖండించి ఈశ్వరసద్భావాన్ని నేను సమర్థించవలసి ఉంటుంది)

అని ఒకప్పుడు ఉదయనాచార్యులవారు పురుషోత్తమదేవుణ్ణి ఉద్దేశించి పలికినట్లు ప్రతీతి కలదు

श्रीरङ्गे शरदश्शतं...युष्मत्पादसरोरुहान्तररजः स्याम ॥ [श्रीगु]

[శ్రీరంగక్షేత్రంలో నూరేండ్లు (దాస్యరసికమైన ఉత్కృష్టసమృద్ధిని అనుభవించి) నీపాదాలనే కమలాలమధ్య రేణువు అగుదుము గాక] అని శ్రీరంగంలో నూరుసంవత్సరాలవునికిని పరాశరభట్టు అభిలషించాడు

మాచర్ల చెన్నకేశవస్వామి అనుగ్రహం బాలచంద్రజన్మకారణమని వీరచరిత్ర తెలుపుతున్నది

శ్రీరంగం శ్రీవిల్లిపుత్తూరువంటిచోట్ల దేవాలయాల్లో వైష్ణవ సంప్రదాయాలు వికసించినవి కులశేఖరుడు విష్ణుచిత్తుడు మొదలైన మునిశ్రేష్ఠులు విద్వాంసులు ఆ క్షేత్రాల్లో వర్ధిల్లినారు

భూములుగాను ఉంబళులకు సమాధిస్థలాలుగాను మాండం న నెరుగుదును

దక్షిణభారతంలో ఆళ్వారులు నయినారులు యామున రామానుజులు మొదలైనవారివలె, ఉత్తరభారతంలో చైతన్యప్రభృతులవలె ప్రజలమధ్య మతధర్మాలను ప్రవచించి ప్రత్యక్షంగా ఆచరణాఫలచేత ఉద్బోధం కలిగించిన ఆచార్యులు అంతగా లేకపోవడమే ఈదుర్దశకు హేతువై ఉండవచ్చును వల్లభనింబార్కులవంటి ఉత్కృష్టపురుషులు పుట్టికూడా తమతేజః ప్రవచనాలను మనకు ప్రసాదించక ఆంధ్రేతర దేశాల్లో తమజీవితం గడపడం మనదురదృష్టమే నని అనుకోవచ్చును కాకతీయులకాలానవచ్చిన కాలాముఖశైవాచార్యులు విజయనగర కర్ణాటరాజులు పంపిన వైష్ణవాచార్యులు, ఆవశ్యకమయినంతగా మతవిజ్ఞానాన్ని ప్రజల్లో ప్రతిష్ఠితం చేయలేదు అక్కడక్కడ అప్పుడప్పుడూ వున్న ఒకరిద్దరు రామదాస నారాయణతీర్థులంటి భక్తులవల్ల తగినంతపని జరుగలేదు ఆంధ్రదేశపు హద్దులలోవున్న వేంకటాచలాలయంకూడా అనాంధ్రులైన మహంతులచేతుల్లో వున్నది

అదిగాక ద్రావిడుల ప్రాబల్యంవల్ల తిరుమల తిరుపతి అనే అరవ పేర్లు దానికి ప్రధానంగా యేర్పడినవి అహోబల క్షేత్రంలోకూడా ద్రావిడుల ప్రాబల్యమే దృష్టమవుతున్నది. పురాణాల్లోనేకాక భవభూతి బాణుడు, శ్రీహర్షుడు ఇట్లాంటి ప్రాచీనభారతీయ విజ్ఞులకృతుల్లో సైతం

[illegible]న్నదు ఇది [illegible]
చేతఅనుష్ఠించబడి స్మార్తులకు అపేక్ష్యమైన హరిహరైక్య[illegible]దో[illegible]మని తోచవచ్చును గాని నెల్లూరు మొదలైనచోట్లను [illegible] కొన్ని స్థలాల్లోనువలె హరిహరాలయాలు [illegible]గా ఉండ[illegible]డం[illegible] [illegible]తిపత్తి కనబడుతున్నది.

विष्णोर्नाभेस्समुद्भूतो वेधाः कमलजस्ततः ।
विष्णुरेवेश इत्याहुर्लोके भागवता जनाः ॥
शिवस्य पादावन्वेष्टुं शार्ङ्गयशक्तस्ततश्शिवः ।
ईशो न विष्णुरित्याहुश्शैवा अगममानिनः ॥ [पद्म

(విష్ణువుయొక్క నాభియందు బ్రహ్మపుట్టినాడు కనుక విష్ణువే [illegible] అని లోకంలో భాగవతు లంటారు)

(శివుడిపాదాలను వెతకడానికి విష్ణువు అశక్తు[illegible]నా[illegible] [illegible] శివుడు దేవుడు, విష్ణువు కాడు అని ఆగమమానులైన శైవులు [illegible]తారు)

అని శ్రీవిద్యారణ్యులు తెలిపినట్లు విష్ణువుకు [illegible] శైవులు శివనామం చెవినబడనీయని వీరవైష్ణవులు ప్రబ[illegible] వైష్ణవులు శివుణ్ణి శైవులు విష్ణువును [illegible] మార్గానికి ఇది చిహ్నమని అనుమానించవచ్చును. శైవు[illegible]న [illegible]కుడు హరిప్రియుడు కావడం, ఇల్లాంటి ప్రవృత్తియొక్క [illegible] అనుకొనవచ్చును

నాసుటూ ఉండ గ చలతి , వస్త్రం ధరించడంల గాసి పల్నాడు అక్కన
ఆంధ్ర దేశంవలెనే వున్నా

कक्षाबन्धं विदधति न ये सर्वदैवाविशुद्धाः ।   [विक्र १८–९७]

మొలతాడుధరించక యెప్పుడూ అశుచిగా వుంటారు

అని బిల్హణుడు గుజరాతీలను దూషించినట్లు పల్నాటిసీమ వారిని శ్రీనాథుడు విశేషించి నిందించాడు జొన్నల సజ్జల అన్నం, తేళ్లు, పాములు, రాళ్లు, మొదలయినవి యితడినిందకు విషయాలని విదితం పాములేమో కాని తేళ్లుమటుకు పిన్నలి (అప్పకవి పింగళి) వంటిచోట్ల యెక్కువగా వున్నమాట వాస్తవం జొన్నలు సజ్జలు దార్ఢ్యప్రదం గనుక దూష్యం కావు. సారవంతమయి శరీరపాటవం కలిగించి దేశానికి బలసమృద్ధిని సమకూర్చే ఆహారం దూష్య మనుకొనడం గొప్ప అవివేకం అందులో మరబియ్యపు అన్నం తిని నీరసులయివున్న యిప్పటివా రెవరయినా ఆమాటలు విని సంతోషిస్తే అది అత్యంతం మతిమాలినపనే కాగలదు తక్కినవి అసంగతాలు పాటించదగనివి కనుక విచారించక వదలుతున్నాను కొన్ని శ్రీనాథుడివి వుంటే మరి కొన్ని బహుశః పిమ్మటివారు రచించి అతడికి తగిలించి వుండవచ్చును. ఇతడి విద్యాప్రావీణ్యాన్ని కనుగొని ఆదరించగలిగిన ప్రభువులు, విద్వాంసులు అక్కడ అంతగా లేకపోవడం కారణమై ఉండవచ్చును లేదా

[(ఆ సౌదామిని) ఆశ్చర్యమంత్రసిద్ధిప్రభావం పొంది (ఇప్పుడు) శ్రీశైలంలో కాపాలిక వ్రతం ధరిస్తున్నది)]

అని భవభూతిచేత

सकलप्रणयिमनोरथसिद्धिश्रीपर्वतो हर्षः । [हर्ष]

श्रीपर्वताश्चर्यवार्तासहस्राभिज्ञेन । [का]

[సకలార్థుల మనోరథసిద్ధికి శ్రీశైలం (మల్లికార్జున నివాసభూమి) అయిన హర్షుడు]

అని

(శ్రీశైలాన్ని గురించి అనేకాశ్చర్యవార్తలను తెలిసిన)

అని బాణుడిచేత

अद्य किल भर्ता श्रीपर्वतादागतस्य श्रीखण्डदासनामधेयस्य धार्मिकस्य सकाशात् । [रत्ना]

(ఈనాడు రాజు శ్రీశైలంనుండి వచ్చిన శ్రీఖండదాసుడనే ధార్మికుడి వద్దనుండి)

అని హర్షుడిచేత ప్రస్తావించబడి

శైవులు పవిత్రంగా గణించే కాశి, ఉజ్జయిని, కేదారం మొదలైన ద్వాదశమహాక్షేత్రాల్లో అన్యతమమైన శ్రీశైలాన్ని అనుకొని

[అతడికి (చిరాయువనే రాజుకు) నాగార్జునుడని బోధిసత్త్వాంశ సంభవుడైన మంత్రి వుండినాడు ఆయన దయాళువు, దానశీలుడు, విజ్ఞానవంతుడు అతడు సర్వౌషధియోగజ్ఞుడై రసాయనమహిమచేత తనను ఆ రాజును ముసలితనంలేకుండా చిరాయువులుగా వుండేటట్లు చేశాడు.]

అనే పఙ్క్తుల్లో ప్రశంసించిన బౌద్ధమతాచార్యుడు నాగార్జునుడు నివసిస్తుండబట్టి కాబోలు నాగార్జునకొండ అని పేరువహించిన ప్రదేశం పల్నాటిసీమలోనే వున్నది నాగార్జునకొండ ఉన్న ప్రదేశం ఇప్పుడు రాజకీయులు తవ్విస్తున్నారు అక్కడ పురాతనవస్తువిశేషాలు గణనీయమైనవి కొన్ని కనపడ్డట్లు తెలుస్తున్నది విశ్వబ్రాహ్మణులను యాచించే పంజలవారి ప్రశంసలవలన విదితమయ్యే ఆంధ్రశిల్పనివా-భూమి పెందోట పల్నాటిలోనే ఉన్నది

ఒకప్పుడు మహావీరులకు క్షేత్రమైన పల్నాడు ఈ మధ్యకాలంలో లక్ష్మి అమ్మవారి మహాత్మ్యాన్ని ప్రదర్శించగలిగింది కటికకులుంబపు కోడలక్లేశాలన్నీ అనుభవించి ప్రాణాలు విడిచేసమయంలోకూడా చంపుతున్న భర్తహస్తపు కరుణాస్పర్శను అభిలషించిన యీ సాధ్వి స్థానా పుర్జి ఈమె కమ్మవంశానికి చెందినది తండ్రి దిగుమర్తి మునలప్ప నాయుడు. ఆంగ్లకవిబఢల్లోను స్మరింపజేసే చిరుమామిళ్ల వెంకా

పల్నాడు+వీరులు = పల్నాటివీరులు. [illegible] సంబంధించిన వీరులు పల్నాటివీరులు షష్ఠీతత్పురుషం [illegible] సంబంధసామాన్యాన్ని తెలుపుతుంది. వ్యాకరణం [illegible] సా[illegible] వివరణం భాషావ్యాకరణంలో చూడవలెను. పల్నాటి[illegible] చరిత్ర పల్నాటివీరచరిత్ర షష్ఠీతత్పురుషం పల్నాటి[illegible] ప్ర[illegible] భూమికలో వ్యాఖ్యాతం వీరశబ్దం ఇందే వ్యాఖ్యా[illegible]

चर्+इत्र=चरित्रम्

“**चरेर्वृत्ते**” అనే సూత్రంచేత “**णित्रन**” ప్ర[illegible] చారిత్రం అనికూడా రూపమేర్పడుతుంది “[illegible]త్ర [illegible]త్రన్” ప్ర[illegible] యాలు ఔణాదికాలు చరిత్రశబ్దానికి ‘**अण्**’ ప్రత్యయం [illegible] ‘చారిత్రం’ అని రూపమేర్పడుతుంది అయితే స్వా[illegible] ‘చరిత్ర’ శబ్దం వృత్తవాచకం

పల్నాటివీరచరిత్రప్రకటనం

దీనిని మొదట నేను ప్రకటించి ద్వితీయభూమికా[illegible] 23 సంవత్సరాలైనదని ఉక్తం ప్రకటించిన కొద్దికాలానికి తక్కిన భాగా లను ముద్రింపించవలసినదని దానికి శ్రీమహారాజువారి తో[illegible] లభించగలదని శ్రీపిఠాపురం మహారాజువారి ఆత్మీయ కార్య[illegible] శేషులూ అయిన శ్రీ మొక్కపాటి సుబ్బారాయుడుగారు నాకు [illegible] వ్రాశారు తక్కినభాగాల్లో శ్రీనాథరచన అంతగా లేదని అక్కడక్కడ [illegible]పదీఖండాలతో చాలామట్టుకు సల్లమాటలతో నిండివున్న[illegible]

1910 వైశాఖ బ ౬॥ శుక్రవారం ఒక ఉత్తరం, జ్యేష్ఠ శు ౩॥ బుధవారం మరియొక ఉత్తరం, రెండుత్తరాలు ప్రకటించాను రెంటిలోను విషయ మొక్కటే గనుక ఒకదానిని ఉదాహరిస్తున్నాను

"పల్నాటివీరచరిత్రలో నొకభాగమైన బాలచంద్రయుద్ధమును ప్రకటించి యుంటిని. దీనిని నైజాముదేశమునుండి తెప్పించితిని మఱి రెండు మా పల్నాటిసీమలో దొరికినవి ఈభాగము కాక తక్కినది పల్నాడుతాలూకా కారెంపూడి నివాసులగు పిడుగు వీరభద్రయ్య గారివద్ద నున్నదని తెలిసికొని వారిగ్రంథమున కొకప్రతిని వ్రాసితిని చెన్నపురి లిఖితపుస్తకాగారములోఁ గొన్ని ప్రతు లున్నవిగాని వాని కర్తలు కొండయ్య ప్రభృతులు ఈవిషయ మా పుస్తకములలోనే వ్రాయఁబడి యున్నది వీరభద్రయ్యగారి ప్రతియొక్క ధోరణి చూడఁగా యతి గణ జ్ఞానముకూడ లేని సామాన్యుఁడు అపభ్రంశము లతో వ్రాసినట్లు కన్పడెను ఏల యిట్లున్నదని యడుగఁగాఁ బిచ్చుకుంటవాండ్రు చెప్పఁగా విని వ్రాసిరనియు, నిది యిటీవలి ప్రతియే యనియు వీరభద్రయ్యగారు నాకుఁ జెప్పిరి కొండయ్యప్రభృతుల గ్రంథములు దీనికంటె ననేకభంగుల శ్రేష్ఠములుగా నున్నవి

అచ్చుఖర్చులను మే మొసఁగెదము పల్నాటివీరచరిత్ర తక్కిన భాగమును ప్రకటింపవలసినది అని శ్రీపిఠాపురము రాజాగారు నాకుఁ దెలిపినప్పుడు, ఉన్నస్థితి వివరించి చివరకు శ్రీనాథకృతిగ్రంథము దొరకలేదనియుఁ దప్పుల తడకగా వ్యర్థపదములతోఁ గూడియున్న

[illegible]

[illegible]పత్తు ప్రకటింపఁ బోవుచున్నట్లు ..సంవత్సర కార్యనివేదనమువలన [illegible] చూడగాఁ దెలియుచున్నది

[illegible]పత్తు ప్రకటింపఁబోవునది, వీరభద్రయ్య ప్రతియే యైనయెడల నేనిదివఱకు రాజాగారికిఁ దెలిపినగ్రంథమే కాని యిది వేఱు కా[illegible]. దీనికిని నేను బ్రకటించిన బాలచంద్రయుద్ధమునకును ఎట్టి సంబంధము లేదనియు, బాలచంద్రయుద్ధము దీనితోఁ జేరినభాగమని [illegible] ప్రమాదమనియు, పరిషత్కార్యనిర్వాహకులకు విన్నవించు [illegible] . ...

[illegible] వాచకములవలె దని నున్నదున్నట్లు ముద్రించినను ఒక [illegible] మే. పల్లెటిసీమమాటల వ్యవహారము కొంతవఱకుఁ [illegible] [illegible]కైనయెడల దీనినిబట్టి వచనము వ్రాసి ప్రకటించుట [illegible] కొందరో వ్రాసి, వ్రాయనున్న భారతరామా[illegible] యెక్కువ యుపయోగకరమైనది"

ముగింపు.

[illegible]చరిత్రను రెండవపర్యాయం ముద్రితం చేయడానికి [illegible] సంవత్సరంలో ఆరంభించాను. మద్రాసు విశ్వవిద్యాల

వాటిని నెట్టుకుంటూ నెట్టుకుంటూ ఇప్పటికి ముగించగలిగినాను 5027-వ సంవత్సరంనాటికే వీరచరిత్ర ప్రతులు అయిపోయినవి. అందుకే ఈగ్రంథం కావలెనని నాకు వ్రాసినవారికి పంపజాలక పోయినాను. దీనిని తిరిగి ప్రకటించడం ఆవశ్యకమని నేననుకొంటూ ఉన్న సమయంలో శ్రీ వావిళ్ల వేంకటేశ్వరశాస్త్రులవారు ప్రకటననుగురించి ప్రస్తావించి దానిభారం దయతో అంగీకరించారు అందుకు వారికి అనేకనమస్కృతులు అర్పిస్తున్నాను అచ్చుచిత్తులు దిద్ది పంపడానికి జరిగిన ఆలస్యాన్ని సహించడంలో శ్రీ వావిళ్ల ముద్రాశాలాధికారులు చూపినక్షమకు దయకు నేను కృతజ్ఞతాబద్ధుడనని విన్నవిస్తున్నాను.

ఈ ద్వితీయభూమికను సిద్ధపరచడంలో నాకు తోడ్పడిన విద్యార్థుల్లో శ్రీమాన్ ఆలంపూరు కృష్ణస్వామి బి యే., శ్రీమాన్ కొమరవోలు చంద్రశేఖరమంత్రి శ్రీమాన్ మదనగోపాల్, ముఖ్యంగా గణించదగినవారు కుశాగ్రబుద్ధి, విద్యాపరతంత్రుడు అయిన శ్రీమాన్ కృష్ణస్వామి దీని సమాప్తి చూడకముందే కథాశేషు డయినందుకు మిక్కిలి చింతపడుతున్నాను తత్కృతమయిన రఘువంశైకదేశానువాదం శ్రీమాన్ చంద్రశేఖరమంత్రి సమాహరించిన లక్ష్యఖండంలో ప్రకటితం కృష్ణస్వామిమృతివల్ల సేవాపరతంత్రుల్లో, విజ్ఞానోజ్జీవనాభిలాషుల్లో ఒకరిని తెలుగుదేశం కోలుపోయింది ఈసందర్భంలో ఉపకరించిన శ్రీమాన్ గుణభూషణ, బి యే, సుదర్శనలాల్, చలపతి

మొదలైన తక్కిన విద్యార్థులను మిత్రులను సక్తితో స్మరిస్తున్నాను. లేఖనాదుల్లో, అందులో ముఖ్యంగా అనారోగ్యదశల్లో ఈ విజ్ఞానకాంక్షులతోడ్పాటు లేకుండా యీ ద్వితీయప్రకటనం ఇంతత్వరలో ముగిసివుండేది కాదు. కనుక, కావ్యసిద్ధి హేతువుల్లో వీరి వ్యాపృతి ప్రధానమైనవని నేనెప్పుడూ అత్యంతం అనురక్తితో భావిస్తుంటాను.

చెన్నపట్టణం,
క॥ 5035. వైశాఖ బ॥ పం॥ ఆదివారం.

ఉమాకాన్తుడు.

[illegible] by Brahma Naidu, supposed to be the ancestor of the family of the Maharajah of Venkatagiri. The Chapakudu of Palnad heroes mentioned by the author of Kreedabhiramam may be taken as something like cosmopolitan dinner of the present day The army of Brahma Naidu includes people from all classes irrespective of caste, from Brahmin to Panchama. Kannama, a Panchama hero considered as the son of Brahma Naidu, has a temple at Karampudi even to this day. The ballad also gives an account of the heroism of our people of those ages and also their religious readiness to lay down even their lives at the call of what they considered their Dharma. The military prowess which shone with splendour in Brahma Naidu and Balachandra eight hundred years ago at Karyamapudi again manifested itself in their distant kinsmen, the Velama heroes of Bobbili like Vengalaraya.

Palnati Veera Charitra.

Palnati Veera Charitra may be considered as an important, original Telugu work fulfilling a few of the conditions of an epic poem. (महाप्रबन्ध) The subject matter viewed as a whole from Gurzala Kodipor to the end is extensive and grand with some episodes, and the characters also are to some extent varied in type. Mallidevaraj and

Vishnu but his human side is more prominent throughout the poem His rebuke of his son for having shown the back to the battlefied, is befitting a true Indian hero The female characters also are chaste and heroic Rekhamba's persuasion of her daughter not to prevent Balachandra from marching to battlefield, and Manchala's blessing to her husband when handing over the sword to him, cannot but stand before us for all time as noble examples of Indian womanhood Ratnnala Peridevi, reproaching her father for his wicked act and performing Sahagamana with her husband shows the high phase of the life of a Hindu wife. Nayakuralu is the abode of evil like Satan in Paradise Lost Ravana in Ramayana and Sakuni in Mahabharata. Inspite of her vicious nature, she is represented here and there as a thoughtful diplomat and her negotiations for peace before the commencement of war show her diplomacy It is the misfortune of great heroes to have a rival in women. Brahma Naidu had it. Bhishma actually withdrew from the field at the sight of Sikhandi. Brahma Naidu avoided Nayakural in battle in accordance with the Indian military traditions. In places of heroism the author rises to the occasion, and exhibits high fervour as in the dialogue between Balachandra and his parents and his other speeches.

places vigorous.

As in Mahabharata, the end is disastrous to both parties and the predominant Rasa may be taken as Shanta, the auxiliary Rasas being Veera, Karuna etc Unlike other classics, Palnati Veera Charitra is written in one continuous Dwipadee metre and in one strain.

Palnati Veera Charitra is deficient in graphic descriptions of even relevant naturesceneries in their picturesqueness and grandeur as in Ramayana, Mahabharata, Kumarasambhava etc It also lacks in conversational or non-conversational utterances of importance like Ajavilapa in Raghuvamsa.

Palnati Veera Charitra cannot claim a very high place from a literary point of view according to the *canons* of advanced literary criticism. When I say that, I do not mean that it is inferior to other Telugu works. It is as good as any other Telugu work. It is even superior to many of them I only intend to point out that it is not an exception to the general order of Telugu works, and does not exhibit any extraordinary high merit.

Telugu works and Palnati Veera Charitra.

Before actually taking up Palnati Veera Charitra, I shall mention briefly some points about the general state of Telugu works. Telugu literature began with Puranic

lofty sentiments, its author does not generally rise above the ordinary level As will be shown presently, it was intended for the lower order of people as other Telugu works Asvaghosha's Buddha Charitra, though history, is of a far superior poetic interest

In ancient and mediaeval times, Telugu was not the medium of instruction in the higher courses of study. All higher learning was received through Sanskrit, and Sanskrit was the cultural language of the country Great scholars did not choose to write in Telugu on cultural subjects in several departments of knowledge, including literary criticisms Telugu was thus relegated to an unimportant position, and had no place in academical courses This backward position was not special to Telugu. It was common with all the Prakrit languages The characters to whom Prakrit is allotted in Sanskrit Drama also to some extent indicate the position which they held in the academic circles. Perhaps Pali which was raised to the dignity of cultural and religious language by Bhagavan Buddha, was an exception to the general order of Prakrits. It is truly said that Tamil holds the same place in Southern India as Pali in the North But the champions of Vedic culture had not recognised Buddha's step and had not allowed Pali to take the place of Sanskrit Even Tamil which rose up as an

The progress of Pali stopped with the decay of Buddhism. The other non-religious Vernaculars of India were in their undeveloped condition, and Telugu was one of them Leaving aside the departments of learning, in poetry, Prakrits made same mark, though mostly in love sentiment. Men of cultural attainments wrote original works in Prakrits some of which drew the attention of great scholars like Bana, and provided examples for the celebrated literary critics like Anandavardhana in their treatment of poetic charm.

As Prakrits were taken up by such eminent scholars, even original Prakrit dramas, transgressing in some details some of the Sanskrit Dramatic conventions, rose up like the Karpuramanjari of Rajasekhara which is now available. But even in this field, Telugu did not emerge out of its infant state on account of the crudeness of its verse and also other causes which will be explained below Telugu works were intended for people of a lower status who had not access to the treasures of Sanskrit lore. They were intended to give an idea of the Puranas to the lower order of people for the guidance of their social and religious conduct The leaving out of Bhagavadgita and other important portions by the translators of Mahabharatha , the avoidance of writing Dramas, the highest form of poetry according to cussion on the additions and contractions in Mahabharata, writings of authors like Vemana and Pingali Suranna, the works of Manu and Vasu charitra type which do not generally present high thought or subtler feelings of human heart or relevant imagery of endless charam I do not also give a full account of how these Telugu works and poems are not useful even to the lower type of people and how they misguide the intermediate class of quacks. The misfortune of Telugu always stands strikingly before my eyes whenever I ponder over the fact that a person like Ahobala Pandita, deeply interested in Telugu, had to leave some of his extremely valuable writings in Sanskrit only.

Perhaps such measures were the attempts, though unsuccessful of people like him to attract real scholars to Telugu. Whatever it may be, it is plain that Telugu was not the medium of higher culture, and that Telugu works were intended only for people of inferior order Ahobala Panditha. the commentator of Andhrasabda Chinthamani, in his scholarly discussion on Telugu observes thus

" संस्कृतपुराणपठनाक्षमाणा तच्छ्रवणेऽप्यलालसानां मुमुक्षूणा शूद्रादीनां प्राधान्येन ज्ञानोपयोगीन्यान्ध्रपुराणानि भवन्त्येवेति "

(The Telugu Puranic works are essentially useful to Sudras etc., who aspire for liberation (Moksha) and who have not been able to properly assimilate alien culture, the customs traditions and sentiments being different in many respects. To-day the majority of educated people in the Telugu country receive higher education through English, and some still through Sanskrit.

For further details on this topic my preface to Kavyaprakasa may be consulted. Then I come to scholars. Mature thinkers of the stamp of Sir S Radhakrishna do not choose or try to express their thoughts in Telugu. This is evidently due to the fact that Telugu has no proper place in the realm of higher culture or thought at present It is not the medium of higher education in collegiate courses in the Madras or Andhra University, and all higher knowledge is received, and imparted through English and also Sanskrit though in a limited atmosphere Our ancients though great scholars, did not give us valuable works in Telugu as they intended Telugu only for the lower order of people. Our present authors, equipped with the study of the trivial works of ancients, are capable only of producing similar or still more trivial works in Telugu Perhaps the majority of our present Telugu writers are the worst sinners in India today in using quack Sanskrit This guess language always reminds me of the famous story of the Sanskrit of the crack-brained daughter-in-law of a Somapeethin.

be so modified that the Telugu youths would find their way to the original treasures of learning and not merely to the briefs and other similar works which alone Telugu now can offer Under these circumstances, I think that the conferring of B. A. (Hons.), M A, and other degrees for the study of existing briefs and other such works in Telugu which have little cultural value does not serve any useful purpose at the present stage. This situation always reminds me of the statement of Lord Macaulay in this connection.

" Had they (our ancestors) neglected the language of Cicero and Tacitus, had they confined their attention to the old dialects of our own island; had they printed nothing and taught nothing at the Universities but chronicles in Anglo-saxon and romances in Norman-French, would England have been what she now is? "

Now I ask this question following Lord Macaulay. Having neglected the works of Gautama, Kanada and Sankara etc and having confined ourselves to the Puranic briefs and other works of similar type, what is the worth of our Vidwans, Bhashapravinas or Ubhayabhashapravinas? Or what is the range and value of the oriental scholarship of our degree holders in Telugu?

as many outstanding works as possible translated into Telugu from English and Sanskrit at the present stage. As a step for this, the University should make provision for the rise of scholars who, in addition to their proficiency in their special subjects and practice in Telugu composition, will be equipped with sufficient knowledge of Sanskrit in which the treasures of Indian culture are stored up and without a strong control over which, expression of scientific, abstract and subtle ideas in Telugu is almost impossible.

I close this topic which has come up as a side issue, and proceed to the subject proper. I pointed out that Telugu was thus relegated to an inferior position and that Telugu writings were intended for people only of lower cultural status. There was no scope for works of high order to arise, and Palnati Veera Charitra was no exception. Moreover it does not belong to the section of Kavya or Rupaka, and therefore we cannot apply to it cannons of advanced literary criticism.

When I say that we cannot expect high literary excellence as in Valmiki, Kalidas etc., I do not mean as alredy stated that it is inferior to other Telugu works. On the other hand it is far better than many of them. All that I want to point out is that it is not of exceptional poetic merit and is not an exception when the general form. The treatment of the subject matter also is different from that of others where futile word-profusion, with scanty meaning and mere story skeletons, is predominant or speculations based on mythological details and hereditary similies form the important poetic element. It is written in verse which is half free from trash resulting from letter adjustment (వళి, ప్రాస) which is common with almost all the Telugu verse productions It is different from works of the Bobbilikatha type as it, unlike the latter, attempts to maintain classic touch here and there.

Ballad Literature

Palnati Veera Charitra comes under the Veera Gita (Ballad) group. The ballad is a special branch of Telugu literature and I have no information whether such a branch exists in the other Vernaculars of India or not Whatever may be the reason, such a branch does not evidently exist in Sanskrit although episodes of Vatsaraja and Vikramarka etc., are sufficiently inspiring. These ballads are recited before big audiences generally during moon-lit-nights with the necessary accompaniments and gestures and are semi-dramatic in nature They resemble the Vrittis mentioned by Bharata which may be considered as the germs of the developed Indian drama. Generally the purpose of the ballads is to create mainly reverence and admiration to-

It shows anxiety for the life of her son Balachandra and tries to prevent him from going to battle. This appears some what derogatory to the Indian Kshatra (Military) traditions She stands in strong contrast to Kunti, who sends word through Sri Krishna to her sons to fight to the end. Perhaps the author wished to show here feminine weakness Even Vyasa makes Kunti express once that life without sons would be distressing.

Balachandra's visit to his damsel.

Under the pretence of taking her to battle field when he was about to start to Karempudi he meets his damsel in her house though he never took her there. This is somewhat repulsive to us of the present age It was not so in ancient India. The Vesyas appear to be an important section of society in those days. All know how much Hindu mythology is interwoven with the stories of these damsels. The mother of the great Bharata race is the daughter of a divine damsel. Other episodes are too numerous to be mentioned In spite of condemnation by thinkers like Bhartrihari they seem to have kept up their position even in historical times Vatsyayana thinks that contact with a damsel is not sinful as it is neither enjoined nor prohibited in Dharma Sastras Omen-experts state that the sight of a Vesya in

If she is firm and constant in love like a lady woman, she certainly rises above the level of ordinary Vesyas and can find a place in a dignified literary composition as Vasantasena in Mrichchakati.

Perhaps Rajasekhara thought it a compliment to himself when he declared as tradition goes, that he had love dealings with women of several parts of India. Some of these Vesyas were very rich Some were learned especially in fine arts and they were called Ganikas as different from other ordinary Vesyas The Ganikas of Pataliputra are said to have deputed a scholar by name Dattaka to prepare a treatise for their guidance Vatsyayana devotes a special Adhikarana in his Erotic Science to the affairs of these Vesyas Even kings and men of status did not think it degrading to keep these Vesyas as their consorts Vatsyayana refers to the amorous sports of a Chola (Tamil) king with his damsel Chitrasena Though we thus see that intimacy with a Vesya was not considered a social stigma in those days, the whole of the damsel scene in Palnati Veeracharitra is quite irrelevant and the author ought to have omitted it at least for artistic considerations. It would have been different had he taken her to the battle field as Sri Krishna did Satyabhama

Harlot-Mother

It has been a practice with authors in our country to bring in the old harlot-mother where a Vesya is concerned as in Nirankusopakhyana etc.

daughter. Literary critics also take note of this *Vesyamata* in prescribing the conduct of the Vesya Heroine

Palnati Veera Charitra gives an interesting description of the old, contemptible Vesyamata

Balachandra's indulgence with his wife

Balachandra, before going to war, meets his wife and takes her blessings as Bhimasena in Venisamhara But he also engages himself in love affairs with his wife Embracing or sporting in any other way with a woman when marching to battle field is certainly in-appropriate and implies a kind of laxity on the part of the hero. That is why such a custom did not find favour with the famous heroes of ancient India It is not said even of Ravana Valmiki maintains it in the case of the ill-fated Vali The author of Parijatapaharana, a Telugu work of the Vizayanagaram period, attributes it to Krishna's enemies who were going to be defeated. Bhatta Narayana presents a scene in Venisamhara in which the doomed Duryodhana amorously deals with his wife. Mammata, the author of Kavyaprakasa finds fault with him even for that Balachandra's love affairs with his wife, when marching to war are not only out of place but also reflect upon his heroic character. If he did so as it was the first and the last time to meet her, it is no excuse for a hero who has to sacrifice everything for his noble purpose, especially when the wife

case of Balachandara, the prominent hero of the present portion of the ballad.

Historical Importance of the Veeracharitra.

The time of Palnati Veeracharitra seems to be an important period in Indian History. It was the time when Mohamed Ghori was creating great havoc besieging place after place in Northern India and the fate of the Hindu Royal dynasties was hanging in the balance. The influence of Ramanuja's preachings and Basaveswara's religious overhauling were being strongly felt and the cross currents of Veerasaivism Vaishnavism, Jainism and Buddhism were causing agitation in Southern India. It is thus we find in Palnati Veeracharitra an interesting blending of the heroic fervour of the military families of the North and the religious reformation of the spiritual preceptors of the South. More over, Palnati Veeracharitra seems to be an important link in Indian History. It throws light on the extinction of two ruling dyanasties Hyhayas and Western Chalukyas. Mr Vincent Smith in his "Early History of India" observes thus. "The Kalachuri or Haihaya Rajas of Chedi are last mentioned in an inscription of the year 1181 A D and the manner of their disappearance is not exactly known: but there is reason to believe that they were supplanted by the Bhugels of Rewa."

to be the successors of Hyhayas. Palnati Veera Charitra also shows how the Western Chalukya dynasty of Kalyan came to an end with the last prince dying in the Karempudi battle

Veera Cult of Palnad

To-day Palnad Heroes are worshipped as divinities and every year a big festival is held at Karempudi in their memory on the new moon day of Kartika roughly corresponding to November and important scenes of the episode are enacted there. There is no distinction of caste in the Veera cult and all have equal religious status Balachandra's brothers come from different castes including a barber, a washerman and a Brahmin A Brahmin is the Acharya of the Veera group and a Panchama hero by name Kannama has a temple at Karampudi. But as all non-vedic heterodoxical religions, Veera cult also yeilded to the Vedic influence. Followers of this cult return to their old religious ways after the festivities are over

Veera Worship.

Veera worship is not new to India. In Rig Veda, Indra is addressed as Veera. Agni is also called Veera. Veera-hatya was looked upon as a great sin, and abandoning Agni was compared to hero murder. In some

Patanjali the author of Mahabhashya uses the word Veera in connection with Sastric treatise containing Mangala and mentions it in many places. The Yoga schools also took this into their fold and applied it to one of the yogic poses, the Veerasana. Tantrics also apply the word Veera to Sadhakas.

Hero worship has been continuing in India from very early times. Of the Avatharas of Mahavishnu, the maintainer of the Universe, half the number including Kalki are war heroes. Buddha is a hero of mercy. Of the above, Rama and Narasimha have regular temples of worship in our country. The Veerathva of Veera Bhadra, offspring of God Siva is well known. His followers still preserve a dance scene called Veeranga as a religious ceremony. Sree Rama is known also as Veeraraghava and Bhavabhuti made him famous as Mahaveera. Viswanatha quotes a verse from Rajahsekhara's Balaramayana to illustrate the warrior heroism of Sree Rama.

Since the time of the kings mentioned in the Puranas as Bhavishyadrajas I do not know of any other rulers except the Palnad heroes, raised to divinity and worshipped in any part of India. The Hero-worship preached by Carlyle in Europe did not take any definite form. Even the religion accept distinction of caste, and all have equal status in it. In the annual festival at Karempudi, people of all castes participate The Acharya of the cult, a Brahmin, casting off his sacred thread and offering oblations of blood to the departed souls of heroes of all castes should be a historic scene. In uniting the people under one banner and in exalting, to the dignity of a religion, heroism which was necessary to save the country in moments of need especially at a time when the Muhammadan conquerors were devouring place after place in the land, the foresight of the founders of the Veera cult is really worthy of our esteem

Ballads and National heroism.

In chivalrous ages, Indian valour expressed itself in various forms. Andhras were second to none in the manifestation of heroism. It became a religion with them The Telugu Ballads breath the chivalrous life of Andhras in those ages. It is only a spark of the Kshatra fire kindled by the onrush of the semitic conquerers that blazed forth in the form of the fratricidal war in Palnad As sources of original hisory and as records perpetuating the deeds of National heroism of Andhras, they deserve to be preserved and published in any suitable form. I cannot close this topic without referring to Yakshaganas, the dance

ing to the Vidushaka of the classical drama is also interesting if he minds to be within reasonable limits of decency. Like the Prakrit drama of which Rajasekhara's Karpuramanjari is a representative, they are without division into acts. The forerunner (చోప్దారు) and the sooth sayer (ఎఱుకల సాని) are the peculiar features of Yakshagana and they may be considered as the suppliers of the links of the story like the Vishkambha or Pravesaka characters in Bharata. The invocation to God and references to the audience in Yakshagana might be the primitive forms of the latter Nandi and Prasthavana. They were very popular in the country and well received even in Royal courts. I am inclined to think that these Yakshaganas are a South Indian Institution that flourished under the Chola rulers. The subject requires careful investigation. As far back as 1925, if I remember right, I placed a few Yakshaganas in the hands of Sreeman Yadlapati Venkata Subba Rao, B.A., B.L., who was then a pupil, to critically study them. He prepared some notes under my guidance and the matter stopped there. In this connection he also undertook and completed the translation of Aristotle's Poetics into Telugu. The manuscript is still lying with me unscrutinized as I could not devote my attention to it under the existing circumstances.

devotees. It is now almost deserted except on annual festive occasions.

Religion and Temple.

There may be some thinkers who do not believe in the existence of spirit as separate from matter. Most of them are self-disciplined and are not undesirable members of society. But that kind of self-discipline and control cannot be expected of people at large and atheism among such people can only make the country a scene of murders, treachery, and other brutal atrocities of frequent occurrence. So atheism can never be a religion for the general mass of people in any country. Whatever may be the results of atheistic experiments in countries like the Soviet Russia and whatever may be the theories of subtle philosophy, religion can never cease to be a necessary factor in the life of the people at large. The purpose of religion is to refine the gross brutal qualities of man and make him bold and heroic and fit for higher life. It is true that the mere outer form of religion without the inner life is not of much value. But it is better than indifference to religion as it may, at some stage or other, lead him to the right path which is adjacent to it It is also true that there are some people who put on the cloak of religion to cover up their villainy It is a misuse of religion and misuse of a thing cannot lower its value chastity and auspiciousness becoming part and parcel of Paramasiva, the Lord of Supreme Bliss, as Arya, Sati and Sarvamangala, cannot fail to appeal to our poetic fancy Dhanurdasa finding the face of Maha Vishnu more charming than that of his wife and Andal (Goda), Vishnuchitta's daughter, falling in love with Maha Vishnu rejecting the form of human beings, give us a glimpse of the Vaishnavite conception of divine beauty. Saivites also have this and Siva is called Sundareswara in the South. More details about this topic are given in the Telugu Preface. Not only this; we have the actual artistic beauty of sculpture and decoration at their best in temples. Experts in music thought it an honour to exhibit their skill at the feet of the deities. Kalidas refers to Narada as going to the temple of Siva at Gokarna on the West coast to sing there. Sri Harsha tells us in Nagananda that Malayavati, the heroine, was in the habit of singing at a temple on the same West coast.

Idols of Sree Rama, Sita and others are only an illustration or symbolization of the portraiture by the poet Valmiki Vasudeva, the giver of the Gita and the charioteer of Arjuna stands in the temple as depicted by the poet Vyasa. There are other temples which are conducive to the manifestation of Bhayanaka and Bibhatsa Rasas which countries where admission is restricted by financial considerations, and where people gather for wordly sport and enjoyments, Indian temples afford also mirth, rejoicing and even appeasement of the tongue, all of course, consecrated to the divinity, and thus rid of the grossness which is generally inseparable from such things.

After the destruction of the Asramas by Yavanas as the author of Padmapurana regrets and after the Mimamsakas waned in their influence, the centres of culture and light were shifted from forests and Asramas to temples. The Puranic legends of Kasikhanda etc., amply illustrate this truth. Some of the famous temples are associated with great thinkers and spiritual leaders of the country. Tradition connects the temple of Parthasaradhi at Triplicane with the birth of Sree Ramanujacharya, the great reformer who influenced the religious thought of the people of India in a manner in which few others have done. Udayanacharya the author of Kusumanjali is said to be a staunch devotee of Purushothamaswami of Jagannatha temple. Great saints like Kulasekhara and Vishnuchitta are said to have spent the major part of their lives in the temples The birth of Balachandra of the present work is attributed to the favour of Chennakesavaswami at Macherla. Vaishnavite traditions and culture flourished in the like in the ways of living. I know that temples in the Telugu country in some places have actually become play grounds of boys and resorts of loafers. This condition may be to a great extent, due to the absence of great Acharyas like Ramanuja, Alwars, Nayanars in the South and Chaitanya and others in the North, who lived and worked among the people. Religious priests like the Kalamukha Saivacharyas brought in from Radha by the Andhra Queen Rudrama Devi and the Vaishnavite Acharyas sent by the Karnata Kings of Vizayanagar could not do the work to the necessary extent. The presence of a few devotees and religious people like Ramadoss was not sufficient. Whatever may be the reason for our present condition, we must wake up and open our eyes to the deplorable condition of our temples. Even the temple of Venkatachala which is within the limits of the Telugu country is in the hands of non-Andhra Mahants and it bears Tamil names as Tirumalai and Tirupati. Even the shrine of Sreesaila, which, besides being mentioned in Puranas, was referred to by the celebrated Indian poets like Bhavabhuti, Bana, and Sree-Harsha is not receiving sufficient attention and care which it properly deserves.

Veera Charitra and History of Andhras.

Since the decline of Pouranic Satavahanas Andhras fell to the background They were subjugated by generals of the Kakatiyas endeavoured to revive the Andhra Rule and set up independent states in the Country. It is during the time of these Andhra Kings, Kakatiyas and Reddies that great Scholars like Vidyanatha, Mallinatha I, Kumaraswami, the world famous Mallinatha II, and Vema Reddies flourished in the Telugu Country But the Reddi chiefs soon fell a prey to the Karnatic Kings of Vijayanagar The Telugu Country was entirely subdued. It was added to and absorbed in the Karnatic Kingdom, and almost lost its individuality. Thus the final suppression of Andhras begun by Mahamadans was completed by the Karnatic Rulers of Vijayanagar. The eminent centres of culture and other activities like Kondavidu were subjected to decline and extinction. Outstanding persons like Nadendla Gopa-mantri and Salva Timma had to migrate to non-Andhra lands as there was not favourable atmosphere for their abilities to thrive in their own country

The Hyhayas.

The Hyhayas of Viracharitra from Chedi appeared on the scene during the latter part of the 43rd century Kali Era (twelfth century, A. D.) (I may mention here, simply for the sake of information, that Tripuri, the site of the next Indian National Congress was the capital of Chedi.) By the time the Heroes came to Palnad, the Kakatiyas firmly established themselves as the paramount power in the country.

Though the rest of the Telugu country is in no way better than Palnad in swallowing extravagant quantities of chilly-powder etc., of which the evil effects are obvious, Srinatha is said to have specially blamed its people as Bilhana did the Gujaraties in his Vikramankadeva charita. Such verses are mentioned in the first preface. Perhaps the people there could not appreciate his scholarship and honour him befittingly. Some of them may be interpolations. His denunciation of Zonna and Sazza, the staple food of the people of Palnad, as coarse is out of place as it is highly nutritious making people sturdy and stalwart fit to protect the country in times of necessity. At any rate, we of the present age degenerating on account of polished mill-rice have no reason to find amusement in such deprecations.

Palnad

Palnad is a place of historical interest in the Guntur District on the banks of the river Krishna. It is adjoining to the extensive forest regions of Srisaila referred to by Bana, Sree Harsha and Bhavabhuti in their works and included by Saivites among the twelve sacred places of Siva worship such as Benares, Ujjaini, Setu and Kedara in the Himalayas, etc. There is a place called Nagarjunakonda in Palnad which in all probability owes its name to Nagarjuna, the

Brahmanas is also in Palnad. Palnad which was once the abode of great heroes also gave birth in recent times to the heroine Lakshmi of Durgi whose husband reminds us of the Othello of Shakespeare. Having experienced the hardships of a daugter-in-law in a merciless family, she eagerly yearned for a kind touch of her husband's hand even when he was about to kill her The birth place of this Lakshmi, heroine of Dharma, is Durgi in Palnad She belongs to the Kamma Sect. Her father is Digumarti Musalappa Naidu. Her husband is Chuumamilla Venka Naidu of Lingapuram. Lakshmi, a venerable model of chastity and Indian woman-hood, is still worshipped in Palnad Her episode is still sung in the villages by the itinerant bards

The publication of the remaining parts of the Ballad

The first edition of this was published nearly twenty-seven years ago. Not long after its publication, the late Sri Mokkapati Subbarayadu Varu, the then private Secretary to the present Maharaja of Pithapuram wrote to me that the remaining parts of the ballad might be published with the financial aid of the Maharaja But the other parts by Srinatha were not available and the manuscripts which I secured are the works some others and some of them are in loose language. Accordingly I intimated the matter to Sri Subbarayadu Varu Sometime after I understood that Sri Jayanti Ramiah Varu was going to publish the other parts of the ballad under the auspices of the Telugu Academy

THE CONCLUSION.

As was already said, Palnati Veera charitra was published for the first time in 1911. All the copies were exhausted by 1926, and copies could not be supplied. There was thus a clear necessity for the publication of the second edition. It was also prescribed for the part II of the B A. degree examination of 1934 of the Madras University. Sree Vavilla Venkateswara Sastrulu Varu kindly proposed the second edition and undertook the printing of the work. For this I thank him heartily and express my feelings of gratefulness to him. The work was begun in my Kuja-period which started in 1931 There were many obstructions in the execution of the work at every step, which caused immense delay in returning the proofs. The printing of Kavyaprakas'a and Raghuvams'a, commenced in that period, is still unfinished. The obstructions were somehow got over by the grace of the Almighty and I have been now enabled to offer to the public the book in its present form. Of my pupils that assisted me in the course of this work, special mention has to be made of Sreeman A Krishnaswamy B.A, Sreeman K. Chandrasekhara Mantr and Sreeman M. Ramachandra Reddy B.A. (Hons). I regre very much that Sreeman Krishnaswamy passed away at an early age without seeing the completion of the work. He is an enthusiastic student of Telugu with a knowledge of Sanskrit and also author of some works in Telugu. His translation of a portion of Raghuvamsa into Telugu verse is published in Lakshya Khanda compiled by Sreeman Chandrasekhara Mantri. By his demise the country has lost one of its promising youngmen and sincere workers in the cause of cultural renaisance. The perseverance and interest with which Sreeman Ramachandra Reddy copied the drafts and prepared the major part of the index will always be fresh in my memory. But for the assistance of these ardent lovers of culture and learning who were by my side even day and night on some occasions, especially during times of my ill-health, the work could not have seen the light of day even so late as this. In this connection I must also remember with pleasure the assistance rendered by Sreemans Seelam Madanagopal Naidu, Guna Bhushana B.A., Sudarsana Lal, Bhagavatula Chalapathi Rao and others. I take this opportunity to express my gratitude to my other friends who aided me while carrying the work through the press.

MADRAS
10—7—38. }

EDITOR.

the country that can point with pride on the pages of history to patriots who wept for their countries' wrongs, stood againt the oppressor and the tyrant . . . * . But such is not our lot and our heroes passed away with their deeds unsung and unrecorded (ఇతిహాసము [illegible] యానంద విహీనము. మనఃపూర్వకముగఁ గీర్తింపఁబడిన యోధుల సాహసకార్యము[illegible] జ్ఞాపకము చేయు కథలు వినఁగల జాతి యదృష్టవంతము. దేశముయొక్క [illegible] వగచి క్రూరకంటకుల నిరోధించిన దేశాభిమానులను ఇతిహాసపత్రములయందు [illegible] ముతోఁ జూపఁగల దేశము ధన్యము. కాని మనభాగ్య మట్టిది కాదు. మనవీరులు [illegible] నారు. వారికార్యములు కీర్తింపఁబడలేదు. వ్రాయఁబడలేదు)" అని యొక [illegible] కృతికర్త వ్రాసినవాక్యములు యథార్థములు. అచ్చటచ్చట మహా[illegible] [illegible]మును పాటలరూపమున పదములరూపమున విసర్గకవులు కీర్తించియున్నారు. [illegible] కేవలము భావప్రధానములు. బొబ్బిలికథాదు లిట్టివే. ఈ కథం [illegible] నేను బాల్యమునుండియుఁ గుతూహలముతో వినుచుండెడువాఁడను. [illegible] లలోఁ దఱచుగా నొకతెగవారు పల్నాటివారికథయని యొక [illegible] భిక్షకు వచ్చుచుండెడువారు. విద్యాగంధములేని చిన్నతనము [illegible] దానియందలి యంశములుగాని క్రమముగాని తెలియకపోయినప్పటికి [illegible] కత్తులు త్రిప్పుట గంభీరముగా గర్జిలుట మొదలగు నభినయములఁ జూచి [illegible] యేదో కలహమని తలంచుచుంటిని. 1906 సంవత్సరమువఱకు [illegible] కథ వినినప్పుడు మాత్రము మరలమరల వినవలయునని యపేక్ష పొడముచుండెను. 1907 సంవత్సరము వేసవికాలపు సెలవులలో నింటికి వెళ్ళినప్పుడు [illegible] దటస్థించెను. అప్పుడు కథాంశములఁ జాలమట్టుకు గ్రహింపఁగలిగి[illegible]

ప్రబోధమునొందఁ దత్తద్రసోచితంబుగ ముఖంబులవికాసము మార్పుచెంద నింద్రియంబు లన్యవిషయపరాఙ్ముఖములై యుండఁ బరవశులై వినుచుందురు గుణత్రయవికారంబులయిన మానవమనోవృత్తుల కేకైకాధిష్ఠానంబై శ్రీనాథ హృదయంబును గానము సేయఁ బురికొల్పిన యావీరవరులచరిత్రము విశేషమహిమాస్పదంబై వాల్మీకి వ్యా మహర్షిపుంగవులచేఁ గీర్తింపఁబడిన శ్రీరామ శ్రీకృష్ణచరిత్రములంబోలె లోకధర్మ మార్గదర్శకంబైయుండునని తలంచి తచ్చరిత్రము సంపూర్ణముగ గ్రహింపఁ గుతూహలుండనై పలుకష్టములకు లోనయ్యు 1910-వ సంవత్సరమునాఁటికి గ్రంథము కొంత వఱకు సంపాదించితిని. దీనిని సంపాదించుటలో నేమి తరువాతఁ బ్రకటించుటలో నేమి నాకుఁ గలిగినకష్టములన్నింటి నిచ్చట వివరించుట యప్రస్తుతము చూచిన మిత్రులు కొంతవఱకు తెలుఁగుదురు. దీనినిఁ జదివినప్పటినుండియు నిది ప్రకటింపఁబడక పోవుట యాంధ్రదేశమునకు గొప్పకొఱఁతయని నమ్మి పలుమాఱు సంభవించిన నిరుత్సాహములకు లోనుగాక యిప్పటికొకతీరుగాఁ బ్రచురింపఁగలిగితి. ఈగ్రంథముపేరు పల్నాటివీరచరిత్రము వీరులఁగూర్చియు వారిదేశకాలాదులఁగూర్చియు వ్రాయుటకు బూర్వము పలనాటిసీమంగురించి కొంత ముచ్చటించెదను పలనాడు ప్రస్తుతము గుంటూరుజిల్లాలో నొకతాలూకాయై యున్నది. దీనికి ముఖ్యగ్రామము గురిజాల ఇచ్చటనే తహశీల్దారుండును. పలనాటిసీమ కృష్ణానదీదక్షిణతీరమున సముద్రమునకు సుమారు 120 మైళ్ళదూరములో నున్నది. దీనికి ఉత్తరమునఁ బడమట 75 మైళ్ళపొడవున కృష్ణానది ప్రవహించుచున్నది. దక్షిణమునఁ గొండలచేతను సాంద్రారణ్యములచేతను నావరింపఁబడియున్నది తూర్పునఁ జిన్నయడవులు వ్యాపించియున్నవి. దీని వైశాల్యమించుమించుగ 1050 చదరపుమైళ్ళు నాగులేరు, చంద్రవంక అనునవి యిచ్చటి ముఖ్యనదులు. వీరచరిత్రలోఁ బ్రధానముగవచ్చు కార్యమపూడి మాచెర్ల పట్టణములలో మొదటిది నాగులేటితీరమునను రెండవది చంద్రవంకయొడ్డునను నున్నవి. అప్పకవి

ప్రయోగము కాన నగును మాచెర్ల వీరభద్రస్వామియాలయములోఁ దూర్పువైపున దక్షిణ ముఖముగానున్న యెఱ్ఱరాతిబండమీది శాసనమునందుఁగూడఁ జంద్రభాగ యనియే చెప్పఁబడియున్నది. ఆశాసనము నిం దుదహరించుచున్నాను.

''లింగాంబా ప్రదదాతి. ....

స్వస్తిశ్రీ విజయాభ్యుదయ శాలివాహనశకవర్షంబులు నిజ ఆనందసంవత్సర .లు మాచెర్ల యిష్టకామేశ్వరికిన్ని వీరభద్రేశ్వరునకున్ను గాయిగోవాన ఖడ్గనారాయణ బిరుదాంకితప్రశస్తులై శ్వేతచ్ఛత్రాధీశ్వర రేచెర్లగోత్రపవిత్రులయిన వెలిగోటి . మనాయినింగారిప్రపౌత్రులై తిమ్మానాయనింగారి పౌత్రులై బ. నాయనింగారి పుత్రులైన కొమారి తిమ్మానాయనింగారి అర్థాంగి లింగాంబగారు దండంబెట్టి యిచ్చిన శాసనము.

శ్రీమద్రాజమార్తాండ రాజపరమేశ్వర శ్రీవీరప్రతాప సదాశివరాయ దేవమహారాజులుంగారు పృథ్వీరాజ్యం చేయుచుండగాను తద్రాజ్యధురంధరులయిన శ్రీమన్మహామండలేశ్వర రామరాజు తిరుమల జయదేవమహారాజులుంగారు కుమార తిమ్మానాయనింగారి నాయంకరానకు పాలించియిచ్చిన నాగార్జునకొండసీమలోని మాచెర్లకు ఉత్తర భాగాన చంద్రభాగానదికి పడమర సం॥కు ౪౧. నాలుగుపుట్లపందుము క్షేత్రం పాలిచ్చే లింగాపురం అనెడి అగ్రహారం కట్టించి యీసోమగ్రహణపుణ్యకాలమందుల గంగాగర్భమందుల ధారాపూర్వకంగాను సమర్పిస్తిమి గనుక ఆలింగాపురాన నలుదరిపొలాలు హేంమ కూపతటాక నిధి నిక్షేప జల పాషాణ ఆగామిసిద్ధసాధ్యాలు అనెడి అష్టభోగ తేజస్స్వామ్యాలు సమర్పిస్తిమిగాన ఆలింగాపురమందుల పొలము ఆచంద్రార్కస్థాయిగాను అంగరంగవైభవాలకు అవుధరించి ఆగ్రామం దేవరకు ఎవ్వరు ఇయ్యకపోయినా గంగాగర్భమందు గోబ్రాహ్మణహత్య చేసినపాపాన బోతారు. వారాణసిలో తలిదండ్రుల చంపినపాపాన బోతారు

“నదీంపిబంతివిపులాం గంగాంసింధుం సరస్వతీం

..

శతద్రుం చంద్రభాగాంచ యమునాంచమహానదీం- 5

నదీం వేత్రవతీం చైవ కృష్ణవేణీం చ నిమ్నగాం- 17

విదిశాం కృష్ణవేణాం చ తామ్రాంచ కపిలామపి- 28

కౌశికీం నిమ్నగాంశోణాం బాహుదామథ - 29

సదానిరామయాంకృష్ణాం మందగాం చంద్రవాహినీం-” 33

అను శ్లోకములయందుఁ జంద్రభాగానది యుదాహరింపఁబడినదిగాని నదులిచ్చటఁ గ్రమరహితముగాఁ జెప్పఁబడియుండుటచేఁ జంద్రభాగ యెచ్చటిదో యీశ్లోకములంబట్టి నిశ్చయించుటకు వీలులేదు. ఎఱ్ఱన వేర్వేఱుదేశస్త్రీల విశేషంబులఁ జెప్పుసందర్భమున

సీ. ‘చంద్రభాగాపరిత్వ)దేశములసతులు
వాహిచూదంబెయగు శరావతీశతద్రు
సింధుసరిదంతరంబులఁ దెలుపతెల్ల” (శౌ)

అని యుత్తరదేశస్త్రీల మొదటఁజేర్కొని తరువాత నాంధ్రదేశస్త్రీలంగూర్చి చెప్పినాఁడు. ఆపద్యములు ఇక్కడ అనుచితములగుటచే నిం దుదాహరింపఁబడవయ్యె. దీనినిఁ బట్టిచూడఁ జంద్రభాగానది యుత్తరహిందూస్థానమందలి నదిగాని యాంధ్రదేశపునది గాదని తెలియఁగలదు. ఇదియునుగాక భారతమునందలి యానుశాసనికపర్వములో ద్వితీయాశ్వాసమున భీష్ముఁడు ధర్మజునకుఁ బుణ్యతీర్థవిశేషంబుల నెఱిఁగించుచో

సీ. “సప్తదినంబులు చంద్రభాగను వితస్తనూర్మిమాలిని దగవసించి
మాహేశ్వరీపదాహతుఁడై యాదిమునిసమానుండగుఁ గాశ్మీరమండలమున

ప్రవహించునదియే యనియు స్పష్టమగుచున్నది. కావున బల్నాటిలోని చంద్రవంక చంద్రభాగానది కానేరదు. చంద్రవంకకు బర్యాయనామముగ జంద్రభాగయని వాడియుందురు. చంద్రవంకయు నాగులేఱును దక్షిణమునుండి యుత్తరమునకు ప్రవహించి కృష్ణానదిలో గలియుచున్నవి. పలనాటిసీమ దండకారణ్యములో నొకభాగమై పూర్వము బరదూషణాదులు నివసించినస్థలమయినట్లు తెలియవచ్చుచున్నది. విశ్వామిత్రుండు సత్రయాగము చేసిన దిచ్చోటనె యని మాచెర్లకు దగ్గఱగా కృష్ణానదీతీర సమీపమున నొకప్రదేశమును జను లిప్పటికి జూపుచున్నారు. అచ్చటికనేకులు వెళ్లి యాస్థలము నక్కడి ప్రకృతిరమణీయతచూచి బాహ్యప్రపంచంబు మఱచి స్ఫటికోపలముభంగి నిర్మలమయిన హృదయముతో భగవన్మహిమల దలంచితలంచి పరవశులగు మహర్షిపుంగవులు నిశ్చయముగ నివసింపదగిన ప్రదేశమే యని తల లూచుచున్నారు. ఈసీమయందు బలువిధములయిన లోహపుగనులు గలవు. బాస్వెలుదొరగారు వారి రిపోర్టులో నిట్లు వ్రాసిరి.

"I may mention that lead is found in considerable quantities near Karempudi in the Palnad, but the mines are not now worked. Copper is found both in the Palnad and Vinukonda Taluqs." (పల్నాటిలోని కారెంపూడివద్ద సీసము విస్తారముగా దొరకునని చెప్పవచ్చును. కాని యిప్పుడు గనులు త్రవ్వబడుటలేదు. రాగి పల్నాడు వినుకొండతాలూకాలలో రెంటిలో దొరకుచున్నది) రాగి సీసమేకాక యిచ్చట యినుముకూడ నెక్కువగ దొరకును. పల్నాటిలోని కొన్నిగ్రామములయం దిప్పటికి యినుము కరగిన పెద్దకొలుములచిహ్నములు యినుపరాళ్లు స్పష్టముగా గానవచ్చుచున్నవి. గుత్తికొండగ్రామములో నిప్పటికి నొకభాగమునకు గొలుములపాలెమని పేరుగలదు. అచ్చటం గొలుములుపెట్టినప్రదేశమును యినుపరాళ్లను దిబ్బలును స్ఫుటముగ దృగ్గోచరము లగుచున్నవి. ఈగ్రామములోం జేరిన యొక కొండ కినుపకొండయని

ముయొక్క 8-వ సంపుటము (Memoirs of the Geological Survey of India, Volume 8) గారి 110-వ పుటయం దీక్రిందివిధమున వ్రాయఁబడినది:—

"Along the eastern edge of the Tumrukota Range, there are traces of old diamond workings, more decidedly around Mallavaram on the right bank of the Kistna where the limestones lapping round the base of the hill have been regularly undermined to get at the quartzite beneath them containing diamonds. Here there certainly seems good proof of the existence of a set of diamond bearing beds perfectly distinguishable from the quartzites of which the rest of the Range is mainly made, for the debris and other evidence of the old workings are strictly confined to the edge of the limestones .. ..These works date from the Moghul rule." (M G.)

దీనివలనఁ బల్నాటిలోని తుమ్మకోటవద్దను, మల్లవరమువద్దను వజ్రపుగనులున్నట్లును మొగలాయిరాజులకాలమునం దాగనులలోఁ బని చేయఁబడుచుండినట్లును పై గ్రంథకర్తయొక్క అభిప్రాయమైనట్లు తెలియుచున్నది వేయేల ఢిల్లీపురాధీశ్వరుండయిన బేబరు దక్షిణహస్తతలంబున లాస్యమాడి షాజహానునకు బహిఃప్రాణమై, పారశీక నాదరుషాను వశీకరించి యాఫ్గనిస్థానాధినాథుని హృదయపీఠ నధిష్ఠించి తిరిగి భారతచక్రవర్తులకజ్జం జేరి బలాత్కారముగ ద్వీపాంతరమునకుఁ గొంపోఁబడి ప్రస్తుత మాఖండసామ్రాజ్యధురంధరుండయిన పంచమజార్జియుత్తమాంగ మారోహించి లోకమునఁగల రాజశేఖరుల కెల్లఁ గన్నెఱ్ఱగానున్న యాయనర్ఘరత్నమున కాయమూల్యమణి కాసౌభాగ్యంబని కోహినూరు వజ్రంబునకుఁ బలనాటిలోని కృష్ణానదీతీరప్రాంత

వ్యవహరింపఁబడుచున్నది. ఏది యుక్తనామమో విచారింతము. చిన్నిచిన్ని పల్లెలుగల దేశముగానఁ బల్లెనాడని పేరువచ్చినదని కొందఱుచెప్పుదురు పల్నాటిలోని మాచెర్ల, గురిజాల, తుమృకోట జెట్టిగామాలపాడు కారెంపూడి గ్రామములలోఁ గోటలుగలవు పల్నాటిదేశము నేలిన రాజుల కొకప్పుడివి ముఖ్యస్థానములుగ నుండెను. ఇవి యాకాలమునఁ బట్టణములుగనుండి యుండవలయును కావునఁ బల్నాటిలోఁ గేవలము పల్లెలే గాక కొన్నిపట్టణములు కొన్నిపల్లెలు నుండెననుటకు సందియములేదు దీనికి సమీపమున నున్న కొండవీడు, వినుకొండ, బెల్లముకొండ సీమలలోఁగూడ నిట్లే కొన్నిపట్టణములు కొన్నిపల్లెలుండెను. ఈతీరుననుండుట సామాన్యమైయుండఁ బల్నాటిసీమకుఁ బల్లెనాడని పేరిడఁ గారణము కానరాదు. లోకేతిహాసము నవలోకించినచోఁ బ్రతిదేశమునకును దానియందలి నదులనుబట్టియో, కొండలనుబట్టియో, యేలినరాజులనుబట్టియో, నివసించుజనులనుబట్టియో, నైసర్గికస్వరూపములను బట్టియో పేరువచ్చినట్లు కనఁబడును మఱియు,

గీ. 'చిన్నచిన్నరాళ్లు చిల్లరదేవుళ్లు, నాగులేటినీళ్లు నాపరాళ్లు
సజ్జజొన్నకూళ్లు సర్పంబులును దేళ్లు, పల్లెనాటిసీమ పల్లెటూళ్లు"

అను పద్యమును శ్రీనాథరచితమైన చాటుపద్యమని యుదాహరించుచు దీనిలో శ్రీనాథుఁడుకూడఁ బల్లెనాడనియే ప్రయోగించెననియు గాన బల్లెనాడను నామమే రూఢమనియు దానికిఁ దాము చెప్పిన వ్యుత్పత్త్యర్థమే యథార్థమనియుఁ బైపక్షమువారు నుడువవచ్చును. శ్రీనాథరచితమో కాదో నిర్ణయించలేము కాని ఒకచాటువు సందిగ్ధ విషయములో ప్రమాణము కాఁజాలదు

' A more poetical derivation of Palnad is 'Milk Land' from the light cream-coloured marble that abounds there "

పాలరాయి విశేషముగా నుండుటవలనఁ బాలనాడని పేరువచ్చినదనియుఁ బాలనాడే పల్నాడయినదనియు వీరియభిప్రాయము. పాలనాడనఁగా బాలదేశమని

నాఁ బేరొంది పల్లునాడు' పల్లు, విల్లు. ముల్లు శబ్దంబులంబోలె జడ్డకు లోపంబురాఁగా "పలునాడు'' గా మారి ''పలునాడు' కొద్దిమార్పుచెంది పలనాడై పలనాడు పల్నాడై 'పలనాడు'' పల్నాడు'' అను రెండురూపములు మాత్రము వ్యవహరింప బడుచువచ్చెనని నాయభిప్రాయము. పూర్వగ్రంథములయందును శిలాశాసనములయందును బలనాడు పల్నాడను రెండురూపములే సాధారణముగ నుపయోగింపఁబడి యున్నవి. శ్రీనాథుఁడు వీరచరిత్రమునం దెచ్చటఁ బల్లెనాడని ప్రయోగింపలేదు. పింగళిసూరన ప్రభావతీప్రద్యుమ్నములోని

ఉ. 'రంగుగ గోపమీపరిసరంబులఁ గృష్ణకెలంకులన్ ఘనుల్
పింగళిరామయాదులఁ బలిం బలనాటను బాకనాటనుం
బింగళిగాదయాదులిటఁ బెంపువహించిన యస్మదాదులా
పింగళిగోకమంత్రి యిలుపేరనె చాలఁబ్రసిద్ధులెల్లచోన్."

ఆపద్యమునఁ బలనాడని చెప్పినాఁడు 'పలనాటి గొల్లలపాటజాతి'' యను సీసపద్య పాదంబున గణపవరపు వేంకటకవి పలనాడనియే వ్రాసినాఁడు అమరావతిలోఁ గులోత్తుంగచోడుని పదారాధకుఁడగు కొమ్మ నాయకునిశాసనమునఁ బలనాడని లిఖింపబడియున్నది. ఆశాసనము కొంత యిట నుదాహరించెదను.

స్వస్తిశ్రీ శకవర్షంబులు ౧౦౨౨ అగునేటి విషుసంక్రాంతినిమిత్తమున పలనాడు మహీమండలమండనంబైన దావులూరివిభుండును . . . చతుర్థవంశతిలకుండును శ్రీమన్మహామండలేశ్వర కులోత్తుంగచోడ గొంకమహేశ్వరపదారాధకుండునైన కొమ్మ నాయకుండు . . .

श्लो॥ अस्तिस्वस्तिमदग्रहारनगरग्रामै स्समग्रश्रिया
जुष्टः, पुष्टजनो... .

గీ. "పల్లెనాటను నూటతొంబదియు నాల్గు
గ్రామముల నీడుగానక కాకనూరి
వెంగనార్యుఁడు వేదవేదాంగములను
బ్రస్తుతికి నెక్కె మాఱుట బ్రహ్మయనఁగ." (అప్ప)

అను పద్యమున నప్పకవి ప్రాకృతజనచోద్ధోరణిం బల్లెనాడని చెప్పుట ప్రామాదికము వీనినన్నింటినిఁ బట్టిచూడ "పలునాఁడు" అనునది యథార్థనామమనియు "పలనాఁడు" "పల్నాడు" అనురూపములు వ్యవహారమున రూఢములైనవనియు స్పష్టమగుచున్నది గ్రంథవిస్తరభీతిచేఁ బల్నాటివిషయ మింతటితో ముగించి ప్రస్తుతవిషయ వీరచరిత్రమునకు వచ్చెదను. వీరులనఁగా నెవరు? యుద్ధము చేయువారు మాత్రమే వీరులు కారు. ఎవ్వరి సంకల్పము లమోఘంబులో, ఎవ్వరి చరిత్రములు కర్మమార్గప్రదర్శకంబులో, ఎవ్వరి వచనంబులు మానవుల నాకర్షించి జీవితపరమార్థంబైన చిత్తవిశ్రాంతి యొసఁగుచున్నవో, యెవ్వరి నిశ్చంచలమనోవృత్తిచేఁ లోకములందలి మహాకార్యములన్నియుఁ గావింపఁబడినవో, ఎవ్వారియందుఁ బరమాత్మ పరిపూర్ణతకు సమీపించియుండునో యా భగవదంశసంభూతులందఱు వీరులే నని వ్యాఖ్య చేయవచ్చును. సత్యసంధుండై గురుభక్తిపరాయణుండై సమరరంగంబుల నసమానపరాక్రమశాలియైన భీష్ముఁడు వీరుఁడు. నిశ్చల సంకల్పుఁడై, యమోఘబాణుండై నిజనామసంచకితశాత్రవబలుండైన బ్రహ్మనాయుఁడు వీరుఁడు. తత్వరహస్యంబుల బోధించి కుమతఖండనంబు గావించి జగద్గురువనం బ్రఖ్యాతిఁగాంచి నిఖిల జనవందనీయుండైన శంకరుండు వీరుఁడు. అనేకవిధంబులఁ గాలవశంబున వీరు లచ్చటచ్చటఁ బొడకట్టుచుందురు ఏ దేశమందీ పూజ్యులు జన్మించినను జనులు వారి నసాధారణులుగ భావించుచున్నారు. వారి నామములు పవిత్రములుగ స్మరింపఁబడుచున్నవి. వారి సంకల్పములు కార్యరూపములుగఁ బరిణమించి శాశ్వతమై యున్నవి వారి వచనంబులు జనుల కర్ణంబులందు

వారు పల్నాటివారని పేర్కొనఁబడుచుండిరి. వీరు పలనాటి సీమరాజ్యభారము నిర్వహించుచుండిరి. ప్రజలసౌఖ్యమునకై యెక్కువగాఁ బాటుపడిరి. ఇప్పటికిని వీరు నిర్మించిన పట్టణములు గలవు, త్రవ్వించిన తటాకములు గలవు, కట్టించిన దేవాలయములు గలవు, కావించిన కోటలు గలవు. జనుల మతనాగరకతల యందు వీరివలనఁ బెక్కుమార్పులు కలిగినవి. వీరు కొద్దికాలము మాత్రమే రాజ్యము చేసిరి. ఈ కొద్దికాలములోనే జనులయొక్క విశ్వాసమునకు గౌరవము నకుఁ బ్రేమకుఁ బాత్రులై రామరాజ్యముగఁ బ్రభుత్వముచేసి సపత్నీపుత్రులకు సంభవించిన ఘోరయుద్ధంబున నసమాన పరాక్రమంబు నమానుషశౌర్యంబు నశ్రుత పూర్వధైర్యంబు కనఁబఱచి రణమొనరించి ఒకరినొకరు పరిమాణ్యమని మానవాతీతులని జనులచే భావింపఁబడిరి. మహామహులఁ జూచినప్పుడుగాని వారినిఁగుఱించి వినినప్పుడు గాని తనబుద్ధి కగోచరంబైన యొకశక్తి వారియందుఁ గలవని యెంచి పరమోత్కృష్టు లుగఁ దలంచుట మానవునికి సహజము. వీరి నారాధించుట కాలయములు నెలకొల్పఁ బడినవి. వీరి యాకారములు శిలలమీఁదఁ జెక్కఁబడినవి. వీరి నామములకు జ్ఞాపకముగా ప్రతిసంవత్సరము గొప్పయుత్సవములు జరుగుచున్నవి. కులమత భేదములు లేక జను లందఱు వీరి నర్చించుచున్నారు. ప్రస్తుతము కార్యమపూడిలోనున్న వీరాలయ మొక మహమ్మదీయునిచేఁ గట్టఁబడినట్టి క్రిందివృత్తాంతము చెప్పుదురు. మహమ్మదీయుల కాలమున నొక గొప్పసైన్యము దక్షిణమునుండి హైదరాబాదునకుఁ బోవుచు కార్యమ పూడిలో నాగు లేటియొడ్డున విడిసి యచ్చటనున్న వీరులలింగంబులు పొయిగడ్డలుగఁ జేసి యన్నము వండికొనఁగా సైన్యమంతయు సర్పదష్టమై మూర్ఛిలుభంగి నేలకు వ్రాలె నఁట. అప్పుడు సేనాధిపతి యేమితోఁపక నివ్వెఱపడియుండ నొక బ్రాహ్మణుఁ డా మార్గమునఁ బోవుచు నిదియేమని యడిగెనఁట. అతఁడంతయు సవిస్తరముగఁ జెప్పిన మీఁద దీనికిఁ గారణము వీరుల కపచారము చేయుటయే యనియు వారి కాలయము కట్టించెదనని మ్రొక్కినచో సైన్యము తత్క్షణమే లేచుననియుఁ జెప్పి కొంతదూర మేగ

నిండి యున్నవి. [illegible] చున్నవి. తురుష్కుం డన నేల? పంచమకుల సంజాతుండైన యొక వీరునికిఁ బ్రత్యేకముగా వీరాలయములో గుడి నిర్మింపఁబడియున్నది. ఆహా! ఎంత శౌర్యము! ఎంత పరాక్రమము! ఎంత నిష్కళంకత! నిరుపమాన తేజోవిభాసితులై, యవ్యాజమనోవిరాజితులై నిజధర్మపథానుసారులగు పుణ్యపురుషు లేకులమున జన్మించిన నేమి? ఏదేశమునఁ బ్రభవించిన నేమి? సర్వజన పూజనీయులు. ఒక్క పల్నాటిసీమవారు మాత్రమే కాక యాంధ్రదేశముయొక్క నానాభాగములనుండి వేలకొలఁది జనులు ప్రతిసంవత్సరము వీరోత్సవమునకుఁ గార్యమపూడికి వచ్చుచున్నారు. కాని రానురాను జనులు వారివిగ్రహములకుఁ బూజచేసి వారినిఁ గేవలము దేవతలని భావించుచున్నారు. ఇప్పు డనేకులు తమకు జబ్బులు వచ్చినప్పుడుగాని యాపదలు సంభవించినప్పుడుగాని ఇతరదైవములకు వలె వీరులకు మ్రొక్కి కడగండ్లు గడచినచో ముడుపులు చెల్లించుచున్నారు. శుభకార్యములలో వీరుల నారాధించుచున్నారు. వీరపూజ లోక ముండునంత కాల ముండునదియే పోవునది కాదు. జ్ఞానము హెచ్చినకొలఁది మహాపురుషులయందు గౌరవము హెచ్చుచుండును. అధ్యాత్మికముగఁ దనకంటె నధికుని మహాత్ముని గౌరవించుటకంటె మానవునకు ఉత్తమగుణము మఱియొకటి యుండనేరదు. ఈ విషయమింతటితో ముగించి యిఁక ఇతిహాసాంశములఁ జర్చించెదను. కథలోఁ జెప్పఁబడినట్లుత్తరదేశమునుండి పలనాటికివచ్చిన రాజు 'అనుగురాజు.'' ఈతఁడు ప్రబలసైన్యసమేతుఁడై దక్షిణాపథమునకు వచ్చెను. ఈయన కార్తవీర్యార్జునుని వంశస్థుఁడని చెప్పఁబడినది. కార్తవీర్యుఁడు హైహయ వంశసంజాతుఁడు. ఈ వంశపురాజులు హైయహయులని చెప్పఁబడుదురు. కనుక ననుగురాజు హైహయుఁడే యగును. నాకు లభించిన వీరచరిత్ర తాళపత్ర సంపుటముయొక్క ప్రథమభాగములో ననుగురాజు వంశక్రమ మీక్రిందివిధమున నున్నది.

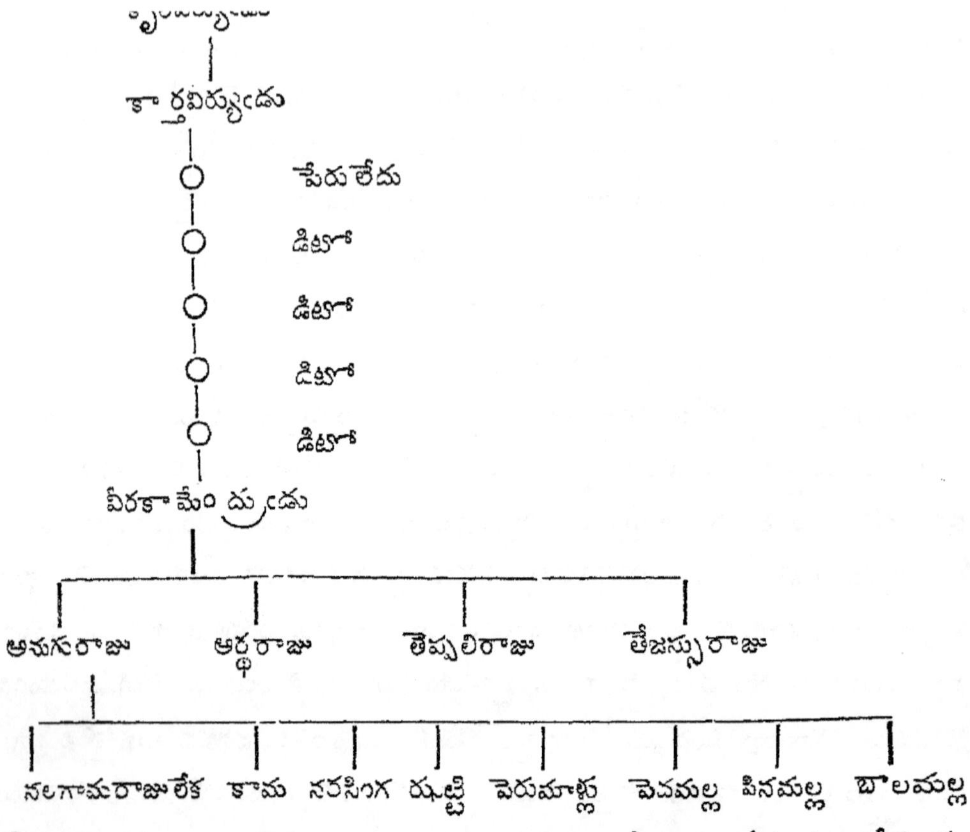

ఇది వీరకామేంద్రునివఱకు సరిగాలేదు. ఈ వంశక్రమమునకును ముదిగొండ వీరభద్రుని పద్యగ్రంథములోని వంశక్రమమునకును భేదమగపడుచున్నది. అనుగురాజు సుందర చక్రవర్తికొడుకని వీరభద్రుఁడు చెప్పినాఁడు. అనుగురాజు పుత్రుని పేరు వీరకామేంద్రుఁడు సాధారణముగఁ దాతపేరు మనుమనికిఁ బెట్టుచుందురు. కావున ననుగురాజు తండ్రి పేరు వీరభద్రుఁడు చెప్పినట్లు సుందరచక్రవర్తికాక వీరకామేంద్రుఁడేయై యుండవలయును. అనుగురా జుత్తరదేశమునుండి వచ్చెనని చెప్పియుంటిమి.

ఘనదక్షిణాదికి గదలెడు వేళ.”

ఇందులో నయోధ్యాపాలుఁడనియున్నందువలన నితఁడయోధ్యాదేశము నేలినవాఁడని భ్రమ కలుగుచున్నది గాని వీరచరిత్రము సాకల్యముగఁ జదివినచో నీ భ్రమ పోవును. ఇతని రాజధాని పాలమాచాపురి. దీనికి జంభసాపురియని నామాంతరము. ఉత్తరదేశములనుండి వచ్చినరాజుల నయోధ్యరాజులని చెప్పుట మనవారికి వాడుకగా నుండినట్లు తోఁచుచున్నది. చాళుక్యులుకూడ నయోధ్యరాజులనియే యొకచోటఁ జెప్పఁబడినది. అనుగురాజు కార్తవిర్యుని వంశమువాఁడని యిదివఱకే తెల్పియుంటిని. ఈ వంశమువారికి హైహయులని పేరు. హైహయు లేదేశపురాజులో చూతము. ఈ హైహయులు క్రీ॥ శ॥ 12-వ శతాబ్ద్యంతమువఱకు రాజ్యముచేసినట్లు శిలాశాసనములవలనఁ దెలియుచున్నది. మిర్జాపురమునకుఁ బోవురోడ్డుసమీపమున బిల్వారివద్ద హైహయుల శాసనమొకటి పరిశోధకులచే కనుఁగొనఁబడెను. ఇది యొకరాతిమీదఁ జెక్కఁబడి 84 సంస్కృతశ్లోకములతో నున్నది వీనిలోఁ గొన్ని స్రగ్ధరలు, శార్దూలములు మఱి వివిధవృత్తములు గలవు శాసనమంతయు నుదాహరించినచో నిదియే యొక చిన్న గ్రంథమగును గాన మనకుఁ గావలసిన ముఖ్యాంశముల మాత్రము దెలిపెదను.

... ...

... .

सोयं सोमाभिधानस्तिलकयतिकलामौळिमस्यैव शम्भो-
रस्मादेव प्रवृत्त. किमपरमप्यन्वयो हैहयानां ॥

8 अस्मिश्च वन्द्यतमताङ्गमिते बुधाद्यै-
राद्यैर्नृपै र्नृपति रर्जुनइत्युदार. ।
आसीद्विषद्विपिनकर्तनकीर्तनीय
कीर्तिच्छटाच्छुरितदीर्घदिगन्तराळ. ॥

आहतजानतभात दुानवारप्रचारः ॥

69 यस्योत्तुङ्गगजेन्द्रमज्जनगळद्दानाम्बुभिर्मिश्रितं
रेवावारिविविक्ततिक्तमुचितस्नानेन तन्वीजनः ।
. . . . . .
सर्वाङ्गं स्मरसौरभेण महता निर्व्याजमायोजितः ॥”(इं. आ)

శాసనము పూర్తిగ నుదాహరించిన చదువరులకు విషయములు బాగుగ విశదమగునుగాని గ్రంథవిస్తరభీతిచే నింతటితోఁ జాలించితి. ఈ శాసనములో హైహాయ వంశస్థుఁడైన యువరాజ దేవుని వంశానుక్రమణిక కోకల్లునివద్దనుండి చెప్పఁబడినది. [illegible] గోకల్లుఁడు మొదలు యువరాజదేవునివఱకు వారికార్యములు పరాక్రమ్ములు వర్ణింపఁబడెను. 55-వ శ్లోకములోఁ జేదిరాజు కృతాదరుఁడై హృదయశివుఁడను [illegible] సత్కరించినట్లు చెప్పఁబడెనది ‘श्रीचेदिचन्द्रो नृपतिः” అనునది యువరాజు దేవుని తండ్రియైన కేయూరవర్షుని కన్వయించును. ఇచ్చటఁ జేదిచంద్రుఁ డనఁగఁ గేయూరవర్షుఁడే. 56-వ శ్లోకములో యువరాజదేవుని తండ్రియైన లక్ష్మణుఁడు [illegible] యున్నది. ఈ శ్లోకములోనే లక్ష్మణునికిఁ ‘చేదిరాజు’ యను విశేషణము చేర్పఁబడినది. దీనివలన హైహాయులు రాజ్యముచేసినది చేదిదేశమనునట్లు స్పష్టపడును. ఈ హైహాయులదే మఱియొక శాసనము ‘కరంబేలు’ (Karambel) అను గ్రామమువద్ద దొరకినది. ఇదియు సంస్కృతశాసనమే. దీనిలోను కొన్ని శ్లోకములు - కొంచెము గద్యముగలదు. దీనినిఁగూడఁ బూర్తిగ నుదాహరింపఁజాలక అచ్చటచ్చటి ముఖ్యాంశముల వివరించుచున్నాఁడ.

श्लो॥ हेलागृहीतपुनरुक्तसमस्तशास्त्रो
गांवे जयत्यधिकमस्य स कार्तवीर्य ।
अत्रैव हैहयनृपान्वयपूर्वपुंसि
राजेतिनाम शशलक्ष्मणि चक्रमे यः ॥

स च परमभट्टारक महाराजाधिराजपरमेश्वर श्रीवामदेवपादानुध्याता परमभट्टारक महाराजाधिराज परमेश्वर परममाहेश्वर त्रिकलिङ्गाधिपति निजभुजोपार्जिताश्वपति गजपति नरपति राजत्रयाधिपति श्रीमद्विजयसिंहदेवपते विंजयिन महाराज्ञी श्रीमहाकुमार श्रीअजयसिंहदेव महामन्त्रिशैवाचार्य भट्टारक श्रीमद्राजगुरु विद्यादेव महापुरोहित पण्डित श्रीयज्ञधरधर्मप्रधान महामात्यठक्कुर श्रीकीकीमहाक्षपटलिक महाप्रधानार्थलेखीठक्कुर श्रीदशमूलिकवत्सराज महासान्धिविग्रहठक्कुर श्रीपुरुषोत्तममहाप्रतीहार दुष्टसाध्यचराध्यक्ष भाण्डारिक प्रवालववार अश्वसाधनक इत्येतानन्यांश्च प्रदास्यमानग्रामनिवासि जनपदांश्च आहूय यथार्हंमानयति बोधयति समाज्ञापयति च यथा विदितमस्तु भवतां संवत् ९३२ श्रीसत्तिपुर्यां . . नर्मदायां विधिवत् स्नात्वा श्रीमहादेवं समभ्यर्च्य मातापित्रोरात्मनश्च पुण्ययशोभिवृद्धये साम्बलापत्तलायां चोरलायाग्राम. ... ... सावर्ण्यगोत्राय भार्गवच्यावन आप्नवान और्वजामदग्न्येति पञ्चप्रवराय छन्दोगशाखिने पण्डितश्रीजनार्दनप्रपौत्राय पण्डितश्रीसूल्हणपौत्राय पण्डितश्रीछिक्कूपुत्राय पण्डित श्रीसोढशर्मणे ब्राह्मणाय उदकपूर्वकत्वेन शासनीकृत्य अस्मदभ्यनुज्ञया मातृश्रीकोसलदेव्या प्रदत्त. ॥(इं. आ)

44. श्लो. आम्यदरस्य पौत्रेण श्रीधर्मस्यसूनुना ।
लिखितं वत्सराजेन चेदीशदशमूलिना ॥

ఈ శాసనమునందు హైహయసంజాతుఁడైన విజయసింహుని వంశవృత్తము యువరాజదేవునివద్దనుండి వర్ణింపఁబడినది. ఈయువరాజదేవుఁడు వెనుకటి శాసనములోని యువరాజదేవుఁడేయై యుండవచ్చును. శాసనమందలి సంస్కృతగద్యములో విజయసింహుఁడు తనదశమూలియైన వత్సరాజు మొదలగు వారలఁ బిలిపించి దానకాలమున బోధించి యాజ్ఞాపించినట్లు వ్రాయఁబడినది. 44-వ శ్లోకములో వత్సరాజునకుఁ **'चेदीशदशमूलिना'** యను విశేషణము చేర్పఁబడినది. వత్సరాజు విజయసింహుని దశమూలి. **'चेदीशमूलिना'** యని వత్సరాజునకు విశేషణముంచుటవలన విజయసింహుఁడు చేదీశుఁడైనట్లు విశదమగుచున్నది. విజయసింహుఁడు హైహయుఁడు గాన

హైహయులు చేదీశులనియే చెప్పిరి. ఇంకఁ జాల నిదర్శనములు గలవు గాని యి-
చాలునని యెంచి హైహయులు చేదీశులేయని స్పష్టము చేసికొని చేదిదేశ మెచ్చటిదో
వివరించెదను. చేదిస్థలనిర్దేశమున కీ శాసనములయందే కొన్ని యాధారములు కాన్పించు
చున్నవి. మొదటిశాసనముయొక్క 69-వ శ్లోకములో యువరాజదేవునిఁగూర్చి
'ఎవ్వని యుత్తుంగగజేంద్రములు మజ్జనము చేయుటవలన జారిన దానజలముతోఁ
గూడి రిక్తమై విరక్తమైన రేవా (నర్మదా) నదీతీరమును స్నానము చేయుటచేఁ బొంది
తన్విజనము నిర్వ్యాజముగ దేహమంతటను గొప్ప స్మరసౌరభముతోఁ గూడినదో
యని వర్ణింపఁబడినది. దీనినిఁబట్టిచూడ యువరాజదేవుఁడు రాజ్యము చేసినది నర్మదా
నదీప్రాంతదేశమై యుండవలెనని తెలుచున్నది మఱియు రెండవశాసనముయొక్క
గద్యమునందు त्रिपुर्यां नर्मदायां स्नात्वा ' అని లిఖింపఁబడియున్నది. విజయసింహుఁడు
దానమిచ్చుటకుముందు నర్మదానదియందు స్నానము చేసి నర్మదా నదీ జలమునే దాన
కాలమున వాడినాడు. విజయసింహుఁడు రాజ్యము చేసినది త్రిపురిరాజధానిగాఁగల
నర్మదానదీతీరదేశమేయని దీనినిఁబట్టి విశదమగుచున్నది యువరాజదేవుఁడు విజయ
సింహుఁడు హైహయులే గావున నీరెండుశాసనములవలన హైహయులు రాజ్యము
చేసినది నర్మదానదీప్రాంతదేశమే యని స్పష్టపడెడునుటకు సందియము లేదు. భాగవ
నవమస్కంధములో కార్తవీర్యుఁడు నర్మదానదిలో జలక్రీడ సల్పినట్లుగలదు ఆ-
యితఁ డాప్రాంతదేశమునే పరిపాలించుటను సూచించుచున్నది. ఇట్లు పురాణ
ములవలనఁగూడ హైహయులు నర్మదానదీప్రాంతదేశమునే యేలినట్లు తెలియు
చున్నది. మఱియు మనకుదొరకిన రెండు సంస్కృతశాసనములును నర్మదానదీ సమీప
ప్రదేశములలోనే కనుఁగొనఁబడినవి. మొదటిది నర్మదానదీ సమీపమున నున్న జబ్బ
ల్పూరునకు 50 మైళ్ళదూరమున బిల్హారియను గ్రామమునందు మిర్జాపురమునకుఁ బోవు
రోడ్డువద్ద దొరకినది. రెండవదికూడ జబ్బల్పూరునకు దాపున "కరంబేలు
(Karanbel) అను గ్రామములోఁ గనుఁగొనఁబడినది. ఈ శాసనములచ్చట నుండుట

ముగాఁ జెప్పవచ్చును. రెండవదియైన కరంబెలు శాసనముయొక్క గద్యములోని 'సాంబల" జబ్బల్పురమనియే తోఁచుచున్నది. లేదా 'సంబల్‌పూర్'' అయియుండును. ఇదియు నాప్రాంతములోనిదే. ప్రస్తుతము జబ్బల్పురముజిల్లాలోఁ గొంతభాగమైనను జేదిదేశముగా నుండునని విష్ణుపురాణమును భాషాంతరీకరించిన విల్సను (Wilson) గారు నుడివిరి. హూనుత్సాంగను చైనాయాత్రికుఁ డుజ్జయినినుండి చాల దూరం(one thousand miles) మీశాన్యముగఁ బ్రయాణముచేసిన తరువాతఁ జేరిన ("Tchi-ki-to") అనునది చేదిదేశమేయని కొందఱు పాశ్చాత్యపండితు లభిప్రాయపడియున్నారు. హూనుత్సాంగుయాత్రలను భాషాంతరీకరించిన జూల్లియన్ (Jullien) గారు "Tchi-ki-to"ను చిత్తూరని నిశ్చయించినారు గాని చిత్తూ రుజ్జయినికి వాయవ్యదిశనుండుటవలన నయ్యది ప్రామాదికమని యెంచవలయును. కొందరభిప్రాయములో "ప్రాచీనభూగోళ శాస్త్రచిత్రసంపుటము' (Atlas of Ancient Geography, classical and Biblical) అను గ్రంథములో హిందూదేశచిత్రమునందు జబ్బల్పురము చుట్టుప్రక్కలనున్న చేశమే దేదిదేశముగాఁ గర్నలుయూలు (Colonel Yule) గారు లిఖించినారు స్మిత్తుగారు తన అర్లి హిస్టరి ఆఫ్ ఇండియా (Early History of India) అను గ్రంథమున నిట్లు వ్రాసిరి —

"And the extensive region to the south of Bandalkhand, which is now under the administration of the Chief Commissioner of Central provinces nearly corresponds with the old Kingdom of Chedi. (బండలు ఖండునకు దక్షిణమునఁ బ్రస్తుతము 'మధ్యపరగణా"ల చీఫ్ కమిషనరు పరిపాలన క్రిందనున్న విశాలదేశము దాదాపుగఁ బూర్వపు చేదిరాజ్యమై యున్నది)." దీనినిఁబట్టి చూచినను జేది నర్మదాప్రాంతదేశమే యగుచున్నది. ఇట్లు ఐతిహాసికుల వచనములే కాక పైని నప్రతర్క్యములైన శిలా శాసన నిదర్శనములు చూపఁబడినవి. కావున నర్మదానదీ ప్రాంతమున జబ్బల్పురమును

అచ్చటికి మఱియావలనున్న
యఱుపదియామడగలదా కనకాద్రి
కనకజంభనాపురి ఘనమెట్లటన్న."

అని సంశభంగముగల ద్విపదిపద్యములయం దనుగురాజు పట్టణము జంభనాపురి యని చెప్పబడినది. జబ్బల్పురమే జంభనాపురియని యూహింపవచ్చును. ఊహయేల? ముదిగొండ వీరభద్రుడు వీరభాగవతమందు "కాంతాసహితంబుగా భల్లాతకి తైలార్ద్ర వస్త్రంబులు కట్టికొని జబలాపురంబు చేరి" యనుచోట జబలాపురమని స్పష్టముగా జెప్పినాడు కనుక ననుగురాజు పట్టణము జబ్బల్పురమేయై యుండును. హైహయవంశజుడైన యనుగురాజు పలనాటికి వచ్చినది చేదిదేశమునుండియే యని నిస్సందేహముగా జెప్పవచ్చును. ఇంక వీరి కాలమునుగూర్చి యోచింతము. పీరోనర్చిన యుద్ధమునొక్క కాలము నిర్ణయించినచో వీరికాలము తేలును గాన నాయుద్ధకాలము మొదట నిశ్చయింపఁ గడగెదను. దీనికిఁ గొన్నియాధారములు వీరచరిత్రమునందే కలవు. బ్రహ్మనాయుఁడు వైష్ణవమతస్థుఁ డగుటయు, నీచజాతివారు కొందఱు వైష్ణవమత మవలంబించుటయు, శైవ వైష్ణవుల పరస్పరద్వేషములును, వీరచరిత్రయందు గానవచ్చుటచేతఁ బలనాటివీరుల యుద్ధము రామానుజునిచే స్థాపింపఁబడిన వైష్ణవమతము వ్యాపించినతరువాతనే జరిగియుండవలయునని యెంచనగును. రామానుజుఁడు క్రీ. శ. 1017-వ సంవత్సరములోఁ బుట్టెనని తచ్చరిత్రకారుల అభిప్రాయము. కనుక నీయుద్ధము 11-వ శతాబ్దికి పూర్వము జరిగియుండనేరదు ఇంతియకాదు, వీరచరిత్రలో నొకభాగమై నాకు లభించిన "అలరాజు రాయబారముకథ" గల తాళపత్రగ్రంథమున లక్షణరహిత ద్విపదులలో నీక్రిందివిధమున వ్రాయఁబడినది.

1. ద్వి. 'పిండిజాజమల్లెలు విభూతిపత్రి
లింగమునకేరీతి పూజలుచేసి"

పసిడి పాత్రలవారు పమలఋవదులు
పెడమటము జంగాలు పెద్దల బిలిపించిరి"

అని యలరాజుతో నతనిభార్యయగు రత్నాలపేరాంబ సమాగమనము చేయు పట్టున వ్రాయఁబడినది. వీనినిఁబట్టిచూడఁ బల్నాటి వీరుల యుద్ధకాలమునాఁటికి జంగము లుండిరనియు, లింగపూజలు ప్రబలినవనియు విశదమగుచున్నది. బాలచంద్ర యుద్ధముయొక్క 7-వ పుటలోని

'అందెల బసవన్న యాదినాథుండ
కరినంది బసవన్న కంచి వరదుడ"

అనుపఙ్తులును పై విషయమును స్థిరీకరించుచున్నవి. వీరచరిత్ర ప్రదమభాగమైన తాళిపత్రగ్రందమున నలరాజు తాత, శివళింగురాజుమీదికి యుద్ధమునకుఁ బోవునప్పుడీ క్రిందితీరున వర్ణింపఁబడినది

ద్వి. 'గుఱి శివనందుల కోటకు వారు
యుద్ధసన్నద్ధులై ఉర్వికంపింప
వారితోడనె కూడి వడియజంగాలు
నల్లబొంతలవారు నాలుగువేలు
ఎఱ్ఱబొంతలవార లెనుబది వేలు
. . . .
వారిపేరులుఁగొన్ని వరుస జెప్పెదను
మేడయ్య పడమటి మేటి బస్వయ్య
బోడశివయ్య బొబ్బిడి బుగ్గయ్య
. . . . . .
కఱకంఠ లింగయ్య కల్యాణబసువ

[illegible] విశ్వాసమయి సాక్ష్యము [illegible] కావలయును. కాబట్టి లింగధారి మతము స్థాపింపఁబడి జంగములు బయలుదేఱిన తరువాతనే పల్నాటియుద్ధము జరిగె ననుట నిస్సంవాదము. లింగధారిమతము బసవనిచే స్థాపింపఁబడినది. వీరి మతగ్రంథము లైన బసవపురాణము ప్రభులింగలీల పండితారాధ్యచరిత్రము మొదలగునవి చదు [illegible] పురాణములలో సహజముగానుండు నద్భుతకల్పనలుపోను వీరి మతస్వభావము బసవని చరిత్రము కొంత తెలియఁగలదు. పాల్కురికి సోమనారాధ్యుని బసవపురా ణములోని

ద్వి. జినసమయస్థుల శిరములుదునిమి
మునువిష్ణుసమయుల ముక్కులుగోసి
అద్వైతులను హతహతము గావించి
విద్వేషబౌద్ధుల విటతటమాడి
చార్వాకవాదుల గర్వంబులణచి”

పై పద్యములవలన వీరి మతలక్షణము కొంచెము తెలియును. మతమెట్లున్నను మనకు కావలసినది ఇతిహాసమున నావిషయముల వివరించెదను. లింగధారిమతమును స్థాపించిన బసవేశ్వరుఁడు కర్ణాటదేశమునందలి హింగుళేశ్వరాగ్రహారములో మండెంగ [illegible] బ్రాహ్మణపుత్రుఁడు తల్లిపేరు మాదాంబ. పాల్కురికి సోమనరచిత బసవపురాణమునందలి కొన్ని ముఖ్యములైన పద్యముల నుదాహరించి దానినుండి తెలియ వచ్చు నితిహాసమును వ్రాసెదను.—

ద్వి. వాంపికంగవిభుని . . . బిజ్జలుని
బండారిబలదేవ దండనాయకుఁడు
శివభక్తునికిఁ బెండ్లి సేయుదునన్న
ప్రతిమలమగుతొంటి బాస తలంచి

మునకుఁ బాఱిపోయి యచ్చట రాజ్యముచేయుచున్న బిజ్జలునియొక్క దండనాయకుని కూఁతును వివాహమాడి తనమామయనంతరమునఁ దానే బిజ్జలునివద్ద దండనాయకుఁ డాయెను. ఇతని క్రొత్తమతమువలన నితనికనేకులు విరోధు లేర్పడిరి. రాజైన బిజ్జలునికి నితనికిఁ బరస్పరద్వేషము హెచ్చి కలహము సంభవించెను. ఈకలహములో బిజ్జలుఁడు ప్రాణములఁ గోల్పోయెను. తరువాత బసవేశ్వరుఁడు కపిలసంగమమువద్ద లింగమం దైక్యమైపోయెను. కల్యాణపురము రాజధానిగ రాజ్యముచేసిన పశ్చిమచాళుక్యులలో నొకఁడై క్రీ॥ శ॥ 1150-వ సం॥రం మొదలుకొని 1163-వ సం॥వఱకుఁ బరిపాలించిన రెండవతైలపునివద్ద నీ బిజ్జలుఁడు దండనాయకుఁడుగానుండి ప్రబలుఁడై చివరకు రాజు మీఁద తిరుగఁబాటొనర్చి సింహాసన మాక్రమించుకొనినట్లు తెలియవచ్చుచున్నది. ఇతఁ డంతకుముందే కల్యాణపురము స్వాధీనము చేసికొన్నను క్రీ॥ శ॥ 1162-వ సంవత్సరములో మాత్రమే రాజబిరుదముల వహించెను. ఇతని శాసనములు క్రీ॥ శ॥ 1157 సం॥ మొదలుకొని కానవచ్చుచున్నవి. 1157-వ సంవత్సర మితనిరాజ్యకాలమున రెండవ సంవత్సరమని యొక శాసనమునఁ జెప్పఁబడినది కనుక క్రీ॥ శ॥ 1156-వ సంవత్సరమున నితని పరిపాలన ప్రారంభించి యుండును. ఈ బిజ్జలుని దండనాయకుఁడు నాకాలముననే యుండితీరవలయును. పలనాటియుద్ధము బసవనిచే లింగధారి (వీరశైవ) మతము స్థాపింపఁబడినతరువాత జరిగినదని యిదివఱకే తెల్పఁబడినది గావున నీ యుద్ధము క్రీ॥ శ॥ 1150-వ సం॥ రమునకంటెఁ బూర్వమున జరిగియుండ నేరదు. అనుగురాజు కుమారుఁ డగు మల్లదేవుఁడు కల్యాణపురరాజైన వీరసోమునికూఁతును వివాహమాడినట్లు వీరచరిత్ర ప్రథమభాగమునఁ జెప్పఁబడినది. చదువరులకుఁ దెలియుటకై యీక్రిందిపద్యముల నుదహరించుచున్నాను —

ద్వి. "పయనముచేసెను బ్రహ్మ తానప్డు
సుంకరికన్నను సొంపుగరాఁగ
తనవెంట దోడ్కొని తరలిబ్రహ్మన్న
కల్యాణనగరంబు కడువేగచేరి

కల్యాణపురము నిజాము రాజ్యములో బీదరునకు 35 మైళ్ల దూరమున నున్నది. కల్యాణము నేలిన కలచూరి వంశపు రాజులలో నొక వీరసోముఁడును చళుక్యవంశపు రాజులలో నల్వురు వీరసోములును గలరు. చాళుక్య వీరసోములలో మొదటి మువ్వురు బసవేశ్వరునిచే వీరశైవమతము స్థాపింపఁబడకపూర్వమే రాజ్యము చేసినవారు గావున నైనచో మల్లదేవుని మామ నాల్గవ వీరసోముఁడే యైయుండవలయును. కలచూరి వీరసోముఁడును లింగాయత మతస్థాపనానంతరము నున్నవాఁడు గావున నితఁడును విచారణీయుఁడే. మొదట చాళుక్య వీరసోముని గుఱించి తెలిసికొనుటకై యతని వంశక్రమము వివరించెదను. దక్షిణహిందూదేశమును బాలించిన రాజవంశములలోఁ జళుక్య వంశము మిక్కిలి పురాతనమైనది. గుజరాతునం దన్హల్వాడపట్టణమున రాజ్యము చేసిన సోలంకీవంశమునకును దీనికిని సంబంధ ముండియుండవచ్చును. చాళుక్యు లుత్తరహిందుస్థానముఁ బరిపాలించిన రాజపుత్ర సంతతివారైనట్లు కానవచ్చుచున్నది. ద్రుపదునకాపద కలుగఁజేయుటకై తపించిన ద్రోణుని చుళుక (పుడిసిలి) జలమునం దొకఁడు జనించెననియు నతఁడు చుళుకజలమందుఁ బుట్టినవాఁడు గావునఁ జౌళుక్యుఁ డయ్యెననియు, నతనివంశమే చౌళుక్య (చాళుక్య) వంశమనియుఁ జేది దేశపు మొదటి శాసనములో వ్రాయఁబడినది.

ఈ వంశమునుగూర్చి వేఱువేఱుచోట్ల వేఱువేఱుగఁ జెప్పఁబడియున్నది. చాళుక్యులు రెండుశాఖలుగా నున్నారు. కళ్యాణపురము రాజధానిగ నేలినవారు పశ్చిమ చాళుక్యులనియు, రాజమహేంద్రవరము రాజధానిగ నేలినవారు తూర్పు చాళుక్యులనియుఁ ఇతిహాసమున బేర్కొనఁబడుదురు. పశ్చిమచాళుక్యుల వంశవృక్ష మీ క్రింది విధమున ఇతిహాసవేత్తల గ్రంథములలో కనఁబడుచున్నది

కీర్తివర్మ — మంగళేశుడు

- కీర్తివర్మ
  - సత్యాశ్రయుడు
    - అమరుడు
      - ఆదిత్యవర్మ
        - విక్రమాదిత్యుడు
          - వినయాదిత్యుడు (యుద్ధమల్లుడు)
            - విజయాదిత్యుడు
              - విక్రమాదిత్యుడు
                - కీర్తివర్మ
                  - ౦
              - కీర్తివర్మ
                - తైలపుడు I
                  - భీమరాజు
                    - అయ్యన
                      - విజితాదిత్యుడు
- మంగళేశుడు
  - ౧

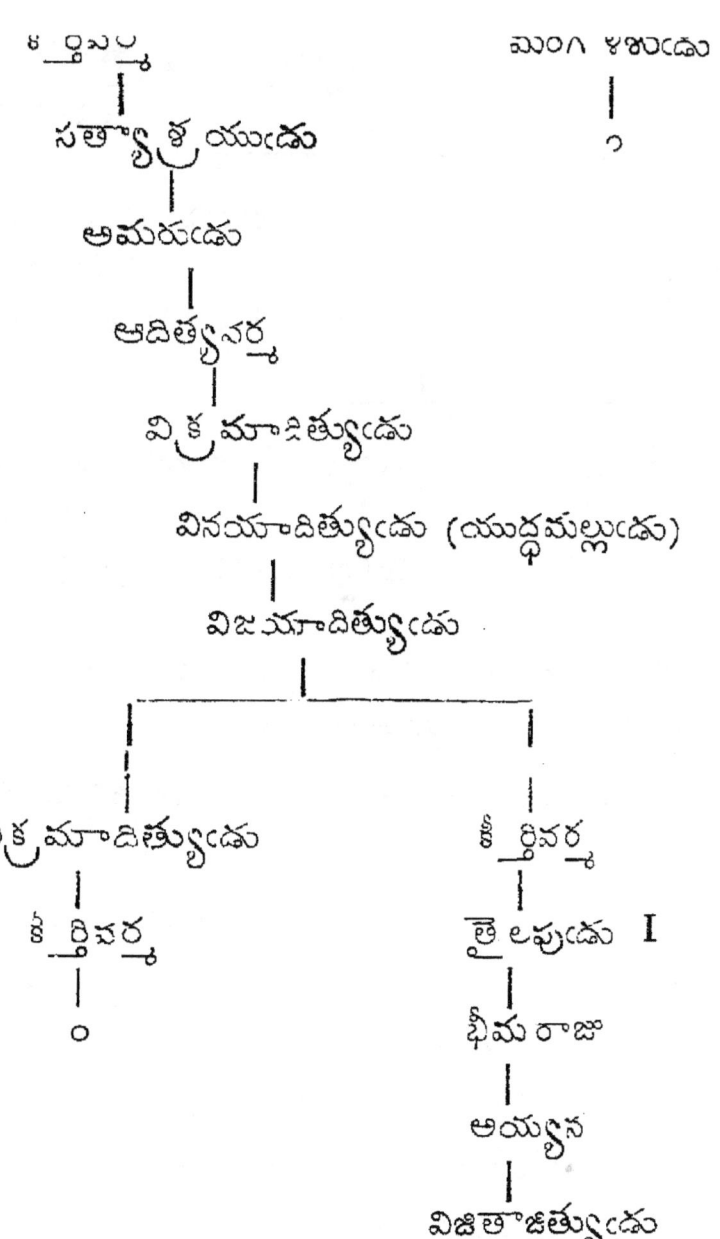

ం సోమేశ్వరదేవుఁడు I (త్రైలోక్యమల్లుఁడు,
ఆహవ మల్లుఁడు)

సోమేశ్వరదేవుఁడు II
(భువనైకమల్లుఁడు

విక్రమాదిత్యుఁడు (కలివిక్రముఁడు వీర
పెరుమాడిరాయలు)

సోమేశ్వరదేవుఁడు III (భూలోకమల్లుఁడు)

...(జగదేకమల్లుఁడు)

తైలపుఁడు II (నురుమాడి తైలుఁడు, త్రైలోక్యమల్లుఁడు)

సోమేశ్వరదేవుఁడు IV (త్రిభువనమల్లుఁడు)

జయసింహుఁడు:—ఇతఁడు రాష్ట్రకూటుల రాజైన కృష్ణుని జయించెను. ఇతని పూర్వికులు 59 మంది అయోధ్యరాజులుగ నుండిరి.

రాజసింహుఁడు.—జయసింహుని కుమారుఁడు. ఇతనికి రణరాఘవుఁడని బిరుదనామము గలదు.

పులకేశి:—రాజసింహుని కుమారుఁడు. ఇతనిచేఁ గాకుండిన దేశముపై నధికారిగ నియమింపఁబడిన సీలసాంద్ర వంశజుఁడగు శివనందుని తామ్రశాసనమువలన నితఁడు క్రీ॥ శ॥ 489-వ సం॥ లో రాజ్యముచేయుచు మిక్కిలి పరాక్రమముగలవాఁడుగా నుండినట్లు తెలియుచున్నది. ఈవూరి శాసనమువలన నితఁడు వాతాపిపురాధీశ్వరుఁడని కూడఁ దెలియుచున్నది.

కీర్తివర్మ—పులకేశి మొదటికుమారుఁడు.

విక్రమాదిత్యుఁడు—ఆదిత్యవర్మ కుమారుఁడు. ఇతని రాజ్యారంభకాలము క్రీ॥ శ॥ 592-వ సంవత్సరము.

వినయాదిత్యుఁడు—విక్రమాదిత్యుని కొమరుఁడు. ఇతనికి యుద్ధమల్లుఁడని బిరుద నామము గలదు.

విజయాదిత్యుఁడు—విక్రమాదిత్యుని పౌత్రుఁడు. ఇతఁడు క్రీ॥ శ॥ 695 సం॥ మొదలు 733 వఱకు రాజ్యము చేసెను

విక్రమాదిత్యుఁడు—విజయాదిత్యుని కుమారుఁడు. క్రీ॥ శ॥ 733 సం॥ లో రాజ్యమునకు వచ్చెను.

కీర్తివర్మ—విక్రమాదిత్యుని మొదటి కుమారుఁడు.

కీర్తివర్మ—విక్రమాదిత్యుని మనుమఁడు. అనఁగాఁ పేరు తెలియని విక్రమార్క ద్వితీయ పుత్రుని కుమారుఁడు.

తైలపుఁడు I—కీర్తివర్మకొడుకు.

భీమరాజు—తైలపుని కుమారుఁడు

అయ్యన—భీమరాజు కుమారుఁడు. కృష్ణనందనుని జయించెను.

విజితాదిత్యుఁడు—అయ్యనపుత్రుఁడు. నైజాము రాజ్యములోని యావూరి గ్రామమునం దుత్తరదిశనున్న బసవేశ్వరాలయములో నిల్వఁబెట్టఁబడిన రాతిమీది శాసనమున నితఁడు భేది (చేది?) వంశ్యుఁడైన లక్ష్మణరాజు కూతురు బొంతదేవిని వివాహ మాడినట్లు తెలియుచున్నది. చేది దేశపు మొదటిశాసనమునందలి యువరాజదేవుని తండ్రి లక్ష్మణరాజే యీలక్ష్మణరాజైన యెడల నాశాసనకాల మొకవిధముగ నిర్ణయింపవచ్చును.

తైలభూపవిక్రమాదిత్యుఁడు—విజితాదిత్యుని కుమారుఁడు. దేశము చాలమట్టుకు రాష్ట్రకూటు లాక్రమించియుండ వారిని జయించి చళుక్యరాజ్యము నుద్ధరించెను.

విక్రమాదిత్యుఁడు—దాసవర్మ పుత్రుఁడు. క్రీ॥ శ॥ 1008 మొదలు 1018 వఱకు రాజ్యము చేసినాఁడు.

అయ్యన—దాసవర్మ రెండవ కుమారుఁడు. కొడుకులు లేరు.

జయసింహుఁడు—దాసవర్మ మూఁడవకుమారుఁడు. ఇతనికి జగదేకమల్లుఁడని బిరుదనామము గలదు క్రీ॥ శ॥ 1018 సం॥ మొదలుకొని 1040 వఱకుఁ బరిపాలించెను.

సోమేశ్వరదేవుఁడు I—జయసింహునికుమారుఁడు. ఆహవమల్లుఁడు, త్రైలోక్యమల్లుఁడని రెండు బిరుదము లితనికిఁ గలవు. క్రీ॥ శ॥ 1040 సం॥ మొదలు 1069 వఱకు రాజ్యము చేసెను.

సోమేశ్వరదేవుఁడు II—ఒకటవ సోమేశ్వరదేవుని కొడుకు. భువనైకమల్లుఁడని బిరుదనామము. ప్రజారంజకుఁడు గాఁడు. క్రీ॥ శ॥ 1069-వ సం॥ మొదలుకొని 1076 సం॥ వఱకుఁ బ్రభుత్వ మొనరించెను.

విక్రమాదిత్యుఁడు—ఒకటవ సోమేశ్వరదేవుని కుమారుఁడు కలివిక్రముఁడు, వీరపెరుమాడిరాయలునని బిరుదములు కలవు వివేకహీనుఁడైన సోదరుని రాజ్యభ్రష్టుని జేసి చాళుక్యులందఱిలో నెక్కువ ప్రతాపశాలియై క్రీ॥ శ॥ 1076 సం॥ మొదలుకొని 1127 సం॥ వఱకు 51 సంవత్సరములు నిరంకుశముగఁ బరిపాలించెను. ఇతఁడు బహుభార్యా సమేతుఁడు. ఇతని రాజ్యాంతకాలమున ద్వారసముద్రపు బల్లాణుఁడు కల్యాణముమీదికి రాఁగా నితనిదక్షిణమండలేశ్వరుఁడు వెడలఁగొట్టెను.

సోమేశ్వరదేవుఁడు III—విక్రమాదిత్యుని కుమారుఁడు. భూలోకమల్లుఁడు, త్రైలోక్యమల్లుఁడని రెండు బిరుదనామములు గలవు. క్రీ॥ శ॥ 1127 మొదలుకొని 1138 వఱకుఁ బరిపాలించెను.

కొని 1163 వఱకుఁ బ్రభుత్వము చేసెను. కలచూరివంశస్థుఁడైన బిజ్జలుఁడు తైలపునివద్ద దండనాయకుఁడుగా నుండి మిక్కిలి యధికారము సంపాదించి చిట్టచివరకు దిరుగఁ బాటొనర్చి సింహాసన మాక్రమించుకొనఁగాఁ దైలపుఁ డసహాయుఁడై దక్షిణభాగమునకుఁ బాఱిపోయి పడమటి కనుమలలో డాఁగియుండెను బిజ్జలుఁడు రాజును వెడలఁగొట్టి రాజ్య మాక్రమించుకొన్నను గొన్ని సంవత్సరములవఱకు ఏకారణముచేతనో శాసనములందు దండనాయకోచితబిరుదములే యుదాహరించుచు క్రీ॥ శ॥ 1162-వ సంవత్సరములో దక్షిణమునకుఁ బోయి. ఏకచ్ఛత్రాధిపత్యాది రాజబిరుదముల వహించెను. ఇతఁడు క్రీ॥ శ॥ 1156-వ సంవత్సరములో సింహాసన మధిష్ఠించెను. తైలపుని శాసనములు క్రీ॥ శ॥ 1150 సం॥ మొదలుకొని 1163 వఱకుఁ గానవచ్చుచున్నవి. క్రీ॥ శ॥ 1157-వ సం॥రములో నితఁడు కల్యాణపురములో రాజ్యము చేయుచుండినట్లు కానంబడుచున్నది గాని యితని చిట్టచివరసంవత్సరమైన 1163-వ సంవత్సరపు శాసనములో బనవాసియందు రాజ్యము చేయుచుండినట్లు తెల్పఁబడినది.

…మేశ్వరదేవుఁడు IV—రెండవ తైలపుని కుమారుఁడు. త్రిభువనమల్లుఁడని బిరుదనామము. వీరసోముఁడని నామాంతరము. తైలపునివద్దనుండి యన్యాక్రాంతమైన కల్యాణపురము నితఁడు క్రీ॥ శ॥ 1182-వ సంవత్సరములో స్వాధీనము చేసికొని చాళుక్యరాజ్యము పునరుద్ధారణ చేసెను. బిజ్జలుఁడు నతని కుమారుఁడును బసవేశ్వరుని లింగాయతమతకలహములలోఁ జిక్కియుండుటచే నామేశ్వరుని కంతగా నాటంకములు లేకుండినట్లు తెలియవచ్చుచున్నది. మల్లదేవునికిఁ గూఁతునిచ్చినదీ వీరసోముఁడేయై యుండునేమో. ఇంకను దీనినిఁగూర్చి స్థలాంతరమునఁ జర్చింపఁబడును. యుద్ధప్రారంభమునకు ముందు నాయకురాలు …గాధికై బ్రహ్మనాయునివద్దకుఁ బంపిన రాయబారులపేరు లీ గ్రంథము యొక్క 83 దవ పుటలో నిట్లు చెప్పఁబడినవి.

యమునందును గలవు. అమరావతిలోనున్న యతని శాసనమొకటి యుదాహరించుచున్నాను. కొన్ని సంస్కృతశ్లోకములు కొంత తెలుఁగు గద్యముగలిగి శాసనము పెద్దదిగానుండుటవలనఁ గావలసినంతవఱకుమాత్ర ముదాహరించెదను.—

‘श्लो ॥ अस्ति श्रीधान्यकटकं (अमरावती) पुरं सुरपुराद्वरं
यत्रामरेश्वरो शम्भुरमरेश्वरपूजितः ।
बुद्धो देवस्ससान्निध्यो यत्रधात्रा प्रपूजितः
चैत्यमत्युन्नतं यत्र सर्वं चित्रसुचित्रितम् ॥

... ...

शाकाब्दे युगखेन्दुरूपगणिते माघे दशम्यां तिथौ
शुक्लायां गुरुवासरे शुभदिने सम्प्राप्तराज्योन्नतिः ।
श्रीमत्केतनृपस्समस्तगुरवे ग्रामान् वरेण्यान् बहून्
सम्प्रादात्सुगतेश्वराय विपुलश्रीब्रह्मसम्पद्व्रतः ॥

స్వస్తిశ్రీ చతుస్సముద్రముద్రిత నిఖిలవసుంధరాపరిపాలక శ్రీమత్త్రిణయనపల్లవ ప్రసాదాసాదిత కృష్ణవేణీనదీ దక్షిణషట్సహస్రావనీవల్లభ భయలోభదుర్లభ చోళచాళుక్యసామంతమదానేకప మృగేంద్ర విభవవామరేంద్ర శ్రీమదమరేశ్వరదేవ దివ్యశ్రీపద పద్మారాధక పరబలసాధక శ్రీధాన్యకటకపురవరాధీశ్వర ప్రతాపలంకేశ్వర కళిగళమోగదక్కె పెడ్డరగవక్కె గండరగండ గండభేరుండ జగమెచ్చుగండ అగ్నిమార్తాండ నామాది ప్రశస్తసహిత శ్రీమన్మహామండలేశ్వర కోటకేతమహారాజులు శకవర్షంబులు ౧౧౦౪ అగునేటి మాఘ శు ౧౦ గురువారంనాడు శ్రీమద్బుద్ధదేవరకు నాచంద్రతారార్కంగా నిచ్చిన యూళ్ళుకంద్రవాటిలోని కంతేరు కొండపడమటిలోని మేడికొండూరు డోకిప్రఱ్ఱు

1182-వ సం॥రమునకు సరియైన శా॥ శ॥ 1104-వ సం॥ మాఘశుద్ధ దశమినాఁడు రాజ్యమునకు వచ్చెను. శాసనములోఁ దెల్పఁబడిన వంశక్రమమం దీ కోటకేతుని తండ్రి పేరు భీమదేవుఁడని చెప్పఁబడినది. అమరావతిలోని కోటకేతుని శాసనములలో మఱియొక దానిలోని

'श्लो ॥ गोङ्कक्षितीशशशिनो भगिनी गुणाढ्या
सब्बाह्वया कमलचारुतरा स्फुटश्रीः ।
तस्याभवत् प्रियतमा पुरुषोत्तमस्य
तस्मात्तस्यां समजनि सुधारश्मिकान्तिर्विवस्व
त्तेजोराशिर्गुणगणनिधिः केतभूपोऽभिरूपः ' ॥

అను శ్లోకములవలనఁ గేతనృపునితండ్రి భీమదేవుఁడు గొంకరాజు సోదరిని వివాహమాడినట్లును నాదంపతులకుఁ గేతరాజుపుట్టినట్లును మనకుఁ దెలియుచున్నది. దీనినిఁబట్టి కోటకేతుఁడు గొంకరాజు మేనల్లుఁడగును. ఈగొంకరాజు క్రీ॥ శ॥ 1127-వ సం॥రం మొదలుకొని 1158-వ సం॥ వఱకు రాజమహేంద్రవరము రాజధానిగ రాజ్యముచేసిన తూర్పు చాళుక్యుఁడు. వేల్పూరి రామేశ్వరస్వామి యాలయములోఁ గోటకేతుఁడు క్రీ॥ శ॥ 1182 సంవత్సరమునఁ దనతల్లి సుబ్బమదేవికి ధర్మార్థముగా బ్రాహ్మణులకు భూదానముచేసిన శాసనములో

'श्लो ॥ ग्रामं कोकल्लुनामानं प्रशस्तं सस्यसम्पदा ।
विद्वद्भ्यो द्विजवर्येभ्यो जननीश्रेयसेऽददात् ' ॥

అను శ్లోకమున నితఁడు కోకల్లుగ్రామమిచ్చినట్లు కలదు. నే నుదాహరించిన చేది దేశపుశాసనముల రెంటిలో మొదటిదానియందు యువరాజదేవుని వంశావళి కోకల్లని

ఒక్కై రాయబారిగ పోయియుండవచ్చుననియు నూహించినచో నసంబద్ధము గాదు. పల్నాటి రామేశ్వరస్వామి యాలయములోనే కోటకేతరాజు కొడుకు గణపయ దేవ చక్రి శ్రీపాదపంకజభక్తి పరాయణుండైన కేతనబాలుండు క్రీ॥ శ॥ 1240-వ సం॥లో తమ తల్లికి ధర్మార్థముగ నిచ్చిన దానశాసనము కలదు. దీనింబట్టి కోటకేతుని కొడుకు గణపరాజు క్రీ॥ శ॥ 1240-వ సం॥రములో రాజ్యము చేయుచుండినట్లు తేటపడుచున్నది. కనుక కోటకేతుండు క్రీ॥ శ॥ 1182-వ సం॥రము మొదలుకొని 1240-వ సం॥రమువఱకో లేక కొన్ని సంవత్సరములు తఱుఁగుగనో ప్రభుత్వ మొనర్చియుండును పల్నాటి యుద్ధము కోటకేతుండు సింహాసన మారోహింపకపూర్వమే జరిగినట్లు కానుపించుచున్నది. ఈయుద్ధములో నలగామరాజు తనకు సహాయులుగా రమ్మని కొంతమంది రాజులకు లేఖలు వ్రాసెను. ఆరాజుల పేరు లీ గ్రంథముయొక్క 26, 27 పుటలలోఁ జూడఁగలరు.

'సీ. ధరణికోటపురికి దత్తుఁడై నట్టి
భీమదేవుండను పృథ్వీశునకును"

అను 26-వ పుటలోని పఙ్క్తులవలన ధరణికోట రాజప్పుడు భీమదేవుఁడనియు కోటకేతుఁడు కాఁడనియు నేర్పడుచున్నది ధరణికోటకు వెనుక ధరణాలకోట, ధన్యాంకోటయను పేరులుండినట్లు గ్రంథమువలనఁ దెలియఁ చున్నది. పల్నాటియుద్ధకాలమున ధరణికోటరాజుగానున్న భీమదేవుఁడు కోటకేతుని తండ్రియే. క్రీ॥ శ॥ 1127 మొదలుగొని 1160 వఱకు రాజ్యముచేసిన గొంకరాజు తోఁబుట్టువును వివాహమాడెను గాన క్రీ॥ శ॥ 1140-వ సం॥రముననో లేక యాప్రాంతముననో రాజ్యముచేయుట కారంభించి క్రీ॥ శ॥ 1182 సం॥రమువఱకుఁ బాలించియుండును. పల్నాటియుద్ధము జరిగినప్పటికి కోటకేతుఁడు సింహాసన మధిష్ఠింపకపోయినను రాయబారము మొదలగు కార్యములను నిర్వర్తించుటకుఁ దగిన వయస్సుగలవాఁడై యుండుటచేత రాజ్యభారము వహించుటకు సిద్ధముగానుండి యుండవలయును కావునఁ బల్నాటియుద్ధము

కోటకేతుఁడు సింహాసన మెక్కకముందె జరిగెనని నిర్ధారణచేయఁబడియుండుటచేత 1182సం॥కుఁ బిమ్మటను జరిగియుండనేరదు. కాఁబట్టి పల్నాటియుద్ధము 1173, 1182 సం॥రముల మధ్యమున జరిగినదని నిశ్చయముగఁ జెప్పవచ్చును. నలగామరాజునకు సహాయుఁడుగా సాగిపోతరాజను నతఁడు వచ్చినట్లు చెన్నపట్టణమునందలి లిఖితపుస్తకాగారములోని ప్రతిలోఁ గానవచ్చుచున్నది. సాగిపోతరాజు గుడిమెట్ట నేలినవాఁడు. వెల్లూరి తిరుమలయ్య తనగుఱ్ఱము నపహరించిన పోతరాజు నేడుదినములకుం జావఁ దిట్టిన చాటుధారయని యప్పకవి యుదాహరించినట్టి

ఉ. "హాయమదిసీతపోతవసుధాధిపుఁడారయ రావణుండు ని
శ్చయముగ నేనురాఘవుఁడ సహ్యజవారిధిమారుఁడంజనా
ప్రియతనయుండు లచ్చనవిభీషణుఁడా గుడిమెట్టలంక నా
జయముచుబోతరక్కసుని చావును నేవడనాఁడు సూడుఁడీ."

యను పద్యమీ సాగిపోతరాజును గూర్చియే. గుడిమెట్ట కృష్ణాజిల్లాలో నందిగామకు 8 మైళ్ళదూరమునఁ గృష్ణానదీతీరమం దున్నది. సాగిపోతరాజుయొక్క క్రీ॥ శ॥ 1199-వ సంవత్సరపు శాసనము బెజవాడ దుర్గామల్లేశ్వరస్వామి కల్యాణమండపములో నీశాన్యభాగ స్తంభపు తూర్పు పలకమీదఁ జూచితిని. ఇప్పుడు దీనిలోని యక్షరములు చాలవఱకు మాసిపోయి యస్ఫుటముగఁ గానవచ్చుచున్నవి. ఇతనిశాసనములు మఱికొన్ని కనుఁగొనఁబడినవి. వీనివలన నీయన 1199 సం॥రమునకుఁ బూర్వమే రాజ్యభారము వహించి 13-వ శతాబ్ద్యాదియందుఁ గొన్నిసంవత్సరములు జీవించి యుండినట్లు తెలియుచున్నది గావునఁ బల్నాటి యుద్ధములోనుండియే యుండవచ్చును. యుద్ధమిఁక సుమారు నాలుగు సంవత్సరముల యాఱుమాసములకు జరుగుననఁగా నలగామరాజు మల్లదేవునికొనర్చిన మందపోటు నుపద్రవములో నీక్రిందిరాజుల సాహాయ్యము కోరుమని నాయకురాలు నలగామున కాలోచనసెప్పినట్లు శ్రీనాథరచితమని

మలిదేవుడన్నను మండుచుండుకురు."

వీనిలో వెలనాటిచోడుఁ డుదాహరింపఁబడినాఁడు. ఇప్పుడు చందవోలు బాపట్ల చుట్టుప్రక్కలనున్న దేశమే వెలనాడని శాసనములవలనఁ దెలియుచున్నది. వెలనాటికిఁ గమ్మనాడను నామాంతరము గలదు. వెలనాటిచోడుఁడు కుళోత్తుంగ చోళ గొంకరాజు కుమారుఁడు. ఇతని యసలు పేరు రాజేంద్రచోడుఁడు. రాజేంద్రచోడునికి వెలనాటిచోడుఁడని నామాంతర మున్నట్లు మంచన కేయూరబాహుచరిత్రములోని యీక్రింది పద్యములవలనఁ దెలియుచున్నది.—

క. "ధీరుండాగోవిందన, కూరిమినందనుఁడు వెలసెఁ గొమ్మనగొంక
క్ష్మారమణునకుదయించిన, వీరుఁడు రాజేంద్రచోడవిభు ప్రెగ్గడయై

సీ. నవకోటిపరిమితద్రవిణమే భూపాలు, భండారమున నెప్డు పాయకుండు
నేకోనశతదంతు లేరాజునగరిలో, నీలమేఘంబుల లీలగ్రాలు
బలవేగరేఖనల్వదివేలతురగంబు, లేనరేంద్రునివాగె నెపుడుదిరుగుఁ
బ్రతివాసరంబు డెబ్బదియేనుపుట్లు నే,యేవిభు మందల నెపుడుకలుగు

గీ. నట్టియధికవిభవుఁడగుకుళోత్తుంగరా
జేంద్రచోడనృపతికిష్ట సచివ
తంత్రముఖ్యుఁడనుగుమంత్రి గోవింద నం
దనుఁడు కొమ్మనప్రధానుఁ డొప్పు.

ఉ. ఇల వెలనాటిచోడ మనుజేంద్రునమాత్యత యానవాలుగాఁ
గులతిలకంబుగా మనినకొమ్మనప్రెగ్గడ కీర్తిమాటలన్
దెలుపఁగనేల తత్క్రియఁబ్రతిష్ఠితమైన తటాకదేవతా
నిలయమహాగ్రహారతతి నేఁటికి నెల్లెడఁ దానచెప్పఁగన్."

జబ్బల్పూరువద్దనున్న బిల్హారియందలి శాసనమున యువరాజదేవుని తాత కెయూరవర్షుఁడు చళుక్యవంశజరైన నోహలాదేవినిఁ బెండ్లాడినట్లున్నది దీనివలన హైహయులకుఁ జళుక్యులకు పూర్వమునుండి సంబంధబాంధవ్యము లున్నట్లు తెలియుచున్నది. కావున హైహయుఁడగు మల్లదేవుఁడు చాళుక్యుఁడగు వీరసోమునికూఁతుసు వివాహమాడిన నాడి యుండవచ్చును. ఈ యభిప్రాయముతోఁడనే యీ గ్రంథముయొక్క 4-వ పుటలోని పద పఙ్క్తిని వ్రాసితిని. తరువాత నాకు దొరకిన "యలరాజు రాయబారము" కథ గల గ్రంథము చూడ విషయములు వేఱుగఁ గాన్పించుచున్నవి. అలరాజు రాయబారము కథలోఁ (యుద్ధమునకు ముందు) గొమ్మరాజుభార్య బ్రహ్మనాయునితో నీక్రింది వాక్యములు చెప్పినట్లు గలదు.—

"ద్వి. వినవయ్య నాయుడ విన్నవించెదను
తరుణిమాయత్తకు దనయులేడుగురు
ఏడ్వురికొక్కడె యెలమినాసుతుడు
కల్యాణమేలుచు ఘనుడుమామామ
ఆడదేవరగొల్చి హరిపురికేగె
బదుగురుతనయులు బదితెర్వలైరి"

ఈ వాక్యములవలన నలరాజు రాయబారమునాఁటికే (యుద్ధమునకుముందే) కొమ్మరాజు తండ్రి వీరసోముఁడు మృతినొందినట్లు స్పష్టపడుచున్నది. కొమ్మరాజుతండ్రియే పెదమల్లదేవుని మామ. చాళుక్యుఁడైన నాల్గవ వీరసోముఁడు 1182-వ సంవత్సరములో సింహాసనమునకు వచ్చి పల్నాటియుద్ధము జరిగినతరువాతఁ గూడఁ గొన్ని సంవత్సరములు బ్రతికినాఁడు. కనుక మల్లదేవునిమామ చాళుక్యవీరసోముఁడు కాక మఱియొక వీరసోముఁ డైయుండవలయునని విశదమగుచున్నది. మల్లదేవునిపెండ్లినాఁటి కతనిమామయైన వీరసోముఁడు కల్యాణము నేలుచుండినట్లే గ్రంథములోఁ జెప్పఁబడి

చేతను బాలించినట్లు శాసనపత్త్రుల అభిప్రాయము. ... బిజ్జలుఁడనియు, సోమేశ్వరదేవుఁడనియు నితనికి మూఁడు నామములు. ఇతని రాజ్యకాలము 1165-వ సం॥ మొదలు 1176-వ సం॥వఱకు అగుటవలన యుద్ధమునకుఁ బూర్వము షుమారు 10 సంవత్సరముల క్రిందట జరిగిన మల్లదేవుని పెండ్లికాలమునఁ గల్యాణము నేలుచుండి యుద్ధము జరగకముందే చనిపోయిన వీరసోముఁడితఁడే యగును. కావున మల్లదేవుని మామయైయుండుటకు సందియములేదు. కనుక బిజ్జలుని కుమారుఁడైన నారసోముఁడే కొమ్మరాజుతండ్రి యగును. కొమ్మరాజు యుద్ధమునకుఁ బోవ వప్రతని నమసించియున్న యంకాళశక్తి

" ద్వి. శీలము రఘురామ చెప్పెద వినుము
మావారు కల్యాణమందుననుండి
ఘనరాజ్యసంపదల్ కడకు బోఁదోలి
పొలుపొందగా విష్ణు పోరుకందఱము
లోనయివచ్చుట లోకంబులెఱుగు
నీవు పెట్టినచిక్కు నీవెఱుంగుదువు
అందఱ మాయచే హతముగావించి
పరగ నీవిటువంటి పనియూహచేసి
నన్నెడబాపుట న్యాయమా నీకు."

అని బ్రహ్మనాయునితోఁ బలికినట్లు వీరచరిత్రములో నొకభాగమైన కొమ్మరాజు యుద్ధములోఁ జెప్పఁబడినది. కల్యాణపట్టణములో దన్నాదరించువారు లేరనియుఁ బలనాటిలోనున్న కొమ్మరాజొక్కఁడు యుద్ధరంగమునకుఁ బోవుచున్నాఁడనియుఁ దన కిక నాధారము లేదనియు నంకాళశక్తి విలపించినట్లు పై నుదహరింపఁబడిన ద్విపదుల వలన నర్థము కాఁగలదు. దీనినిఁబట్టిచూడఁ బల్నాటి యుద్ధకాలమునఁ గొమ్మరాజు

1176-వ సం॥ తరువాతనే జరిగియుండవలయును. ఈకాల మిదివఱకుఁ గ్రీ॥ శ॥ 1173, 1182 సం॥ల మధ్యమున జరిగియుండవలయునని నిర్ధారణచేసినకాలమునకు సరిపోవుచున్నది. యుద్ధమునాఁటికిఁ గలచూరివంశము పూర్తిగ క్షీణదశలోనున్నదని చెప్పఁబడుటవలనను, గలచూరివంశము క్రీ॥ శ॥ 1182-వ సంవత్సరమునఁ బూర్తిగ నశించినందువలనను యుద్ధము 1182-వ సం॥ నకుఁ బూర్వము కడు స్వల్పకాలము లోనే జరిగియుండవలెను. ఇది 1173, 1182 సం॥ల మధ్యమున జరిగినట్లు నిర్ధారణ చేయఁబడినది గనుక జరిగిన సంవత్సరము 1182 సం॥ రకు దగ్గఱగను 1173 సం॥ నకు దూరముగను నుండితీరవలయును. ఇట్టి సంవత్సరము 1178 సం॥ నకు వెనుకనుండ నేరదు గనుకను యుద్ధమునకుఁ బూర్వము కొమ్మరాజు తండ్రి చచ్చియుండుటవలన నది 1176 సం॥ నకుఁ బిమ్మటనే జరిగియుండును గనుకను మఱింతసూటిగాఁ గ్రీ॥ శ॥ 1178, 1182 సంవత్సరముల మధ్యమునఁ బల్నాటియుద్ధము చేయఁబడినదని నిశ్చయింపవచ్చును. గ్రంథములో ననుగురాజు కార్తవీర్యుని కేడవతరమువాఁడుగాఁ జెప్పఁబడినదని యిదివఱకే తెల్పియుంటిని. రావణుఁడు నర్మదానదీతీరమున శివపూజచేయుచుండఁ గార్తవీర్యార్జునుఁడు నర్మదలో జలక్రీడలు సల్పుటయు, నతనివేయిచేతులచేత నడ్డగింపఁబడిన జలప్రవాహ మెగఁదట్టి రావణునిపైఁ దొట్టుటయు వారిద్దఱు కలహించుటయుఁ బురాణప్రసిద్ధవిషయంబులు గానఁ గార్తవీర్యుఁడు రావణునికి సమకాలీనుఁడై యుండవలయును. రావణుఁడు రాముఁడు నేకకాలమందుండినవారు. రామాయణ కాలము క్రీ॥ పూ॥ 13-వ శతాబ్దికి ముందేకాని తరువాతనైయుండదని రమేశ చంద్రదత్తు మొదలగు పండితులు వ్రాసియున్నారు. అనఁగా నిప్పటికి మూఁడువేల రెండువందల సంవత్సరములకుఁ బూర్వమున నగును. కార్తవీర్యార్జునుఁడు రామాయణ కాలముననుండినవాఁడగుటచే నతఁడును మూఁడువేలసంవత్సరముల క్రిందనే యుండితీరవలయును. అనుగురాజు కార్తవీర్యుని కేడవతరమువాఁడే యైనయెడలఁ దరమునకుఁ బూర్తిగ నూఱేండ్లప్రకారము చూచినను సుమారు రెండువేలసంవత్సరముల క్రిందట

of seven years war from 1080 A, D to 1087, which was carried on by Brahma Nayudu and Twelve other land-holders and graziers against two towns, Gurzala and Macherla in the Palnad country and which originated in a dispute at a Cock-fight In Ant Vo. I. page 273 (1080 సం॥ మొదలు 1087 సం॥ వఱకు జరిగిన యేడుసంవత్సరముల యుద్ధచరిత్రము. బ్రహ్మనాయుఁడు మఱి పన్నిద్దఱు భూస్వాములు పశువుల మేపరులు గలిసి పల్నాటిదేశములోని మాచెర్ల, గురిజాల అను రెండు పట్టణములమీఁద యుద్ధముచేసిరి ఒకకోడిపందెములో సంభవించిన కలహ మీయుద్ధమునకు మూలకారణము)." వీరు నిర్ణయించిన కాలమున కాధారములు చూపఁబడకపోవుట యటులుండఁగా యుద్ధమునుగుఱించి యిచ్చిన యభిప్రాయమునుఁబట్టి చరిత్ర మెంతమట్టుకు గ్రహించిరో చదువరులే యూహింపఁగలరు. గతానుగతికులై టెయిలరు (Taylor) మొదలగువారిట్లే నిరాధారముగా విపరీతములు వ్రాసినారు గాని యవియన్నియు నిటఁ దెల్పుట యనవసరము.

క గజనభగుణ చంద్రాదుల
భజనుండాషాఢశుద్ధ పక్షంబందున్
(విజయసమబాహుబలుఁడ
కృజముగఁ) బల్నాటివీరగజమనిఁ బడియెన్

అను నొకచాటుపద్యము వాడుకలో నున్నది. ఈపద్యము దుష్టమగుటకుఁదోడు దీ ప్రకారము యుద్ధకాలము శా॥ 1308 లేక క్రీ॥ 1386-వ సంవత్సరమగుచున్నది ఈకాలమునాఁటికి దేశము కొండవీటిరెడ్ల స్వాధీనమైనది. కాన నీపద్యమెంతవిశ్వాస్యమో నేను వివరింపఁబనిలేదు.

పైనిఁ జూపఁబడిన నిదర్శనములన్నిటివలనఁ బలనాటివీరులు చేదిదేశమునుండి 12-వ శతాబ్దియందు వచ్చి 1178, 1182 సం॥ మధ్యమున యుద్ధముచేసిరని స్పష్ట

డుటవలనఁ దిరిగి స్వదేశమునకుఁ బోవుట కిలువేల్పయిన చెన్నకేశవుఁ డిష్టపడలేదనియు. నందుచేఁ బలనాటిలోనే స్థిరపడిరనియు గ్రంథములోఁ జెప్పఁబడినది. ఎన్ని సంవత్సరముల క్రిందటనో కార్తవీర్యుఁడు చేసినపాపము లతనిపూర్వుల నెవరిని బాధింపక యనుగురాజునే యేల బాధించెనో తెలియరాదు. తీర్థయాత్రకు వెడలినచో రాజ్యమునఁ దమ ప్రతినిధి నెవ్వరినోయుంచి బయలుదేఱుదురు కాని దేశము నరాజకము చేసి యిలువేల్పును గూడఁ బెఱికికొని కట్టగట్టుక యందఱు నొక్కసారి బయలువెడలి యుండరు. కార్తవీర్యుఁడు చేసినపాపములు చేదిదేశమునంటికొని వదలకయుంట దురవగాహము. ఏది యెట్లున్నను దాను దేశము విడిచిపోవలసి వచ్చినప్పుడు తనపూర్వుఁడైన కార్తవీర్యుఁడు చేసిన పాపము లనుగురాజునకు జ్ఞప్తికివచ్చియుండుట వాస్తవము

ప్రాచీనభారతకథేతిహాసము (Early History of India) వ్రాసిన స్మిత్తు దొరగా రిట్లు నుడువుచున్నారు.—"The Kalachuri or Haihaya Rajas of Chedi are last mentioned in an inscription of the year 1181 A. D and the manner of their disappearance is not exactly known, but there is reason to believe that they were supplanted by the Bhugels of Rewa. (చేదిదేశముయొక్క కలచూరి లేక హైహయ వంశపురాజులు క్రీ॥ శ॥ 1181-వ సంవత్సరపు శాసనములోఁ జివరసారి యుదాహరింపఁబడియున్నారు. వారెట్లు పోయినది సరిగాఁ దెలియదు. కాని రీవాభగేలులు వారిస్థానమునకు వచ్చిరని నమ్ముటకుఁ గారణము కలదు.)" 11-వ శతాబ్దప్రారంభమునుండి చేదిదేశము విభజింపఁబడి యొకరికంటె నెక్కువమంది రాజులక్రింద నుండినట్లు చరిత్రవలనఁ దెలియుచున్నది పల్నాటి యుద్ధకాలమున హిందూదేశముమీఁదికి మహమ్మదీయులు దండెత్తివచ్చుచుండిరి ఈమహమ్మదీయుల

---

* చంద్రవంకలోనని కొందఱు చెప్పుచున్నారు ఈకడగల గ్రంథభాగము దొరకలేదు.

"శా. నానాచిత్రపటుప్రతానములు రత్నస్వర్ణభూషావళుల్
ధేనువ్రాశమిభాశ్వసంఘ మతిభక్తిస్ఫూర్తిగాఁ గన్యకా
దానప్రోత్సవవేళ నల్లునకుఁ జేతఃప్రీతిగా నిచ్చె స
న్మానంబొప్ప నొసంగెఁ బుత్రికకుఁ బల్నాడైదుదేశంబులున్."

అను పద్యమువలనఁ దెలియును. 'పల్నాడైదుదేశంబులున్" అనఁగా నైదుదేశములు కలిసిన పల్నాడో పల్నాడుమఱియు నైదుదేశములో వివరములేదు చందవోలు రాజప్పుడు ధవళశంఖుఁడని యావీరభద్రకవి వ్రాయుచున్నాఁడు. ధవళశంఖుని శాసనము లెచ్చటఁ గానరావు అతనిపేరు చరిత్రలో నెచ్చటఁ గనఁబడదు. పల్నాడంత దేశము నన్యులకు సర్వస్వతంత్ర రాజు లీవలయును గాని తక్కినవా రీఁజాలరు. అనుగురాజిక్కడకు వచ్చునప్పటికి దేశమునందు సర్వస్వతంత్ర రాజులు తూర్పుచాళుక్యులు చాళుక్యులలో ధవళశంఖుఁడు లేఁడు. ఆకాలపుశాసనములు చందవోలులో వెలనాటి గొంకరాజుది యొకటి వెలనాటిచోడునిది మఱియొకటి కానవచ్చుచున్నవి గాని ధవళశంఖుని శాసనములు లేవు. చెన్నపట్టణమునందలి లిఖితపుస్తకభాండాగారములోని ప్రతియందుఁ దనకు సహాయులుగారమ్మని నలగామరాజు రాజులకు లేఖలు వ్రాసిన స్థలమున 'మామగు తమగొంకమహీపాలునకును" అని లిఖింపఁబడినది. ఈముద్రిత గ్రంథములో "మామగుండముకోట మనుజేశునకును" అని వ్రాయఁబడియున్నది. లిఖితపుస్తకాగారములోని ప్రతిప్రకారము నలగామరాజు మామగొంకఁడేయైన పక్షమున ననుగురాజునకుఁ గూఁతునిచ్చినది 1127 సం॥ మొదలుకొని 1158 సం॥ వఱకు రాజ్యముచేసిన కుళోత్తుంగ చోడ గొంకరాజై యుండవలయును. దీనికి నిదర్శనముగాఁ బల్నాడాకాలమునఁ గుళోత్తుంగ చోడగొంకరాజు స్వాధీనములో నున్నదని తెల్పలకై కారెంపూడి సురేశ్వరస్వామియాలయములో 115[illegible] సం॥న నతనిశాసనముకలదు. నలగామరాజుమామయని చెప్పఁబడిన గొంకమహీపాలుఁడు వెలనాటిచోడుఁడగును.

[illegible] ధర్మముగా నిల్పె......

ఈ శాసనములోని కొమ్మనప్రెగ్గడ కేయూరబాహుచరిత్రమునందలి కొమ్మన ప్రెగ్గడయే. కనుక శాసన సంవత్సరమునుబట్టియుఁ గేయూరబాహుచరిత్ర ప్రథమాశ్వాసములోని 19, 20, 21, 22, 23, 24, 25 పద్యములనుబట్టియుఁ బై శాసనములోని కులోత్తుంగ గొంకరాజు వెలనాటిచోడుఁడే యని స్పష్టపడక మానదు. అయినను బొన్నూరు డివిజనులోఁ జేరిన నిడుబ్రోలు గ్రామ మధ్యముననున్న చోడేశ్వరస్వామి యాలయమునందఱి రాతిమీది శాసనమువలనను నర్సరావుపేట తాలూకానందలి యల్లమంద కోటీశ్వరాలయములోని శాసనమువలనను వెలనాటి గొంకరాజును రాజేంద్ర చోడుఁడును జతుర్థకులజులని తెలియుచున్నది గాన నీవిషయ మింకను విచారణీయము. మల్ల దేవుఁడు మాచెర్ల విడిచి మండాదికి వలసపోవునప్పటి కనుగురాజు నలువదియేండ్లును నలగామరాజు పదుమూఁడేండ్లును బల్నాటిలో రాజ్యముచేసినట్లు మండాదివలస కథలో వ్రాయఁబడినది. మండాదివలస తరువాత షుమారు 7 సంవత్సరముల 6 మాసములకు యుద్ధము జరిగినది. యుద్ధము 1178, 1182 సంవత్సరముల మధ్యమున జరిగినదని యిదివఱకే నిర్ధారణచేయఁబడినది. ఇది 1178-వ సం॥లో జరిగినను లేక 1182సం॥లో జరిగినను మండాదివలస నాఁటి కనుగురాజు 40 సం॥లును నలగామరాజు 13 సం॥లును రాజ్యముచేసినది నిజమేయైనపక్షమున ననుగురాజు పల్నాటికధిపతియైన సంవత్సరము 1118-వ సంవత్సరమో లేక 1122-వ సంవత్సరమో యగును. కాని యనుగురాజు పల్నాటికధిపతియైనది 1127 సం॥ మొదలుకొని 1158 సం॥ వఱకు రాజ్యముచేసిన కులోత్తుంగ చోడగొంకరాజుకాలములోనని యింతకుముందు విశదపఱచియుంటిని. కావున ననుగురాజో నలగామరాజో మండాదివలస కథలోఁ జెప్పఁబడినట్లు గాక కొన్ని సంవత్సరములు తక్కువగా రాజ్యముచేసియుండవలెను. అనుగురాజు వివాహమాడిన కథగల గ్రంథభాగము, శ్రీనాథవిరచితము, నాకు లభింపలేదు. దానిలో నెట్లుండునో తెలిసినయెడల మఱియెక్కువ నిశ్చయముగా వ్రాయవచ్చును హైహ

శేశ్వరుని సన్నిధిని చెన్నరాయులవారి గుడి యెత్తించ .. ..దు కొనిలమస్యంవి శకవర్షంబులు ౧౨౪౯ క్రోధిసంవత్సర . . . . కార్తిక . .౧౦ గు॥ చంద ప్రసిద్ధ గరుడకంబ" ఈ శాసనకాలమునకు షుమారు 4 సంవత్సరముల క్రిందటనె ప్రతాపరుద్రుడు మహమ్మదీయులచే ఢిల్లీకి బట్టుకొనిపోబడి దేశము తురుష్కుల స్వాధీనమాయెను. శాసనము కొత్తిగ నగుపడుటలేదనియు నయోధ్యరాజు కొలువులో నున్న యొకవణిజుడేమో కట్టించి శాసనము వ్రాయించెననియు సూయలుగారు వ్రాసి యున్నారు ఎరునతాన్వయరాజు భార్యయైన మైలమాదేవి శాసనము ద్రాక్షారామ భీమేశ్వరాలయములో నున్నట్లు సూయలు శాసనపత్రికలో నుదాహరించినాడుగాని యాశాసనము నాకు లభింపకపోవుటచేత నామైలమాదేవి యనుగురాజుభార్యయైన మైలమాదేవియో కాదో చెప్పజాలకున్నాను పల్నాటివీరుల పేరులుగల గ్రామము లిప్పటికి గలవు. అనుగురాజు పేర నలుగురాజుపల్లె పల్నాటిలో గలదు. అనుగురాజని శ్రీనాథగ్రంథమందు నలుగురాజని వీరభద్రకవిగ్రంథమందు గానబడుచున్నది. అలుగురాజను నామమే యథార్థనామమై యుండవచ్చును. ఆలరాచమల్లు పేర మాచెర్ల కాఱుమైళ్లదూరముగ రాచమల్లువాడుగలదు. ఝుట్టిరాజు పేర తుమ్మకోటకు నాలుగు మైళ్లదూరమున ఝుట్టిపాలెము కలదు తుమ్మకోటవద్దనున్న మల్లవరము మల్లదేవుని పేరి గ్రామమైయుండును. అనుగురాజు సముద్రస్నానమునకు వెళ్లినపుడు దొడ్డనాయని పేర నాయునిపల్లెయు శీలాంబ పేర జీరాలయయు బేర్నని పేర బేరాలయు గట్టెనని వీరభద్రకవి వ్రాసినాడు నాయకురాలి పేర "నాయకురాలికనుమ" అని యొక కనుమ గలదు. ఇది కార్యమపూడికిని మేళ్ళవాగునకును మధ్యమున నున్నది. వీర మేడపి నుండి బాలచంద్రుడు యుద్ధమునకు వచ్చుచుండ గార్యమపూడి కనుమలో నాయకురాలు వంగచాచి యడ్డముగ నిల్చుండెననియు నదిచూచి బాలచంద్రుడాడువారితో గలహించుట యుచితముకాదని ఖడ్గముచే గొండయొక్క యొకప్రక్కను నఱికి త్రోవచేసికొని కార్యమపూడి చేరెననియు జనులు చెప్పుదురు. బాలచంద్రుడు డెక్కి

యున్నది. మహాదేవచర్లయు మాచర్ల గా మారియుండవచ్చును మాచర్లలోనున్న చెన్న కేశవుని దేవాయము బ్రహ్మనాయుఁడు కట్టించెనని ప్రతీతిగలదు. ఈ యాలయములోని పనితనము, హనుమకొండ వేయిస్తంభముల గుడిలోని పనితనము నొక్కతీరుగ నున్నవి. ఫర్గ్యుసన్ గారు "ఈస్టరన్ అండు ఇండియన్ ఆర్కిటెక్చర్ (Eastern and Indian Architecture) అను గ్రంథమున హనుమకొండ యాలయమును గురించి యిట్లు వ్రాసిరి "According to an inscription on its walls the temple was erected in 1164 A D. by Pratapa Rudra who, thoughnot exactly himself a Chalukya in blood, succeeded to their possessions and style." దీనివలనఁ బ్రతాపరుద్రునిచేఁగట్టఁబడిన యీ దేవాలయములోఁ జాళుక్యశిల్పము కలదని తెలియుచున్నది. మాచెర్లయాలయములోని శిల్పము నట్టిదే కాన నదికూడఁ జాళుక్యశిల్పమై యుండును. బ్రహ్మనాయుఁడు చాళుక్యులకాలములోని వాఁడగుటవలన మాచెర్లయాలయము చాళుక్యశైలి ననుసరించి యతఁడేకట్టించెనని చెప్పవచ్చును. యుద్ధావసానము పూర్తిగవర్ణింపఁబడిన శ్రీనాథరచిత గ్రంథభాగము నాకు దొరకలేదు. బ్రహ్మనాయుఁడు యుద్ధములోఁ జచ్చినవారినందఱ బ్రతికించి వెంటఁబెట్టికొని గుత్తికొండ బిలములోఁ బ్రవేశించె ననియు నందఱు నిజస్వరూపములు గైకొనిరనియు నందులో బ్రహ్మనాయుఁడు విష్ణురూపము నాయకురాలు యోగమాయారూపమునందిరనియు వీరభద్రకవి వ్రాసినాఁడు. మల్లయ్యయనునొకఁడు వీరచరిత్ర ద్విపదులతో రచించినాఁడు. అది చెన్నపట్టణమునందలి లిఖితపుస్తకాలయములో నున్నది. చిట్టచివరకు బ్రహ్మనాయుఁడును బచకుల బ్రహ్మయుఁ బోరాడిరనియుఁ బచకుల బ్రహ్మ హతుఁడాయెననియుఁ దరువాతఁ జింతపల్లి రెడ్డి బ్రహ్మనాయునిమీదికిఁబోయి మూర్ఛిల్లి పడిపోయెననియుఁ బిమ్మట నాయకురాలు కదియఁగ స్త్రీతోఁ బోరాడుట యుచితముకాదని బ్రహ్మనాయుఁ డూరకుండ నాయకురాలే యతనిని బొడిచెననియు నతఁడామెయొక్క గుఱ్ఱమును బొడిచి చంపఁగా దిగి పాఱి

వీరులఁగుఱించి వీరచరిత్రమునఁగాక ఇతిహాస గ్రంథాంతరములయం దెచ్చటనైన గలదేమోయని విచారింపఁగాఁ గొండవీటి దండకవిలెలో మోహనరాజు గోపాల రాజు నను నిద్దఱు జైనులు ఉత్తరాదినుండి కుష్ఠవ్యాధి బాధితులై యనేక తీర్థ యాత్రలుచేయుచు గుంటూరునకు వచ్చి గుండువద్ద నెఱ్ఱచెఱువులో స్నానము చేయఁగా వ్యాధి కుదిరెననియు వారచ్చటనేయుండి యగస్త్యేశ్వరునికి మంటపప్రాకా ములు కట్టించి ధనమును వినియోగించిరనియు వ్రాయఁబడియున్నది. ఇది మన యనుగ రాజు మొదలగువారి విషయముగనే కన్పట్టును. దండకవిలె వ్రాసినయతఁడు వినికిడి బట్టి నిజము తెలియక యిట్లు వ్రాసియుండును దండకవిలెలో విషయము లెంతసూటిగా వ్రాయఁబడినవో యా గ్రంథములోని యీ క్రింది వాక్యములవలనఁ దేటపడఁగలదు— "ఈఅయిదుగురు ధర్మం నడిచిరి. అటుతరువాత ముక్కంటి అందుగు. ఇతఁడే యోరు గంటి ప్రతాపరుద్రుఁడు...... .. స్వస్తిశ్రీ విజయాభ్యుదయ శాలివాహన శ వర్షంబులు 1236 అగు నేటి దుందుభిసంవత్సరమున ఈ ఓరుగంటి ప్రతాపరుద్రుఁడ పరరాజుచేతఁ బట్టువడును" ప్రతాపరుద్రుఁడు వాస్తవమునకు క్రీ॥ శ॥ 1323- సం॥లోఁ బట్టుపడినాఁడు. కనుకఁ బైవాక్యములలోని వ్యత్యాసములు ఇతిహాసము చదివిన వారికి తేలికగాఁ బొడకట్టఁగలవు. అనుగురాజు తీర్థయాత్రావశమున వచ్చెనని కథ వ్యాపించియుండెను గాన నవికర్ణాకర్ణిగ విని నిజమైన పేరులు విషయములు తెలియక కవిలెకారుఁ డట్లు వ్రాసినాఁడని చెప్పవచ్చును.

అనుగురాజు వంశస్థులజాడ యీప్రాంతములఁ గానరాదు. కాని వెలమయైన బ్రహ్మనాయుని గోత్రమువారు మాత్రము కలరు వారు వెంకటగిరి సంస్థానాధీశులైన వెలుగోటివారు బ్రహ్మనాయుఁడు రేచెర్లగోత్రుఁడు. వెలుగోటివారును రేచెర్ల గోత్రులే. వెంకటగిరి సంస్థానవంశచారిత్రమునందు వంశకథనము చేవిరెడ్డివద్దనుండి చెప్ప బడినది. చేవిరెడ్డియు మఱియొక మాలవాఁడును బొలముదున్నుచుండఁగా ధనముదొరి

సంశయింపవలసియున్నది. వెలుగోటివారు బ్రహ్మనాయుని వంశమువారలైయుందురు. వీరిగోత్రమునకు రేచెర్లనామము చేవిరెడ్డివద్దనుండి కాక యంతకుఁ బూర్వమునుండి వచ్చుచున్నదని నమ్మవలయును రేచెర్లయను గ్రామమువలన గోత్రమున కాపేరు వచ్చియుండును. పల్నాటియుద్ధము జరిగిన కాలము భారతేతిహాసమునందు ముఖ్యమైనదిగా నున్నది. యుద్ధము జరిగినకాలమునం దుత్తరమునఁ దేశదేశములో హైహాయుల రాజ్యము నశించెను. దక్షిణమునఁ బశ్చిమచళుక్యవంశ మంతరించెను. తరువాత స్వల్ప కాలములోనే యుత్తరహిందూస్థానమంతయుఁ జాలమట్టుకు మహమ్మదుగోరి లోఁబఱచుకొనెను. దక్షిణహిందూస్థానమున ద్వారసముద్రపు భల్లాణరాజులు దేవగిరి యాదవరాజులు ప్రబలిరి. చివరకుఁ జాళుక్యరాజ్యమంతయు యాదవుల స్వాధీనమాయెను. అప్పటి దేశస్థితి, పల్నాటివీరుల యాచారములు, నాగరకత, మతము మొదలగు నంశములు గ్రంథాంతరమందుఁ దెలుపఁదలఁచి వీరుల ఇతిహాసవిషయ మింతటితో సమాప్తము కావించెదను. వీరచరిత్రమును ద్విపదిలో మొదట రచించినది

శ్రీనాథుఁడు

శ్రీనాథ జీవిత సంగ్రహము

ఈయన శృంగారనైషధము, భీమేశ్వరపురాణము, కాశీఖండము, హారవిలాసము రచించెను. పాకనాటి నియోగిబ్రాహ్మణుఁడు. భారద్వాజగోత్రుఁడు, ఆపస్తంబ సూత్రుఁడు, శైవమతస్థుఁడు. ఇతని తాత పద్మపురాణ సంగ్రహము రచించిన కమలనాభుఁడు; తండ్రి మారయ; తల్లి భీమాంబ, జన్మస్థలము కొండవీటి సీమయని కొందఱు వ్రాసిరిగాని యీ విషయమై కొంతసందేహముగ నున్నది. కర్ణాటదేశమితని జన్మభూమియైన ట్లగపడును. సుప్రసిద్ధాంధ్రవిద్వాంసుడు కర్ణాటదేశీయుఁడనుట పలువురికి రుచింపకపోయినను మీదు మిక్కిలి నాకు నిష్టములేకపోయినను యథార్థముగఁ గనఁబడుచున్నది నమ్మకపోవుట సంభవింపనేరదు గాన నాయభిప్రాయము తెలుపుచున్నాను.

గాశికాఖండమను మహాగ్రంథమేను
తెలుఁగుచేసెదఁ గర్ణాటదేశకటక
పద్మవనహేళి శ్రీనాథభట్టసుకవి.''

అను పద్యమున ''కర్ణాటచేశకటకపద్మవనహేళి'' (కర్ణాటదేశ పట్టణములను కమలములకు సూర్యుఁడు) అను విశేషణము తనకుఁ జేర్చికొనినాఁడు జన్మస్థలముఁందలి యభిమానమువలన నట్లు చెప్పికొనియుండును. మఱియు భీమేశ్వరపురాణములోని

గీ ప్రౌఢిపరికింప సంస్కృతభాషయండ్రు
పలుకునుడికారమున నాంధ్రభాషయందు
రెవ్వరేమన్ననండ్రు నాకేమికొఱఁత
నాకవిత్వంబు నిజము కర్ణాటభాష ''

అను పద్యమునందలి 'నాకవిత్వంబు నిజము కర్ణాటభాష'' యన్న వాక్య మతనికి గర్ణాటభాషయందుఁగల ప్రేమను సూచించుచున్నది ఈపద్యములోని 'కర్ణాటభాష' యనుదాని కంధ్రభాషయని యర్థమనియు నాకాలమున నంధ్రరాజులను గర్ణాటరాజులని చెప్పుచుండిరనియు నొకరు వ్రాసిరి గాని యదియప్రామాణికము. ఆకాలమునఁ గర్ణాటరాజులు నంధ్రరాజులు వేఱుగానుండిరనియు నంధ్రభాష కర్ణాటభాష వేఱు వేఱుగ నెంచఁబడుచుండెననియు శ్రీనాథకృతగ్రంథములలోని యీక్రింది పద్యముల వలనఁ దెలియఁగలదు.

శా. ''కర్ణాటోత్కళపారశీకనృపపక్ష్యప్రాభవశ్రీనిధీ
యర్ణోరాశిపరీతభూభువన మధ్యాంధ్రక్షమాధీశ్వరా
కర్ణాభ్యర్ణవిశాలనేత్ర జగదేకప్రాజ్యసామ్రాజ్యదృ
క్కర్ణాధీశ్వరహారభక్తినిరతక్ష్మాపాలచూడామణీ. కాశీ. ఆ 3.

దననిజస్వామి యల్లాడ ధరణినాథు
భళిర యరియేటిలింగన ప్రభువరుండు. భీమ. ఆ. ౧.

మ. ఆరబీభాష తురుష్కభాష గజకర్ణాటాంధ్ర గాంధారఘూ
ర్జరభాషల్ మళయాళభాషశకభాషా సింధుసౌవీర బ
ర్బరభాషల్ కరహాటభాష మఱియుం భాషావిశేషంబుల
చ్చెరువై వచ్చునరేటియన్ననికి గోష్ఠీసంప్రయోగంబులన్. భీమ ఆ. ౧

ఇట్టిపద్యము లింకను గలవు. కర్ణాటదేశమనఁగా నంధ్రదేశమని కాని కర్ణాటభాషయన ంధ్రభాషయనిగాని శ్రీనాథునికభిప్రాయము లేనట్లు పైపద్యమువలన స్పష్టము కాఁగలదు. భీమఖండములో

మ. “కనకక్ష్మాధరధీరువారిధితటీకాల్పట్టణాధీశ్వరున్
ఘనునిం బద్మపురాణసంగ్రహకళాకావ్యప్రబంధాధిపున్
వినమజ్జ్యాంతరసార్వభౌముఁ గవితావిద్యాధరుం గొల్తునా
యనుఁగుందాతఁ బ్రబాతశ్రీకమలనాభామాత్యచూడామణిన్.”

అను పద్యమునఁ దనతాత సముద్రతీరమందలి కాల్’ అను పట్టణమున కధిపతియని చెప్పినాఁడు. ఇది పశ్చిమసముద్రతీర పట్టణమై కర్ణాటములోఁ జేరియుండును. కొండవీటి కైఫియ్యతులోనున్న ప్రకారమితఁడు కోమటివెంకారెడ్డి యాస్థానకవిగానుండి విజయనగరమునకుఁబోవుట కర్ణాటదేశమందలి ప్రేమను దెలియఁజేయుచున్నది. వీథినాటకములోని

శా. “కుళ్ళాయుంచితిఁ గోకసుట్టితి మహాకూర్పాసముందొడ్గితిన్
వెల్లుల్లిన్ దిలపిష్టమున్ బిసికితిన్ విశ్వస్తవడ్డింపఁగాఁ

భాష యతని స్వభాషగనే కాన్పించును. ఇంతభాషాకౌశలము పఠనమాత్ర సాధ్యము కాదు. కావునితఁడు బాల్యమునుండి తెలుఁగు దేశములో నుండెననుటకు సంశయములేదు బాగుగ మాటలాడ నేర్చినప్పటినుండి తెలుఁగే మాట్లాడియుండును. తలిదండ్రులతో ఇంట నప్పుడప్పుడు మిశ్రమ కర్ణాటము మాటలాడుచుండినను నివసించినది కొండవీటి సీమ కావునఁ దెలుఁగువారితోఁ గలిసిమెలసి తెలుఁగు వారితో సహవాసము చేసి ప్రాతః కాలము మొదలు సాయంత్రమువఱకుఁ దెనుఁగులోనే మునిఁగి తేలుచుండవలసినవాఁడై చివరకుఁ దెనుంగు దేశస్థుఁడుగా మాఱియుండును. కాఁబట్టియే బెండపూడియన్నమంత్రి "పాక నాటింటివాఁడవు బాంధవుఁడవు" అని చెప్పినాఁడు ఇతఁడు రాజమహేంద్ర వరమును బాలించిన రెడ్ల యాస్థానకవి అని కొందఱు వ్రాసియున్నారు కాశీఖండము వీరభద్రారెడ్డికి, భీమఖండము తన్మంత్రియైన బెండపూడి అన్నయ్యకును సంకితము చేయు టయే వీరుదానికిఁ జూపు కారణములై యున్నవి. ఇతఁడు తాను రచించిన గ్రంథము లలోఁ జాలభాగము కొండవీటివారికే యంకితము చేసెను. పండితారాధ్యాది పెక్కు కృతులనందిన మామిడిప్రెగడయ్యది కొండవీటిసీమలోని బలిజేపల్లి. శృంగారనైషధ కృతినందిన మామిడిసింగనప్రెగడయ్యతమ్ముఁడు. హరవిలాసకృతినందిన తిప్పయ్య కొండ వీటి కుమారగిరి భూపాలునకు సుగంధద్రవ్యము లిచ్చువాఁడు కొండవీటి కైఫియ్య తులో నీ క్రింది విషయము వ్రాయఁబడినది. కుమారగిరి భూపాలుని కుమారుఁడగు కొమటివెంకారెడ్డివద్ద శ్రీనాథుఁడాస్థానకవీశ్వరుఁడుగానుండి కర్ణాటరాజుల రాజధాని యైన విద్యానగరమునకుఁ బోయెను. అప్పుడు రాజ్యముచేయుచుండిన హరిహరరాయ లితనిని గౌరవించి నీవునివసించు స్థలమేదియనఁగా నతఁ డీ క్రిందిపద్యము చెప్పెను.—

సీ. "పరరాజగిరిదుర్గ పరవైభవశ్రీలఁ గొనికొని చెడనాడుకొండవీడు
పరిపంథిరాజన్యబలముల బంధించి కొమరుమించినబోడు కొండవీడు
ముగురురాజులకును మోహంబుపుట్టించు గుఱుతైనయుఱిత్రాడు కొండవీడు
చటులవిక్రమకళాసాహసంబొనరించు కుటిలాత్ములకుఁ గాడు కొండవీడు

వెంకారెడ్డి కట్టించుచుండలేదు. కావున హరిహరరాయలు పోయిచూచినచోఁ దనమాట యసత్యముకాకుండ శ్రీనాథుఁడు నిజశక్తిచే నవులూరిలోనున్న బ్రహ్మాండమైన తుమ్మ చెట్టును గొండవీటికి రప్పించి మేడనిర్మింపఁబడునట్లు చేసెను. హరిహరరాయలు దూతనుబంపి కనుఁగొనఁగా శ్రీనాథుఁడు చెప్పినది నిజమాయెను. అతఁడు మెచ్చి అతనికి జాగీరొసఁగెను. ఒంటిస్తంభము మేడవిషయమెట్లున్నను శ్రీనాథుఁడు కోమటి వెంకారెడ్డి యాస్థానమందుండెనని పైయంశములు తెలుపుచున్నవి. పల్నాటి వీరచరిత్రము కొండవీటిసీమప్రాంతములయందుండియే వ్రాసినాఁడు. పైనిఁ జెప్పఁబడినరీతి నితఁడు వ్రాసిన గ్రంథములలో రెండుతప్పఁ దక్కినవన్ని కొండవీటివారికే యంకితము చేసినాఁడు. కొండవీటి వేమారెడ్డివద్దను, కోమటి వెంకారెడ్డివద్దను నీయన ఉండెనని కొండవీటికైఫియ్యతు చాటుచున్నది ఇన్ని ప్రబల నిదర్శనములు శ్రీనాథుఁడు కొండవీటిరెడ్ల యాస్థానవిద్వాంసుఁడని ఘోషించుచుండఁ గాశీఖండము భీమఖండము రెండు గ్రంథములు రాజమహేంద్రవరమువారి కంకితముచేసెనన్న కారణమున నతఁడు రాజమహేంద్రవరపురెడ్ల యాస్థానమున నుండెనని చెప్పుట కారణమునకు దూరముగ నుండును. తననివాసస్థలమైన కొండవీటిసీమలో నఖండసామ్రాజ్యధురంధురులుండ వారిని విడిచి వారిచేనీయంబడిన కొద్దిరాజ్యమేలెడు రాజమహేంద్రవర రెడ్లకాస్థాన విద్వాంసు డయ్యెననుట యసంభవము. కావున

"వీరభద్రారెడ్డి విద్వాంసుముంజేత వియ్యమందెనుగదా వెదురుగోడియ"

అను సీసపద్యపాదమునకుఁ బౌర్వాపర్యము విచారించి వీరభద్రారెడ్డికిఁ బ్రియుఁడైన విద్వాంసుఁడని యర్థము చెప్పవలయునుగాని యాస్థానవిద్వాంసుఁడని యర్థముచెప్ప నవకాశములేదు. కొండవీటిరెడ్లకు బంధువులుగాన రాజమహేంద్రవరపురెడ్లు శ్రీనాథుని సన్మానించి కృతులందియుందురు. గ్రంథములవలన నితఁడు 1397 సం॥ మొదలు 1422 సం॥ వఱకు రాజ్యముచేసిన * ఫిరోజషా కాలములోను, 1381 సం॥ మొదలు 1395

త్సరములును, భీమఖండము రచించునాఁటికి 40 సంవత్సరములును వయస్సుండినట్లూహింపవచ్చును.

భీమేశ్వరపురాణములోని

ఉ. "అన్నయమంత్రిశేఖరుఁ డహమ్మదుశాసనదానభూమిభృ
త్సన్నిధికిన్ మదిన్ సముచితంబుగ నేమమహీసురేంద్ర రా
జ్యోన్నతి సంతతాభ్యుదయమొందఁగఁ బారసిభాషవ్రాసినం
గన్నులపండువై యమరుఁ గాకితమందలివర్ణపద్ధతుల్."

అను పద్యమువలన నహమ్మదుషా రాజ్యమునకువచ్చిన తరువాతనే భీమఖండము రచింపఁబడినట్లు తేలుచున్నది. కల్బురిగ (Kulburga) రాజధానిగఁ బరిపాలనచేసిన భామినీరాజులలో నహమ్మదుషా యొకఁడు. ఈయన క్రీ॥ శ॥ 1422 సం॥ మొదలు 1435 సం॥ వఱకు రాజ్యముచేసెను. దీనినిఁబట్టి భీమఖండము 1424 సం॥ ప్రాంతమున శ్రీనాథుఁడు రచించియుండునని చెప్పనగును. కావున నితఁడు క్రీ॥ శ॥ 1384 సం॥ ప్రాంతమున జన్మించి, 1404 సం॥న నైషధము, 1424 సం॥ ప్రాంతమున భీమఖండము, 1432 సం॥ ప్రాంతమునఁ గాశీఖండము నాంధ్రీకరించియుండును.

శ్రీనాథుఁడాచారమునకుఁ వీరశైవుఁడైనను శివుఁడని విష్ణువని పోరాడెడు బుద్ధిమంతులవలెఁగాక న్యాయాదిశాస్త్రము లభ్యసించి జ్ఞానదృష్టిగలిగిన వేదాంతిగాఁ గన్పట్టుచున్నాఁడు. హరవిలాసములోని

గీ "ఆవగింజంత బూదిమైనలదనేని
వెలఁదిగుమ్మడికాయంత వెఱ్ఱిపుట్టు."

ఆను పద్యపాదముల వలనను మఱికొన్ని పద్యములవలనను భస్మధారణాది బాహ్యవేషములయం దితనికెక్కువ నమ్మకములేనట్లు కనఁబడుచున్నది ఈయనగొప్ప

[illegible]
కల్పకారామలేఖకుఁ బ్రతిచ్ఛందంబు త్రిదశేంద్రకరటికామ్రేడితంబు
పుండరీకారణ్యమునకు నధ్యాహారమమృతాంబునిధికభిధాంతరంబు."

అనువాక్యములును శ్రీనాథుని తర్క-వ్యాకరణజ్ఞానమును దిఙ్మాత్రము సూచించుచున్నవి. తర్కపరిభాషాపదములైన "ప్రధ్వంసాభావము, ప్రాగభావము" అనునవి వాడఁబడిన పద్యమొకటి వీథిలోఁ గలదు గాని యది యశ్లీలముగ నుంటచే నుదాహరింపఁజాలను. ఈ పద్యము శ్రీనాథరచితమో కాదో కూడ విచారింపవలసియున్నది. శ్రీనాథుఁ డాంధ్రీకరించిన కాశీఖండము నైషధము "కాశీఖండమయఃపిండం, నైషధం విద్వదౌషధం" అని ప్రతీతిగన్న గ్రంథములు. ఇంద్రియలోలత్వ మీయన కారోపించి యనేక కథలు చెప్పుచున్నారు. యౌవనమున స్వేచ్ఛగాఁ దిరిగినమాట వాస్తవమైనట్లే తెలియుచున్నది. ఇది యితనికిఁగల కళంకమని చెప్పక తప్పదు. కాని కాశీఖండము రచించునాఁటి కితని మనోవృత్తియందును బ్రవర్తనమునందును సంపూర్ణమైన మార్పు కలిగినట్లు కాన్పించుచున్నది. శ్రీనాథుఁడు రచించిన గ్రంథములు మరుద్రాజచరిత్రము, శాలివాహన సప్తశతి, పండితారాధ్య చరిత్రము, భీమఖండము, కాశీఖండము, వీథి, హరవిలాసము, పల్నాటివీరచరిత్రము. నందనందన శతకముకూడ రచించినట్లు తెలియవచ్చుచున్నది. వీనిలో మరుద్రాజచరిత్రము, శాలివాహనసప్తశతి, పండితారాధ్య చరిత్రము నిప్పుడు కానరావు. వీథి అనఁబడు చిన్నపుస్తకమొకటి ఇప్పుడున్నది కాని యది శ్రీనాథకృతమో కాదో సందేహముగ నున్నది. వీథి దశవిధరూపకములలో నొకటి. దీనికి లక్షణము దశరూపకమునం దీక్రిందివిధమునఁ జెప్పఁబడినది:—

'वीथी तु कैशिकीवृत्तौ सन्ध्यङ्गाङ्कैस्तु भाणवत्
रसः सूच्यस्तु शृङ्गारः स्पृशेदपि रसान्तरम् ।
युक्ता प्रस्तावनाख्यातैरङ्गैरुद्घात्यकादिभिः
एवं वीथी विधातव्या ह्येकपात्रप्रयोजिता ' ॥

గనఁబడుచున్నవి.

లెస్లిస్టిఫెన్ (Leslie stephen) అనునతఁడు జార్జి ఎలియట్ (George Eliot) జీవచరిత్రములో "A strong imaginative genius is developed early, it is an overmastering faculty which forces its possession into activity often before knowledge or serious thought has accumulated; draws romances, epic poems, and dramas from children in their teens; and suggests that not only the material surroundings, but even the storage of intellectual accomplishments is but an accidental stimulus to the innate creative power' అనిచెప్పినట్లు శ్రీనాథుఁడు బాల్యమునుండి పద్యాలు రచించుచుండెడువాఁడు. బుద్ధివిజ్ఞానయుతము కాకముందే యపూర్వమేధావంతుల నిర్ఝరశక్తి పొంగి పొరలి బయటికివచ్చుచుండుట సహజము. సీ. "చిన్నారి పొన్నారి చిఱుతకూకటినాఁడు రచియించితిని మరుద్రాజచరిత" అనుపాదమువలన ఈయనపిల్లజట్టునాఁడే మరుద్రాజచరిత్రము వ్రాసెనని తెలియఁగలదు. భీమఖండములోని 'భాషించినాఁడవు బహుదేశబుధులతో విద్యాపరీక్షణవేళలందు" అనువాక్యమువలన గృహమునో లేక తన్నాదరించు సంస్థానమునో కనిపెట్టికొనియుండు తక్కిన వారివలె గాక యంధ్రదేశమంతయుఁ గలయఁ దిరిగినట్లు కాన్పించుచున్నది. రెడ్డిరాజాస్థానమందు విద్యాధికారిగానుండి అనేకదేశపండితులను పరీక్షించెనని తెలియుచున్నది. వాస్తవముగా శ్రీనాథుఁడు తెలుగుదేశములో పుట్టిన మహావిద్వాంసులలో నొకఁడు. వేంకటగిరి ప్రభువగు సర్వజ్ఞసింగమనాయుని యాస్థానమునకుఁ బోయినప్పుడు "గోలకొండ, మాలముండ, పూలదండ, కొత్తకుండ" యను పదములనుంచి భారతార్థమువచ్చునట్లు పద్యము చెప్పుమని యడుగ నీక్రిందివిధమునఁ జెప్పెనని వాడుకగలదు.—

నలఁగకుండ, మెడలో వేసికొన్న పూలదండయొక్క రేకైన నలఁగకుండు నంతభద్రముగా రక్షించి కృష్ణుఁడు పాండవుల గెలిపించునని యర్థము].

మఱియు నితని చాటుపద్యములని యీ క్రిందివి వాడుకలో నున్నవి —

సీ. దీనారటంకాలఁ దీర్థమాడించితి దక్షిణాధీశు ముత్యాలశాలఁ
బలుకుతోడై తాంధ్రభాషామహాకావ్య నైషధగ్రంథ సందర్భమందుఁ
బగులఁగొట్టించి తుద్భటవివాదప్రౌఢి గౌడడిండిమభట్టు కంచుఢక్క
చంద్రశేఖరక్రియాశక్తిరాయలయొద్దఁ బాదుకొల్పితి సార్వభౌమబిరుద
మెట్టుల మెప్పించెదో నన్ను నింకమీఁద, రావుసింగమహీపాలు దీవిశాల
నిండుకొలువున నెలకొనియుండి నీవు, సరససద్గుణ నికురుంబ శారదాంబ. 1

సీ. కవిరాజుకంఠంబు కౌఁగిలించెనుగదా పురవీథి నెదురెండ పొగడదండ
సార్వభౌముని భుజాస్తంభ మెక్కెనుగదా నగరివాకిటనుండు నల్లగుండు
ఆంధ్రనైషధకర్త యంఘ్రియుగ్మంబునఁ దగిలియుండెనుగదా నిగళయుగము
వీరభద్రారెడ్డి విద్వాంసుముంజేత వియ్యమందెనుగదా వెదురుగొడియ
కృష్ణవేణమ్మ గొనిపోయె నింతఫలము, బిలబిలాక్షులు తినిపోయెఁ దిలలు పెసలు
బొడ్డుపల్లెను గొడ్డేఱి మోసపోతి, నెట్లు చెల్లింతుఁ దంకంబు లేడునూళ్లు. 2

సీ. కాశికావిశ్వేశుఁ గలిసె వీరారెడ్డి రత్నాంబరంబు లేరాయఁడిచ్చుఁ
గైలాసగిరిఁబండె మైలారువిభుఁ డేగి దినవెచ్చ మేరాజు దీర్పఁగలఁడు
రంభఁ గూడెఁ దెనుంగురాయరాహుత్తుండు కస్తూరి కేరాజుఁ బ్రస్తుతింతు
స్వర్గస్థుఁడయ్యె విస్సనమంత్రి మఱి హేమపాత్రాన్న మెవ్వనిపఙ్క్తిఁ గలదు
భాస్కరుఁడు మున్నె దేవునిపాలి కరిగెఁ గలియుగంబున నింక నుండఁ గష్టమనుచు
దివిజకవివరు గుండియల్ దిగ్గురనఁగ నరుగుచున్నాఁడు శ్రీనాథుఁ డమరపురికి. 3

లను నడవడికలను సంపూర్ణముగ గ్రహించెను. వివిధదేశములం దిరుగునప్పుడు నానావిధ జనులతోఁ గలియుంట సంభవించునుగదా. ఈతనికృతులకు వైశిష్ట్యము కలిగించిన కారణములలో బహుదేశసంచారమే ముఖ్యమైనదని చెప్పవచ్చును.

శ్రీనాథుఁడు మొదటఁ బల్నాటిసీమకుఁబోయినప్పు డతనివైదుష్యము నచ్చటి ప్రజలదివర కెఱుఁగమిచేఁగాఁబో లంత గౌరవము చూపఁబడినట్లు కాన్పింపదు. అతఁడును దనకుఁ గలిగిన యనాదరణ సూచకముగఁ గొన్ని గ్రామముల మీదఁ బద్యములు చెప్పినాఁడని జనులిప్పటికి వాడుకొనుచున్నారు. వానిలోఁ గొన్నిపద్యముల నిం దుదాహరించెదను.—

క. నెమలిపురి యనుపురంబుగ, యముఁడాయెను బసివిరెడ్డి యంతకుమిగులన్
యమదూతలైరికాపులు, క్రమమెఱుఁగని దున్నలైరి కరణాలెల్లన్.

క. గుడిమీదికోతి చేతను, గుడిలోకలింబివారి కోడలిచేతన్
నడివీథిలంజచేతను, నడిగొప్పులయోరుగాలి నణఁగితినుసుమీ.

క. జొన్నకలి జొన్నయంబలి, జొన్నన్నము జొన్నపెసరు జొన్నలెతప్పన్
సన్నన్నము సున్నసుమీ, పన్నుగఁబల్నాటిసీమ ప్రజలందఱకున్.

క. తేళులమందై బోనము, పాలాయెను మంచినీళ్ళుపడియుండుటకే
నేలేక అవైపోయెను, గాలినగుర్జాఁనిష్టకా మేశహరా.

గీ. ఊరువ్యాఘ్రనగర (పులిపాడు) మురగంబు (శేషయ్య) కరణంబు
కాపుకపివరుండు (హనుమయ్య) కసవు (పుల్లయ్య)నీఁడు
గుంపుగాఁగఁజేరి గురిజాలసీమలో
నోగులంతగూడి రొక్కచోట.

[illegible]
వీరచరిత్ర మచ్చటనుండియే వ్రాసినాఁడు. ఇప్పుడు కానవచ్చుచున్న గ్రంథములలో నితఁడు మొదట రచించినది శృంగారనైషధము. ఇతనికిఁ బూర్వము కృతికర్తలందరు విస్తారముగఁ బురాణములఁ దెనిఁగించిరి. క్రొత్తమార్గ మవలంబించి యితఁడు శ్రీహర్ష రచిత నైషధకావ్యము నాంధ్రీకరించి కొండవీటి పెమారెడ్డి మంత్రియైన మామిడిసింగన కంకిత మొనర్చెను. మామిడిసింగన కొండవీటిసీమలోని బలిజేపల్లి నివాసి. బలిజేపల్లిలో నిప్పటికి మామిడివారు గలరు. నైషధమునఁ దనయాంధ్రీకరణపద్ధతిని గూర్చి యిట్లు చెప్పికొనినాఁడు.—

'భట్టహర్ష మహాకవీశ్వరుండు కవికులాదృష్టాధ్వపాంథుం డొనర్చిన * నైషధ శృంగార కావ్యంబాంధ్ర భాషావిశేషంబున నశేషమనిషి హృదయంగమంబుగ శయ్యాననుసరించియు నభిప్రాయంబు గుఱించియు భావం బుపలక్షించియు రసంబుపోషించియు నలంకారంబు భూషించియు నౌచిత్యం బాదరించియు ననౌచిత్యంబు పరిహరించియు మాతృకానుసారంబుగఁ జెప్పఁబడిన యీభాషా నైషధకావ్యంబు"

ఇతఁడు చాలాశ్లోకాలను సరిగా తెనిగించలేదు

---

* కావ్యాస్వాదానికి అనుకూలమై రసప్రలుబ్ధమైన బుద్ధియొక్కవినాశం అధికంగా తెలుగుదేశంలో తెలుగుపద్యకర్తల్లో నన్నయకాలంనుండీ ఆరంభమై శ్రీనాథుడిసమయంవరకు సమగ్రతను సమీపించినట్లు కనబడుతున్నది. కనుకనే కాళిదాసు రఘువంశాది కావ్యాలుండగా వాటినుపేక్షించి తదపేక్షచేత, అధమకావ్యమనదగిన నైషధంమీదికి ఆతడిదృష్టిపోయి 'కవికులాదృష్టాధ్వపాంథుండు" అని శ్రీహర్షుణ్ణి పొగడివుంటాడు. కుమారసంభవంలోని కొన్నిశ్లోకాల నితడు తెలిగించినా దాన్ని ప్రధానంగా పాటించలేదు. విస్తరం నైషధ తత్త్వజిజ్ఞాసలో ద్రష్టవ్యం. ఇట్లానే పింగళి సూరన్న శుష్కమైన శ్లేషపద్యరచనకు ఆశపడ్డాడు. ఈతీరుగా కాల ప్రభావం, నన్నయ్యపద్యంయొక్క దుర్లక్షణాలైన వళిప్రాసలచెత్త, అణచివేస్తున్నప్ప

అని తెలిగించెను. సంస్కృతమున 'అవకేశినః విఫలంపుష్పమివ (వంధ్యావృక్షము యొక్క ఫలరహితమైన పుష్పమువలె)" అని యుండ 'సౌరభములేని యట్టి పుష్పంబు వోలె' నని కల్పనగా తెలిగించినాడు. 'ఇయమృద్ధధనాపృథావనీ" అనునది విడిచిపెట్టినాఁడు. 'స్వనసి సంప్రవదత్పికాపికా (కూయుచున్న కోకిలలుగల న్యోద్యానవనము సిద్ధికము) అని యుండ దీనిభావము పరిత్యజించి 'గండుఁగోయిలవెలిదైన కాన వోలె నని అపానువాదం చేసినాడు.

श्लो तदमूरुयुगेन सुन्दरी किमु रम्भां परिणाहिना परं ।
तरुणीमपि जिष्णुरेव तां धनदापत्यतपःफलस्तनीम्॥ स २ ॥

దీనికి.—

మ. వనజాతేక్షణ యూరుయుగ్మము లావణ్యంబునుం గేలికా
ననసంక్రందనపట్టణప్రకటవన్యస్థానలన్ రంభలన్
ధనదాపత్యతపఃఫలస్తనుల నత్యంతాభిరామాంగులన్
మనుజాధీశతనూజకంచుఁ బొగడన్ మాబోంట్లకున్ శక్యమే.

అని స్వాంతీకరించినాఁడు. దీనిలో మూలమునలేని 'కేలికాననసంక్రందనపట్టణప్రకటవన్యస్థానలన్' అను క్రొత్తవిశేషణము చేర్చినాఁడు. మూలములోని 'ధనదాపత్యతపఃఫలస్తనీం" అనునది తరుణీపరమైన రంభాశబ్దమునకు విశేషణముకాని తరుపరమైన రంభాశబ్దమునకు విశేషణముకాదు. ఈతఁడీ విశేషణము రెంటికిఁ జేర్చినాఁడు.

టీః శ్రీనాథుని కింకనే సూరన అక్కడక్కడ వాటిని అతిక్రమించి నిసర్గకవితాపరత్వాన్ని ప్రదర్శిస్తాడు. కొద్దికాలో భావసౌకుమార్యాదుల్లో పింగళి సూరన్న మేలనవచ్చును. సూరనకు ఆయువు విరళలిగాకుంటే వీరివల్ల తెలుగుదేశాని కొంత ప్రశస్తమైన కృతులు లభించి ఉండేవో అని సంభావిస్తుంటాను.

త్రాతను తెజగద్యాగే స్మృతారసక్షాళనయేవతత్కథా" అను మూఁడవ శ్లోకభాగమును "అముష్యవిద్యారసనాగ్రనర్తకీ" అను నైదవశ్లోకములోని భాగమును 'స్ఫురద్ధనుర్నిస్వనతద్ఘనాశుగ ప్రగల్భవృష్టిర్వ్యయితస్యసంగరే" అను తొమ్మిదవశ్లోకములోని భాగమును జేర్చి కథాప్రారంభమందలి మొదటిపద్యము చెప్పినాఁడు. ప్రథమసర్గమును ప్రథమాశ్వాసముగ నాంధ్రీకరించి ద్వితీయ తృతీయ చతుర్థసర్గముల ద్వితీయాశ్వాసమందును, 5, 6, 7 సర్గములఁ దృతీయాశ్వాసమందును, 8, 9 సర్గములను 10-వ సర్గములోని 87 శ్లోకములను చతుర్థాశ్వాసమందును 10-వ సర్గములో మిగిలినశ్లోకములను, 11, 12, 13 సర్గములను, 14-వ సర్గములోని 47 శ్లోకములను పంచమాశ్వాసమందును, 14-వ సర్గములో మిగిలిన శ్లోకములను, 15-వ సర్గమును, 16-వ సర్గములోని 113 శ్లోకములను, షష్ఠాశ్వాసమందును, 16-వ సర్గములో మిగిలిన శ్లోకములను, 17, 18 సర్గములను సప్తమాశ్వాసమందును, 19, 20, 21, 22 సర్గముల నష్టమాశ్వాసమందును నిమిడ్చినాఁడు. సంస్కృతములోని నైషధము నిట్లు తుంచికూర్చి వికృతిం చేసినాడు "సంస్కృతమునవున్న స్వయంవర సమయమున సరస్వతీ వచనానుసారముగ దమయంతీదేవి నలునికంఠమున మధూకదామమును వేసిన తరువాత, ననఁగా నలవరణానంతరమున నింద్రాదులు స్వస్వరూపములఁ దాల్చినట్లు సంస్కృత నైషధమునఁ జతుర్దశ సర్గమునందుఁ జెప్పఁబడియుండ నలుని కంఠమున దమయంతి పుష్పమాల వేయకముందే యింద్రాదులు నలాకారము విడిచిరని యాంధ్రనైషధ పంచమాశ్వాసమున నున్నది. కాలక్రమము మఱచిపోయి 'పాకశాసనుండు, పావకుండు, పరేతపతి, పాశహస్తుండు, పంచముండనైన నేను నియ్యేవురముం బాండవులు పాంచాలింబోలెఁ బంచికొని యనుభవింతము" అని కలి పలికినట్లు సప్తమాశ్వాసమునఁ జెప్పినాఁడు. రాజతరంగిణి యను గ్రంథములో

श्लो 'शतेषु षट्सु सार्धेषु त्र्यधिकेषु च भूतले ।
कलेर्गतेषु वर्षेषु प्राभवन् कुरुपाण्डवाः' ॥

నైషధమునకు వ్యాఖ్యానము వ్రాసిన నారాయణ పండితుఁ డీ విషయము నిట్లు సమర్థించినాఁడు —

" पाण्डवानामग्रभावित्वात्तदानीं दृष्टान्तत्वेन
कलेर्योगित्वाद्भविष्यदर्थज्ञानसामर्थ्याद्वचनं युक्तम् " ॥

' जगत्प्रवाहानादितया पाण्डवपाञ्चालीवृत्तान्ताना
मतीतत्वात्तदुदाहरणीकृत्यैतदुक्तमिति वा ॥" (పాండవుల యగ్రభావిత్వము (ముందుండుట) వలన నప్పటి దృష్టాంతత్వముచేఁ గలియొక్క యోగిత్వ భవిష్యదర్థజ్ఞాన సామర్థ్యకారణమున వచనము యుక్తము. లేదా, జగత్ప్రవాహముయొక్క యనాదితచేఁ బాండవపాంచాలి వృత్తాంతముల యతీతత్వమువలన నది యుదాహరణముచేసి చెప్పఁబడినది.)

ఇతఁడు శ్రీహర్షునియందలి గౌరవాతిశయముచే నెట్లైన సమర్థింపవలెనని యత్నించెఁగాని జ్ఞానదృష్టితోఁ జూచినయెడల నీసమర్థనము యుక్తియుక్తముగఁ గాన్పింపదు. కవి ప్రమాదమునొందెననుటయే సమంజసముగా నుండును. బహుశః రచనావేగమున నీ పొరపా టతఁడు కనుఁగొని యుండకపోవచ్చును. ' ప్రమాదో ధీమతామపి" యను సారోక్తి కలదుగదా.

నైషధమునందు నలచరిత్ర సంపూర్ణముగ లేదు. నలుఁడు దమయంతిని బెండ్లాడి స్వనగరము ప్రవేశించిన తరువాతఁ గలి యచ్చటికివచ్చి మందిరోద్యానమునందలి పొదలోని తాండ్రచెట్టు తొఱ్ఱలోనుండి నలునియందు రంధ్రాన్వేషణము చేయుచుండ నూతన దంపతు లిష్టోపభోగములఁ బొందునప్పుడు ప్రొద్దుగ్రుంకఁగా నుదయించిన చంద్రుని వర్ణనముతో గ్రంథము సమాప్తి గావించినాఁడు. శ్రీహర్షుఁడు నైషధము సంపూర్ణముగ నలువది సర్గములలో రచించెనని కొంద అందురుగాని యది యవిశ్వాస్యము.

[illegible]
శ్రీహర్షునిచేత వర్ణింపఁబడలేదని యెఱుఁగఁదగినది)”

శ్రీహర్షుఁడు వర్ణించినమట్టుకు శ్రీనాథుఁ డాంధ్రీకరింప నెంచెను.

* ఇతడు సరిగా తెలిగించయత్నించిన కొన్ని సంస్కృతపద్యములు వాని అనువాదపద్యములు ఉదాహరించెదను.

---

* సరిగా తెలిగించయత్నించినప్పటికీ కృతార్థుడుకాలేదు. నన్నయపద్యం యొక్క దుష్టలక్షణాలైన వళిప్రాసలదరువు, ఉచితపద్యనిర్ణయం లేకపోవడం, పండగ మాటలకు అధికవిశేషణాలకు కారణమైనందువల్ల మూలంలోని అంశాలు యథారూపాన్ని కోలుపోయినవి. ఇక అపానువాదాలు మొదలయినవి అధమాధికారుల కెట్లావుంటేనేమి విచారించే దెవరని చేసివుంటాడు “అశేషమనీషిహృదయంగమంబుగ” అన్నచోటి మనీషులు, తెలుగుకృతులు అధిమాధికారులకే ననేకోటిలోని వారే అయివుంటారు. కాకుంటే ఇట్లాటి అనుచితానువాదాలు హృదయంగమంకాజాలవుకదా. అల్పబుద్ధులకోసం భారతాదులను పూర్వులు సంగ్రహాలుగా తోచినట్లు రచిస్తే రచించవచ్చును గాని సర్వకాలం సర్వదశలందూ అవే పరమగ్రంథాలని మనము గంతులు వేస్తుండడంమాత్రం వివేకం మాలినపనే కాగలదు. పైపద్యాల్లో గీటుగీసినవి మూలంలోలేని అధికప్రసంగం. ఇట్లానే దండగచెత్త అనేకపద్యాలలో దృష్టమవుతున్నది. ఇక తీసివేతలు మార్పులు ప్రస్ఫుటమేను నన్నయపద్యంలో రచనచేస్తే ఊపోహాలు. కావ్యాత్మ అయిన వ్యంగ్యంయొక్క వినాశం, యెవరికైనా తప్పవు. మూలభాష తెలియనివారికి మూలంలోని అంశాలు ఉన్నవి ఉన్నట్లు అవికృతంగా తెలపడమే అనువాదం యొక్క పరమప్రయోజనం. మూలంలోవున్నది తీసివేయక లేనిది కుక్కక చేసిన అనువాదాలకు లక్ష్యఖండంలోని రఘువంశానువాదం, గీతానువాదం మొదలైనవి చూడదగును.

వితరణఖేలనాభిభవవిభ్రమనిర్జితకల్పభూరుహుం
డతఁడు దరిద్రతాగుణమునందు దరిద్రుని జేయు నాతనిన్. ఆ ౧.

2. శ్లో. సరసీః పరిశీలితుం మయా గమికర్మీకృతనైకనీవృతా
అతిథిత్వమనాయిసాదృశోః సదసత్సంశయగోచరోదరీ. స. ౨.

మ. కమలేందీవర షండమండితలసత్కాసారసేవారతిన్
గమికర్మీకృతనైకనీవృతుఁడనై కంటిన్ విదర్భంబునన్
రమణిం బల్లవపాణిఁ బద్మనయనన్ రాకేందుబింబాననన్
సమపీనస్తన నస్తినాస్తి విచికిత్సాహేతు శాతోదరిన్ ఆ. ౨.

1. శ్లో విరహిణో విముఖస్య విధూదయే
శమనదిక్పవనస్సన దక్షిణః
సుమనసా నమయన్నటనోధను
స్తవతుబాహురసౌ యది దక్షిణః. స. ౪.

ఉ. రాకసుధాంశుమండలము రాకకు మాఱు మొగంబు సేయుచో
దీకొనివచ్చు దండధరదిక్పవమానము దక్షిణంబగుం
గాక వియోగికిం గుసుమకార్ముకశృంగము వంగఁజేయు నీ
యాకరపంకజాతము రతీశ్వరదక్షిణమైననాఁటికిన్. ఆ. ౨.

4. శ్లో దృశౌ కిమస్యాశ్చపలస్వభావే
నదూరమాక్రమ్య మిథోమిలేతాం
న చేత్కృతిః స్యాదనయోః ప్రయాణే
విఘ్నః శ్రవఃకూపనిపాతభీత్యా. ఆ. ౭.

గీ. కలికినవ్వు ప్రగల్భతాకారణంబు
కాదుకాదంటవాచావిగర్హణంబు
పలుకకుంట తిరస్కారకలనముప్ర
గాన ప్రత్యుత్తరంబిచ్చుదాన నీవు. ఆ. ౪.

6. శ్లో. నిస్త్రింశత్రుటితారివారణఘటాకుంభాస్థికూటావట
స్థానస్థాయుక మౌక్తికోత్కరకిరః కేరస్య నాయంకరః
ఉన్నీతశ్చతురంగసైన్యసమరత్వంగత్తురంగక్షురా
క్షుణ్ణాసు క్షితిషు క్షిపన్నివ యశః క్షోణీజబీజవ్రజం. స ౧౨.

శా. క్రూరాసిత్రుటితారివారణఘటాకుంభస్థకూటస్థలీ
రారాజన్నవమౌక్తికోత్కరకరారంభక్రమోజ్జృంభియై
యీరాజన్యుకరంబు పోరులఁ గరం బేపారు సత్కీర్తిబీ
జారోపం బొనరించుభంగి హయరింఖాగ్రక్షతక్షోణులన్. ఆ. ౫

7. శ్లో. అహర్నిశావేతిరతాయపృచ్ఛతి
క్రమోష్ణశీతాన్నకరార్పణాద్విటే
హ్రియా విదగ్ధా కిల తన్నిషేధినీ
న్యధత్త సంధ్యామధురేఽధరేఽంగుళిం. స. ౧౬.

గీ. ఉష్ణశీతాన్నకబళంబులొకఁడుసూపఁ
బవలొ రాత్రియొ యొఱఁగూడనవసరమని
దానికుత్తరమొకలతాతన్వియిచ్చె
నధరబింబంబు విఱిచి సంధ్యాగమమని. ఆ. ౬.

మరలివచ్చు తటాకంపుతరఁగవోలె ఆ. ౭.

9. శ్లో. పితాత్మనః పుణ్యమనాపదః క్షమా
ధనం మనస్తుష్టిరథాఖిలం నలః
అలంపరం పుత్రి న కోపి తేహమి
త్యుదస్రురేష వ్యసృజన్నిజౌరసీం. స. ౧౬.

మ. గురువన్నన్ ధనమన్నఁ బుణ్యమనినన్ గోత్రోదయంబన్న దే
వరయన్నన్ మనమన్నఁ దుష్టియనినన్ వాత్సల్యమన్నన్ నిజే
శ్వరుఁడన్నన్ బరమోపకారమనినన్ సర్వంబునన్నన్ దలో
దరి నీకున్ నిషధాధినాథుఁడె సుమీ తథ్యంబుగాఁ జెప్పితిన్. ఆ. ౭.

10. శ్లో. విశ్వరూప కృతవిశ్వ కియత్తే
వైభవాద్భుతమణౌ హృది కుర్వే
హేమ నహ్యతి కియన్నిజచీరే
కాంచనాద్రి మధిగత్య దరిద్రః. స. ౨౧.

గీ. విశ్వరూప భవద్భూరివిభవమహిమ
యెంత వర్ణింపఁజాలునీ యీమనంబు
ప్రాఁతపైచీరచెఱఁగున బడుఁగువాఁడు
హేమశైలంబు చిదిపి రాలెన్ని ముడుచు. ఆ. ౮.

11. శ్లో. స్వదాకృశం యత్తనయైః పితృభ్యః
శ్రద్ధాపవిత్రం తిలచిత్రమంభః
చంద్రం పితృస్థానతయోపతస్థే
తదంకరోచిః ఖచితానుషైవ.

ంద్రోదయ సూర్యోదయవర్ణనముల నధికముగఁ జేర్చినాఁడు మూలముననుసరించి త డనువదింపఁ దలపెట్టిన కొన్ని శ్లోకములు వాని అనువాదవాక్యములు ఈ క్రింద దాహరింపబడినవి.

శ్లో. అహో కిమేతన్మే బ్రూహి వైవర్ణ్యం వదనే తవ
దృశ్యతే నేత్రయోర్దైన్యం మానసవ్యథయానఘ
కచ్చిన్న జాతో వాగ్వాదో లోలార్కేణ సమం తవ
డుంఠివిఘ్నేశ్వరః కచ్చిన్న త్వాం ధిక్కృతవాన్ రుషా
కచ్చిత్త్వం క్షుధితః కాలే విశాలాక్ష్యా న వంచితః
న కచ్చిత్త్వయ్యనుచితం భైరవేణ కృతం ముధా
కథం త్యక్తం త్వయా గంగావాహినీసైకతస్థలం
కథం తత్పరమం స్థానం వ్యసృజః క్రోశపంచకం
కథం త్వం ముక్తవాన్ ప్రాప్యామవిముక్తవసుంధరాం
కథం విశ్వేశ్వరం దేవం సతాముజ్ఝితవాన్ ధనం.

గీ ఆననమునందు వైవర్ణ్య మగ్గలించెఁ
గన్నుగవయందు దైన్యంబు గానఁబడియె
నార్తి యే దేని యొకటి నీయంతరంగ
మూనియున్నది యిది యెట్టులొక్కొ యనఘ.

సీ. లోలార్కునకు నీకులోలోన నేమేనిఁబోటిపుట్టదుగదా మాటమాట
వెనకయ్య శ్రీడుంఠివిఘ్నేశరస్వామి ధిక్కరింపఁడు గదా తెగువ నిన్ను
సాఁకొన్న నిన్ను మధ్యాహ్నకాలంబున నరయకుండదు గదా యన్నపూర్ణ
సెపమేమియునులేక నీయెడాటమ్మునఁ బాటిదప్పఁడు గదా భైరవుండు

---

* తుంచడం కూర్చడం మొదలైనవాటిలో భీమఖండంకూడా దూషితమైనది.

[illegible]

శిలాయాం శతధా భిన్నం శిష్యేషు భయకంపిషు. అధ్యా. ౧౫.

శా. కుక్షిప్రోద్భవనిష్ఠురక్షుధితదుష్క్రోధాంధకారంబునం
జక్షుల్ రెండును జిహ్మచీకఁటులుగా సంరంభశుంభద్గతిం
బ్రేక్షచ్ఛాత్రులు భీతినొందఁ గడునుద్రేకించి హట్టంబునన్
భిక్షాపాత్రలు రాతిమీద శతధాభిన్నంబుగా వైచితిన్. ఆ. ౨.

2. శ్లో. సర్వే తద్వాక్యమాకర్ణ్య తమవోచన్నిదం వచః
న నివర్తయితుం శక్యమమోఘం నో వచోఽనఘ
తస్మాదన్యేన మార్గేణ కరిష్యామశ్శివం వయం. అధ్యా. ౨౧.

గీ. అనుటయును వారలామాట లాదరించి
క్రమ్మఱుపరాదు పలుకమోఘమ్ము మాకు
నీవ యిప్పుడు చెప్పినహితమునూది
వేఱుచందాన మేలు గావింతుమింక. ఆ. ౪.

3. శ్లో. సముచ్చలత్పయోవీచీమాలికాపరిశోభితా
దూరీకృతేశ గోవిందధామ సిద్ధవసుంధరా
జవాతిశయశీర్ణాద్రిధామరేణుచయావిలా
వివేశ గౌతమీగంగా దక్షవాటమహాపురీం.

చ. మలఁగిమలంగి భీమపతి మందిరమండలసిద్ధభూమికిన్
దొలఁగితొలంగి యుచ్ఛలితతోయతరంగపరంపరోద్ధతిన్
జెలఁగిచెలంగి యారభటిశీర్ణధరాధర ధాతురేణులం
గలఁగికలంగి పాఱె వడిగౌతమకన్యకదక్షవాటికన్. ఆ. ౪

దేవుని సందర్శింపంజనిరి" అని తెనిఁగించి కథముగించి తరువాత సంస్కృతములో నున్నట్లే తాను గూడ ఫలశ్రుతి చెప్పి గ్రంథము సమాప్తికావించినాఁడు దీని పిమ్మట నతఁడు రచించినది *కాశీఖండము.

మూలానుసారముగా నితఁడు తెలుఁగు చేయఁబూనిన కొన్ని మూలశ్లోకాలను వాని అనువాదపద్యాలను చూపుచున్నాను.

1. శ్లో. అరుంధతీం ధ్రువం చైవ విష్ణోస్త్రీణి పదాని చ
ఆసన్నమృత్యుర్నో పశ్యేచ్చతుర్థం మాతృమండలం

ఉ. కానఁడరుంధతిన్ ధ్రువునిఁ గానఁడు విష్ణుపదత్రయంబునుం
గానఁడు మాతృమండలము కానఁడు కన్నులు కల్గియేని యె
మానవుఁ డమ్మనుష్యునకు మాసములాఱు విరామమొందఁగాఁ
గానఁగవచ్చుఁ గుంభభవ! కాలునిబంధురసౌధవీథికల్ ఆ. ౫

2. శ్లో. మృదు విజ్ఞాపనం చక్రుః పాకశాలాధికారిణః
నజానామో వయం నాథ త్వత్ర ఎతాపభయార్దితః
కుస్వత్యాచకయాచిద్వా నష్టో వైశ్వానరః పురాత్
తథాపి సూర్యపాకేన సిద్ధా పక్తిర్హి కాచన.

గీ. అవధరింపుము నీ ప్రతాపాతిశయము
గరిమమున కోపాటించియో కాక వహ్ని

---

* సంస్కృతంతో సరిచూడకుండా గుడ్డిగా చదివినప్పు డెట్లావున్నా మూలాపేక్షచేత ఇదికూడా నైషధంవలెనే ఉటంకులతో మార్పుడాలతో అక్షరవినోదప్రయోగాలతో నిండి మూలంలోని అంశాలు నైషధభీమఖండాల్లోకంటె అధికంగా స్వరూపాన్ని కోల్పోయినవి.

౭. శ్లో. కస్మై దేయా మయా కన్యా సురమ్యేయం సులక్షణా
అస్యా అనుగుణో లభ్యః క్వ మయా వర ఉత్తమః.
కులేన వయసా చాపి శీలేనాపి శ్రుతేన చ
రూపేణార్థేన సంయుక్తః కస్మై దత్వా సుఖం లభే.
ఇతి చింతయతస్తస్య జ్వరోఽభూదతిదారుణః.
యశ్చింతాఖ్యో జ్వరో పుంసామౌషధైర్నోపశామ్యతి
తస్మాదృక్షవిపాకేన చింతాఖ్యేన జ్వరేణ చ
స విప్రః పంచతాం ప్రాప్తస్త్యక్త్వా సర్వం గృహాదికం.

గీ. తగినవరుఁ డెవ్వఁడొక్కొ యీతలిరుఁబోడి
కనుగుణుం డెవ్వఁడొకొ విశుద్ధాభిజాత్య
పరమసౌభాగ్యభాగ్యసంపదలకనుచు
నిత్యమును దండ్రి యాత్మఁ జింతించుచుండె.

గీ. మూలనక్షత్రమునయందు మొదలికాలఁ
గన్యగండానఁ బుట్టిన కారణమునఁ
గర్మఠుఁడు విప్రుఁడానందకాననమునఁ
జచ్చెఁ జింతాజ్వరముపైని జ్వరముతాఁకి.

100-వ అధ్యాయములో 87-వ శ్లోకమువఱకుఁ దెనిఁగించి తక్కిన 59 శ్లోకముల నొక్క పద్యములో నిమిడ్చినాఁడు. కాశీఖండము తరువాత నితఁడు రచించినది హరవిలాసము. కాశీఖండమందలి "చిన్నారిపొన్నారి" యనుపద్యమున హరవిలాస ముదాహరింపఁబడక పోవుటచేతను నీకృతిపతియై శ్రీనాథునికి బాలసఖుఁడైన తిప్పఁడు "మంటి బహువత్సరంబులు" అని చెప్పియుండుటవలనను నిది కాశీఖండము రచించిన తరువాతనే వృద్ధత్వమున రచించెనని భావింపవలసియున్నది. శైలికూడ నీవిషయమునే

తిరువెంగనాచి బసవపురాణములో నున్న చిఱుతొండనంబి చరిత్రము పూర్తిగ శ్రీనాథుఁడు హరవిలాసమునఁ జెప్పలేదు. కైలాసమున కేగినతరువాత సిరియాలుఁడు ననంతటిభక్తుఁడు లేఁడని విజ్ఞప్తిగఁగా శివుఁడతనిని భూలోకమునకు మరలఁ దీసికొనివచ్చి నిమ్మవ్వహాలాయుధుల వృత్తాంతములు చూపి గర్వభంగము కావించి తిరిగి కైలాసమునకుఁ గొంపోయిన కథ విడిచిపెట్టినాఁడు. ద్వితీయవిలాసంబైన గౌరీకల్యాణము చాలవఱకుఁ గాళిదాసుని కుమారసంభవమునకుఁ దెనుఁగు. హరవిలాసము స్వకల్పితముగా రచింపఁబూని నడుమ నిట్లుచేయుట కాళిదాసుని కవితయందుఁగల గౌరవము వలననని తోఁచెడిని. తారకాసురుని వధవఱకుఁ గుమారసంభవము 17 సర్గములుగా నున్నది. శ్రీనాథుఁడు కుమారసంభవములోని ఉదాత్తమ శ్లోకమైన

శ్లో. అథ విబుధగణాంస్తానిందుమౌళిర్విసృజ్య
క్షితిధరపతికన్యా మాదదానః కరేణ
కనకకలశయుక్తం భక్తిశోభాసనాథం
క్షితివిరచితశయ్యం కౌతుకాగారమాగాత్.

అనుదానిని—

గీ. "కనకకలశాది భక్త్యలంకారయుతము
నైనకౌతుకరత్నగేహంబు సొచ్చి
పార్వతియుఁ దాను నీహారభానుమౌళి
పవ్వళించెను ముదమునఁ బాన్పుమీద.'

అని తెనిఁగించి మిగిలిన 10 సర్గములలో వర్ణింపఁబడిన కుమారజనన మాదిగఁ దారకాసురవధవఱకుఁగల కథనంత యెనిమిది గద్యపద్యములలోఁ జెప్పినాఁడు. 8-వ సర్గములో సంభోగవర్ణనము మిక్కిలి విస్తారముగనున్నది శృంగారవర్ణనమన్న ముందంజ వేయు శ్రీనాథుఁడు సంభోగవర్ణనము తెనిఁగింపక కొద్ది వాక్యములలో ముగించుట

నందు నాయికా ప్రణయమానమును "నాయికాయా యథా కుమారసంభవే సంధ్యావర్ణనావసరే" యని నుడివినాఁడు ఈ సంధ్యావర్ణన మెనిమిదవ సర్గములోనున్నది. మఱియు దోషభేద సందర్భమునఁ బ్రకృతివిపర్యయమునుగూర్చి వ్రాయునప్పుడు "ప్రకృతయో దివ్యా అదివ్యాదివ్యాది వ్యాశ్చేతి, తేషాం ధీరోదాత్తాదితా, తేషాంచోత్తమాధమమధ్యత్వం తేషుచ యోయథా భూతస్తస్యాయథావర్ణనే ప్రకృతివిపర్యాయోదోషః, ధీరోదాత్తస్య ధీరోద్ధతవత్ ఛద్మనావాలివధః, యథావా కుమారసంభవే ఉత్తమదేవతయోః పార్వతీపరమేశ్వరయోః సంభోగశృంగారవర్ణనం" అని చెప్పినాఁడు ఈ సంభోగశృంగారవర్ణనము 8-వ సర్గములోనిదే ధనంజయుఁడు దశరూపకమునందు వ్యభిచారిభావముల లక్షణలక్ష్యములు చెప్పుచో జడతకు లక్ష్యముఁ

శ్లో "ఏవమాలినిగృహీతసాధ్వసం శంకరో రహసి సేవ్యతామితి
సా సఖీభిరుపదిష్టమాకులా నాస్మరత్ప్రముఖవర్తిని ప్రియే."

అను శ్లోకము నుదాహరించినాఁడు ఇది కుమారసంభవాష్టమ సర్గములోని 1-వ శ్లోకమైయున్నది. ఈ నిదర్శనములవలనఁ గొంద అనునట్లు 7-వ సర్గము తరువాతఁ గల గ్రంథము మఱియెవ్వరో కాక కాళిదాసుఁడే రచించెనని పూర్వమునుండి భావింపఁబడు చుండుట విశదమగుచున్నది ఇఁకను మూలమునకు సరిగా ఆంధ్రీకరింపబూనిన కొన్ని కుమారసంభవశ్లోకములను వాని అనువాదపద్యముల నుదాహరించుచున్నాను.

1. శ్లో తయా దుహిత్రా సుతరాం సవిత్రీ
స్ఫురత్ప్రభామండలయా చకాశే
విదూరభూమిర్నవమేఘశబ్దా
దుద్భిన్నయా రత్నశలాకయేవ. స ౧.

గీ దానవునిపీటిలోన మార్తాండుఁడెండ
యంతమాత్రంబకాని కాయంగవెఱచు
నెంతమాత్రముకాసిన నెలమిఁబొందుఁ
గేళిదీర్ఘికలందుఁ బంకేరుహములు. ఆ ౫.

శ్లో కామేకపత్నీ వ్రతదుఃఖశీలాం
లోలం మనశ్చారుతయా ప్రవిష్టాం
నితంబినీమిచ్ఛసి ముక్తలజ్జాం
కంఠేస్వయంగ్రాహనిషక్తబాహుం. స. ౩.

గీ. ఏకభర్తృవ్రతస్థవై యేలతాంగి
నీకుఁజేయూడు దర్మంబునిలువరించె
నదివినిర్ముక్తలజ్జవై యమరరాజుఁ
జేయుఁగాత స్వయంగ్రహాశ్లేషణంబు. ఆ ౫.

శ్లో. హృదయేవససీతి మత్ప్రియం యదవోచస్తదవైమి కైతవం
ఉపచారపదం న చేదిదం త్వమనంగః కథమక్షతారతిః. స. ౪.

గీ. హృదయముననుండి యెప్పుడు హృదయనాథ
ప్రియముచెప్పెదవనుటెట్ల బేషజంబు
హృదయముననుంట నిజమేని మదనయెట్లు
భస్మమైతివి నేనెట్లు బ్రతుకుఁగంటి. ఆ ౩.

శ్లో. అపిక్రియార్థం సులభం సమిత్కుశం జలాన్యపి స్నానవిధిక్షమాణి తే
అపి స్వశక్త్యా తపసి ప్రవర్తసే శరీరమాద్యం ఖలు ధర్మసాధనం.

౧. శ్లో. తామగౌరవభేదేన మునీంశ్చాపశ్యదీశ్వరః

స్త్రీపుమానిత్యనాస్థైషా వృత్తం హి మహితం సతాం. స. ౬.

గీ. అంధకారి యరుంధతి నాదరించె, గౌరవంబున భేదంబు కలుగకుండఁ

బెద్దవారికి స్త్రీపుంవిభేదమేల, మాననీయంబు పుణ్యకర్మంబుగాక. ఆ. ౪.

దారుకావనవిహారము, హాలాహలభక్షణము, కిరాతార్జునీయమునను, మిగిలిన భాగములు పురాణకథల ననుసరించి స్వయముగ రచించినాఁడు. భారవికృత కిరాతార్జునీయములోని యీ అవసర్గ మునందలి

శ్లో. మహసాజమైః ప్రణతిభిస్సముపేయివా నధిపతింసరితః

సహజేతరాజయశమాదధతీబిభరాంబభూవ యుగపన్మహసీ

అను శ్లోకములోని యుత్తరార్ధము, హరవిలాసకిరాతార్జునీయకథయందలి

గీ 'వీరరసగర్భితంబయ్యు విస్తరిల్లె శాంతరసమెంతయును సవ్యసాచియందు"

అను వాక్యములలోని భావము నొకటిగనున్నది కాని యీ భావము శ్రీనాథుఁడు భారవినుండి గైకొనెనని చెప్పఁబనిలేదు. హ్యాంలెట్ (Hamlet) అను నాటకమున మరునికిఁ బొలోనియసు (Polonius) చెప్పినట్లుగా షేక్స్పియరు (Shakespeare) వచించిన

" . . . Beware
of entrance to a quarrel, but being in,
Bear it that the oppossed may beware of thee."

అను వాక్యములలోని భావమును గాశీఖండమందలి

క. ఎవ్వనితో నెచ్చోటం, జివ్వకుఁ జేఁజాపవలదు చేఁజాచినచో

నివ్వలనవ్వల నెవ్వరు, నవ్వకయుండంగఁబగ నసందీర్పఁదగున్"

ద్వి. "ఎసఁగెడు శివకంచి యేకామ్రపతికిఁ
జిఱుతొండభక్తుఁడు చెలఁగుమాతండ్రి
సెంకెలసిరువను చెలువమాతల్లి
సిరియాళుఁడనఁబుట్టి చెన్నొందినాఁడ"

అని తన హరవిలాసములోని చిఱుతొండనంబి కథను సూచించి యున్నాఁడు. కనుకఁ బల్నాటి వీరచరిత్రమే యితఁడు రచించిన గ్రంథములలో నెల్లఁ జివరగ్రంథమని చెప్పవలయును. శైలినిఁబట్టికూడ నిట్లే తలంపవలసియున్నది వీరచరిత్రము తరువాత నేమియు రచించినట్టు కన్పట్టదు .ఇతఁడు వీరచరిత్ర రచనకుఁ గడంగుటనుగూర్చి యనేక కథలు గలవు. నారిసుఱుపుచే బాధపడుచు శోకబిరమున నీ సద్దులు చెప్పెనని కొంద అందురు. ఈ క్రిందికథకూడ వాడుకలోఁ గలదు ఇతఁడు యౌవనప్రాయమందు స్వేచ్ఛగఁ దిరుగుటచే శరీరముచెడిపోయియుండెనఁట. పల్నాటికిఁ బోయి గ్రామంబుల సంచారముచేయుచుఁ జంద్రవంక నదీతీరమందున్న మాచెర్లకు జని యానదియందు స్నానముచేసి చెన్నకేశవుని సందర్శింపఁగ రోగము కొంత యుపశమించెనఁట. ఆ దినమే రాత్రి చెన్నకేశవుఁడు స్వప్నమున సాక్షాత్కరించి యతనితో మత్సేవారతులు నఖండపరాక్రములునైన పల్నాటివీరుల చరిత్రము రచించి మా కంకిత మొనర్పుమని చెప్పి యంతర్హితుం డయ్యెనఁట శ్రీనాథుఁడును మేల్కాంచి స్వః వృత్తాంతమునకు సంతసించి పల్నాటివారి హృదయసీమలయం దచిరకాలవిజృంభముతో నాటియుండిన ఇతిహాసాంశములఁ జక్కఁగ గ్రహించి గ్రంథరచనకుఁ దొడఁగి తాను రోగపీడితుఁడు వయసుమీఱినవాఁడు నగుటచే వ్రాయుటకు శక్తి లేక యేడుగురు శిష్యులలేఖకులుగా నియోగించి చెన్నకేశవుని యాలయములోఁ గూర్చుండి చెప్పుచు దాదాపు భారతమంత పెద్దదిగానున్న యీ గ్రంథమును రెండు మాసములలోఁ బూర్తిగావించెనఁట. గ్రంథము సమాప్తియగువఱకు రోగముకూడఁ బూర్ణముగఁ గుదిరెనఁట. గ్రంథము పూర్తియైన తరువాత నేకారణముననో మనస్సు

సంపుటము చింపి చిందరవందరగాఁ బారవేసెనఁట. మాలలు మాదిగలు మొదలైనవారెవరికి దొరకిన పత్రములు వారే తెచ్చిరఁట. ఈకథయొక్క సత్యమెట్లున్నను గ్రంథమొకచోటను సంపూర్ణముగ లేక శకలములుగా నొకరివద్దఁ గొంత మఱియొకరివద్దఁ గొంతగఁ జాలమట్టుకు బిచ్చుకుంటులు మాలలు మొదలగు నిమ్నకులుల యధీనములోనే యున్నమాట వాస్తవము. అట్టివారిచేతులలో నున్నందువలన నస్పృశ్యమనియు, నశ్రావ్యమనియు, నగ్రాహ్యమనియుఁ దలఁచి, జ్ఞానశూన్యులై విద్యాగంధము లేకపోయినప్పటికి నగ్రజన్ములమని గర్వముమాత్రము వదలని పండితంమన్యులు చూపిన యనాదరణమే గ్రంథ మిన్నిదినముల దనుక దుఃస్థితిలో నుండుటకుఁ గారణమై యుండును. జనసామాన్యమునకు వీరులయందుఁగల భక్తితాత్పర్యములచే నేమి, గ్రంథముయొక్క ఉత్కృష్టతవలన నేమి యాదరణానాదరణములకు లోనుగాక నేఁటిదనుక జీవముతోడ నున్నది. శ్రీనాథుఁడు రచింపకముం దీకథ గద్యరూపముననో గేయరూపముననో యుండియుండును ఇతఁడు దీనిని ద్విపదిలో రచించెను. శ్రీనాథునికిఁ బూర్వము రంగనాథాదులు ద్విపదీకృతుల రచించిరి.

సీ. 'కందభేదములాఱుగాక యుత్సాహంబు తరువోజ మధ్యాక్కరలు నైదు
దీపించుమంజరీ ద్విపద త్రిపద చతుష్పద పంచపాద షట్పదవిధములు
తొమ్మిదివిధములతో నొప్పు రగడలు కళికలు నుత్కళికలును గూడ
జాతులు నవవిధగీతంబులును సీసస ప్తకంబును నుపజాతులయ్యె

ననుచు నన్నయభట్టు భీమనయుఁ బెద్ద
సచివుఁడును మూర్తితాత నా జ్జయునవంక
మంత్రియును తిమ్మరాజు నిమ్మాడ్కిఁ జెప్పి
రందముగ వారుచేసిన ఛందములను."

అని యప్పకవిచెప్పినదానిఁబట్టి నన్నయభట్టునకుఁ బూర్వమునుండి ద్విపది యున్నట్లే కాన్పించుచున్నది తరువోజ, అక్కరమొదలగు తక్కినజాతులనువలె ద్విపదీ

లన్నియు చాలామట్టుకు చంపువులేకాని పద్యకృతులు (నిర్గద్యములు) మిక్కిలి తక్కువగా నున్నది. సంస్కృతమునందుఁ బద్యకావ్యములే మెండు. చంపువులు తక్కువ. సంస్కృత పద్యకృతులకుఁ దెలుఁగు పద్యకృతులకు భేదముకలదు సంస్కృతకవులొక్కొక్క సర్గమును సామాన్యముగా నేకవిధశ్లోకముతో రచించుచు వచ్చిరి. సర్గాంతమందు మాత్రము వృత్తముల మార్చిరి. కాళిదాసుఁడు మేఘసందేశమంతయు నేకవిధశ్లోకముతో రచించెను. ఆంగ్లేయ కవులుకూడఁ జాలవఱకీ నియమమునే పాటించిరి. తెలుఁగువారట్లుగాక యొక యాశ్వాసముననే బహువిధవృత్తములు, జాతులు నుపజాతులు వ్రాయు దురభ్యాసము కలిగియున్నారు సర్గమంతయుఁ బలువిధవృత్తములతో రచించినవారు సంస్కృతకవులలోఁగూడఁ గలరు గాని యీ విషయమునఁ దెలుఁగువారివలె వెఱ్ఱి లోనికి దిగలేదు. విశ్వనాథుఁ డేకవృత్తమయపద్యములతోనే సర్గరచన అని ఉన్నాడు. ఆశ్వాసాంతమునందు గాక తక్కినచోట ఇట్టి వృత్తసాంకర్య మనుచితము పద్యకావ్యములయందు బహువిధపద్యముల గలుపుట దోషమను భావ మరిస్టాటిల్ (Aristotle) అను గ్రీకువిద్వాంసుఁడుకూడ నీ క్రిందివాక్యములలోఁ గనఁబఱచి యున్నాఁడు. “Still more absurd would it be to mix different metres as was done by Charemon” తెలుఁగునఁ బద్యకృతులు (నిర్గద్యములు) లేని లోపమును నివారింపఁ బూనియే కాబోలు తిక్కనసోమయాజి ఉత్తరరామాయణమును బద్యమయముగ రచించెను కాని బహువిధపద్యములతో రచించు దురభ్యాసముమాత్రము మానలేదు. అచలజిహ్వోక్తి, నిరోష్ఠ్య, శుద్ధాంధ్ర ప్రముఖ నిరర్థక నియమములలో నిర్గద్య మొకనియమముగాఁ బాటించి పెద్దపెద్ద బిరుదనామములు పెట్టి డంబమునకు రచించుచు వచ్చిరి గాని సాధారణముగఁ బద్యగ్రంథములన్నియు నట్లురచించినవారు కారు. గ్రంథమంతయు నొకటేవిధమైన పద్యములుండుటవలనఁ జదువువారికి విసుగుగాదాయని కొంచ అందరుగాని యియ్యది విచారితంబు. సంస్కృతమున మేఘసందేశాది కావ్యములఁ జదివి యానం

శ్లో. [illegible]

నిద్రామభ్యేహి భద్రంతే మాభూద్విఘ్నోఽధ్వనీహనః,
నిష్పన్దా స్తరవ స్సర్వే నిలీనా మృగపక్షిణః
నైశేన తమసా వ్యాప్తా దిశశ్చ రఘునందన.
శనైర్వియుజ్యతే సంధ్యా నభో నేత్రైరివావృతం
నక్షత్ర తారాగహనం జ్యోతిర్భిరవభాస్యతే,
ఉత్తిష్ఠతిచ శీతాంశుశ్శశీ లోకతమోనుదః
హ్లాదయన్ ప్రాణినాం లోకే మనాంసి ప్రభయా విభో
నైశాని సర్వభూతాని ప్రచరన్తి తత స్తతః
యక్షరాక్షససంఘాశ్చ రౌద్రాశ్చపి తాశనాః.
ఏవముక్త్వా మహాతేజా విరరామ మహామునిః
సాధుసాధ్వితి తం సర్వే మునయో హ్యభ్యపూజయన్.

అను శ్లోకములు భాస్కరరామాయణమున

క. 'రక్షోయక్షవిహారిస, మక్షంబునిలీనమృగచయంబు నిమీల
త్పక్షికులాక్షమునిశ్చల, వృక్షమ్మునిశాటభూత విహృతిస్థలమున్.

వ. అగుచు నివ్వనమున్నది మఱియును.

చ. గగనము తారకాగ్రహవికాసవిభాసితమై వెలింగెడున్
మొగిశినచీకటిం జెఱచి ముంగలిదిక్కులు తెల్లసేయుచున్
జగములకుత్సవంబొదవఁ జంద్రికగాయుచు భాసమానుఁడై
నెగడెమునింగిఁ జందురుఁడు నిద్దురవోయెడినెల్ల జీవులున్.

క. వినుమర్ధరాత్రమయ్యెన్, జనవర నిద్రింపుమీవు సౌమిత్రియునిం
కనిపలికియూరకుండెన్, మునివరుఁడపుడఖిలమునులు మోదముతోడన్."

భూమి విచ్చలవిడిఁ బొరిచరించెదరు
దీటుగఁ జీఁకటి చెసలునాకసము
కాటుకపూసిన కరణి నున్నదియు
నీలాంబరంబున నింపుముత్తెములు
గీలించి బ్రహ్మాండగేహగోళమునఁ
గడుఁగొప్పగా మేలుకట్లెత్తినట్లు
లుడుగణంబులతోడ నున్నది నింగి
యడరంగ జనులకు నానందమొసఁగ
నుడురాజు పొడతెంచుచున్నాఁడఁటన్న
నామాటలకు మెచ్చి యఖిలసంయములు"

అనియు నాంధ్రీకరింపఁబడినవి. భాస్కరరామాయణములోని కందగద్యవృత్తములలో కంటె రంగనాథరామాయణమునందలి ద్విపదీపఙ్క్తులలో భావ మెక్కువహృదయంగమముగను నానందజనకముగను ప్రకటింపఁబడినదని యొప్పుకొనక తప్పదు. ద్విపదీచరణంబులు నాతిదీర్ఘంబులై నాతిహ్రస్వంబులై యుండును గావునఁ గరచరణాది సమస్తావయవంబులు నిరవధికముగ నొక్కతటి దృగ్గోచరంబగు పరిమిత పరిమాణచిత్రపటంబుభంగి నిరంతరాయముగ సమగ్రముగ గ్రాహ్యంబులై తదనుగుణమైన అవిచ్ఛిన్నానందము గలిగించుచుండును. శ్రీనాథుఁ డుపయోగించినది మంజరీ ద్విపది. మంజరీద్విపదినిగూర్చి కవిజనాశ్రయములో

ద్వి 'ద్విపదగణంబులె తెచ్చియన్నిటికిఁ
బ్రాసంబులిడకయె పలుకఁజాలినను
మూఁడవగణమున మొగి విశ్రమముగ
మంజరియందురు మధురవాక్ఫణితి"

మాదిరిగ రెండుమూఁ డుదాహరించెదను చలికిఁజిక్కిన శత్రువులు పడుచు యింటను (
కలహించుటకు

> "చెట్టెక్కి ఫలమును జేనంటిచూచి
> వేగమె దిగి రాత వేసినట్లగును"

అనియుఁ జిన్నవాఁడయ్యుఁ బరాక్రమవంతుఁ డనుటకు

> "పిడుగు చిన్నది కాదె భేదించుఁగొండఁ
> జిన్న మిర్యమునందుఁ జేసునె కారంబు
> ఘనకపాలము కెక్కి కాకనొందించు
> మానక నోరెల్ల మండును లెస్స."

అనియుఁ గొండలు ప్రతిధ్వను లీనెననుటకు

> "ధరణీధరంబులు తల్లడంబంది
> గుహలను నోళ్ళతోఁ గూయంగసాగె"

అని చెప్పెను. గ్రంథవిస్తరభీతిచేఁ గొన్నింటిమాత్రమె యుదాహరించితి. మల్లదేవరాజంపిన బట్రాజు నలగామరాజుతోడను, నాయకురాలు నలగామరాజుతోడను జెప్పిన ధర్మములు యుక్తియుక్తములుగనుండి శ్రీనాథుని రాజనీతికౌశలముం బ్రకాశింపఁజేయుచున్నవి. నలగామరాజు సభలో వేశ్యానాట్యసందర్భమునఁ జెప్పి సంగీతరహస్యము లాతఁ డాడియందు

> ద్వి "సంగీతసాహిత్య చాతుర్యకవిత
> చెప్పనేర్చినవాఁడఁ జెలఁగి మాచెర్ల
> చెన్నకేశవ పాదసేవారతుండ"

అని చెప్పుకొన్న విషయము ధ్రువపఱచుచున్నవి బాలచంద్రుఁడు వేశ్యనుగర్హించి

అని పల్కిన వాక్యములును నసపాతువేశ్యల విషయమై బాలచంద్రునితో

ద్వి. 'వారకాంతలరీతి వర్ణింపరాదు
బిడ్డలకొసఁగక ప్రియురాలికీక
చీమలుగూర్చిన చెలువునఁగూర్చి
ధనవంతులగువారి ధనమెల్లదోఁచి
ముంజికాండ్రను జేసి మురిపెమడంప
వ్యర్థులై విటవృత్తి వసుమతిమీదఁ
బోయిరి బ్రదికెడు పొందికలేక"

అని చెప్పినవాక్యములును నీతిబోధకములైనవి. 41-వ పుటలో బాలచంద్రుఁడైతాంబకుఁజేసిన వైరాగ్యోపదేశము, బాలచంద్రుఁడు యుద్ధమునకుఁ బోవుసంకల్పము సూచించినప్పుడు తల్లియైన యైతాంబ వలదని బ్రతిమాలి ఆమె పొందినశోకము, బాలచంద్రుఁడు నిజసంకల్పంబు వదలక తల్లి నూరార్చి సకారణంబుగఁ బలికిన నీతిధర్మ వాక్యంబులు, ఉచితముగ నున్నవి. బాలచంద్రుఁడు వీరులతో బాలత్వమును గూర్చి చెప్పినవిషయములు స్మరింపఁదగినవి. ఆవాక్యముల నుదాహరించుచున్నాను.

ద్వి. "పేరబాలుఁడుగాని బిరుదుమగండఁ
బగవారిఁగొట్టని బ్రతుకదియేల
తలిదండ్రులను బ్రోవఁ దనయుఁడె కర్త
మానాభిమానముల్ మగఁటిమి మించఁ
బ్రబలింపఁగలవారు బాలురేసుమ్ము
బాలురెపెద్దలు బల్లిదుల్ వారె
బాలురకేవృద్ధి పరికించిచూడఁ
బెద్దలు మతిచెడి పిఱికిపాఱుదురు

శ్లో. "అగ్రతశ్చతురో వేదాః పృష్ఠతస్సశరంధనుః
ఇదం బ్రాహ్మమిదం క్షాత్రం శాపాదపిశరాదపి."

అని పరశురాముఁడు చెప్పిన వాక్యములను జ్ఞప్తికిఁ దెచ్చుచున్నవి. అనపోతు బ్రాహ్మణుఁడు; ఆఱువేలనియోగి, గృహనామము ఒడ్డి" పెద్దనపౌత్త్రుఁడు, మల్లపరాజు పుత్త్రుఁడు, తల్లి పేరమ్మ; చతుర్వేదాధ్యయనము చేసినవాఁడు, బాణయుద్ధమునందు నిపుణుఁడు అనపోతుతండ్రి మల్లదేవునివద్ద వ్రాయసకాఁడుగా నుండెను శ్రీనాథునికిఁ బిమ్మట వీరచరిత్రమును వీరభద్రుఁడు పద్యమయముగను. మల్లయ్య, బలరామిసెట్టికొడుకు కొండయ్య యను నిరువురు ద్విపదిగాను రచించిరి. కొండయ్యయును మల్లయ్యయుఁ దమగ్రంథములలో శ్రీనాథు నుదాహరించియున్నారు వీరు తమ గ్రంథములఁ జాలవఱకు శ్రీనాథు ననుసరించియే చెప్పిరి. వీరొక్కొకచోట లేనివి కొన్ని కలిపి, యున్నవి కొన్ని తీసివేసిరి. బొంగరము పుట్టుకయని కొండయ్య యొక వింతకథ కల్పించినాఁడు శ్యామాంగి (సబ్బాయి) తమ్ముఁ డంతర్వేదిగాని కథయొక్కవగఁ జెప్పినాఁడు, ద్విపదీకృతి వ్రాయువాఁడయ్యును బాలచంద్రుఁడు బొంగరమువాడు కథాసందర్భమునఁ గ్రొత్తగాఁ బద్యమొకటి చేర్చినాఁడు. దానినిఁ జూపుచున్నాను:—

క. "నెఱిగలిగి సాఁటినాఁటికి, సరిగడవఁగ బిరుదుకచకుచద్వయమొరయన్
చిఱుతొడల నడుము సెక్కున విఱిగెనొ యనఁ జెలులుదాను వెఱచుచు నడచెన్."

ఈపద్యము నన్నెచోడుని కుమారసంభవమునందుఁ గనఁబడుచున్నది.

మఱియుఁ గథాంశములయందుఁగూడ నచ్చటచ్చట మార్పులు చేసినాఁడు. కొండయ్య, మల్లయ్య, శ్రీనాథుని గ్రంథ మేరీతి ననుసరించిరో తెలియుటకై ముగ్గుర గ్రంథములనుండి యొకటే సందర్భమునందలి కొన్ని పద్యముల నుదాహరించుచున్నాను.

సఖులెల్ల శైత్యోప చారముల్ సలిపె
చింతింపఁబోకుఁడి చెలి లేచునిపుడె
యని పల్కనంతలో నామూర్ఛ దెలిసి
ముకుళితహస్తుఁడై ముందఱ నున్న
బాలునిఁ గనుఁగొని బలుకోపమునను”

కొండయ్య —

ద్వి. “ఏమనివగతుము ఏమిచేయుదుము
ఏమనిమామకు నెఱుఁగఁ దెల్పుదుము
నినుఁబాసి భువిమీద నిల్వనోపుదుమె
వనజాక్షి నీవెంట వత్తుమటంచు
నెఱి బ్రహ్మాపుత్రుఁడు నీవిడియంచు
గరియాన లిరుగడఁ గదిసి చల్లఁగను
భామలందఱు కూడి పలుతెఱంగులను
గోమలి కుపచరణ కొంతగైసేయఁ
జెలికిఁ గప్పినమూర్ఛ తెలిసి శీఘ్రముగఁ
దలవంచి తనకాలు తప్పక చూచి
యిది యేరిబొంగరం బింతచక్కనిది
యిది యెవ్వరిదెయమ్మ యీవెలలేని
దప్పుడు చెలికత్తె లందఱు చూచి
యప్పరో వినవమ్మ యతఁడు బాలుఁడు

అవిచారితముగా శ్రీ వీరేశలింగంపంతులుగారీపద్యములే శ్రీనాథునివైనట్లు కవిజీవిత చరిత్రములో నుదాహరించినారు.

మల్లయ్య:—

ద్వి. “అంతలో జెలికిని నటుమూర్ఛదెలిసి
ముకుళితహస్తుఁడై ముందఱనున్న

కోలపట్టుకవచ్చె గూతుదగ్గఱను
విఱిగినరొండియు వ్రేలుచన్దోయి
యంటిసిపోయినయొళ్ళు నూచలుకాళ్లు
వంగినవడుమును వపలినపండ్లు
పీలచేతులుగూని పీనుగుమోము
చిక్కగనరిసిన చింపిరితలయు
వ్రాలిన బొమముడి వదలినమేను
మెడమీద గణతియు మీగాళ్ళబూత
పలుచనిగడ్డంబు పైని బుల్పిరియు
మూతిమీసపుమొల్క ముక్కురోమములు
తలవడంకును మాట తబ్బిబ్బుమఱపు
చొల్లుగాఱెడునోర శుభ్రంపుకంపు
కన్నులఁబుసులును గాంతిమిక్కుటము.”

ండయ్య —

ద్వి. ‘కల్లలపుట్టిల్లు కడునోడలెల్ల
శిస్తువెడలినచింత చివికినగంత
పత్తిగింజలసంత పరదేశిబొంత
ఊదుపోవనిడొక్క ఉరిపడ్డనక్క
.. ..
ఉచితంబెఱుంగని యూడలితొత్తు
. . ..
తెరలు యీదనవెల్లి దేవాంగపిల్లి
మాయలకతకారి మందులమారి

విఱిగినరొండియు నూచతోకాళ్లు
ఊరిసిపోయినయొళ్ళు నూడినతలయు
తోలుశల్యములతో దూగాడునడుము
పీలచేతులు నడపీనుగురీతి.''

కొండయ్య శబ్దసౌష్ఠవము పాటింపక యిచ్చవచ్చినట్లు చెప్పినాఁడు. మల్లయ్య రచనలోఁ జాలవఱకు శ్రీనాథుని వాక్యములే యున్నవి.

నాకుదొరికిన తాళపత్రగ్రంథములో కొన్నిచోట్లఁ బఙ్క్తులుపోయినవి. పోయిన చోట్లను, బోయిన ట్లగుపడినచోట్లను నా నీరసవాక్యములతోఁ బూర్తిచేసి కుండలించితిని. ఒకటి రెండుపదములు పూర్తిచేసినచోట్లఁ గుండలము లుంచలేదు. కథా భాగములకు శీర్షికలు నేను చేర్చినవేను. అచ్చుకూర్పువారి పొరపాటువలననైన నేమి నాపొరపాటువలననైన నేమి 25, 38, 43, 50, 60, 102 పుటలలో నేను బూరించిన కొన్నిపఙ్క్తులకుఁ గుండలములు విడిచిపెట్టఁబడినవి అవసరమనితోఁచిన స్థలములలోఁ జదువరులకు సుబోధముగ నుండుటకై గద్యవ్యాఖ్యను కూర్చినాఁడను. అన్యపండితుల సంస్కృతాంగ్లేయవాక్యముల నుదాహరించినప్పుడు వలయుచోట్ల వానికి సరియైన తెలుగువాక్యములు వ్రాసితిని. బాలచంద్రుని వెశ్యనామము సబ్బాయి యనియుండ శ్యామాంగియని దిద్దితిని. ప్రాచీనగ్రంథాలలో ఉన్నప్రకారము పలనాటివీరచరిత్రయని నామ ముంచితిని బహుధన సాధ్యములయ్యుఁ జిత్రములు గొంతమంది మిత్రుల యనుగ్రహముచే సమకూర్పఁ దలంచితిఁగాని వారిసాహాయ్యము సమయమునకు రాక పోవుటవలన వీలైనది కాదు యుద్ధకాలమును ననుగురాజు జన్మదేశమును నాకు లభ్యమైన కొద్దిగ్రంథసామగ్రితోడను శిలాతామ్రశాసనములతోడను నిర్ణయించితిని ఇతిహాసవిదులు వీరచరిత్రముయొక్క యేభాగమైన దయయుంచి యొకరేని నా కంపఁ జేయఁగలిగినయెడల నది వ్రాసికొని వారిగ్రంథము వందనములతో మరల వారికిఁ

జానపాటి వేంకటప్పయ్యగారికిని వీరచరిత్ర ప్రథమభాగము నొసంగిన పిడుగు వీర
భద్రయ్యగారికినిఁ దగినసమయములఁ దోడ్పడుచు వచ్చిన తాడేపల్లి సీతారామయ్య
గారికిని, ముద్రణాదివ్యయమున కేఁబదిరూప్యము లొడఁగూర్చి సాహాయ్యముచేసిన
మహారాజరాజశ్రీ ఉన్నవ లక్ష్మీనారాయణ పంతులుగారికిని నామనఃపూర్వకవందన
ములు సమర్పించుచున్నాఁడను.

గుంటూరు,
జులై 1-వ తేది 1911.

ఉమాకాంతుడు

☞ ప్రథమభూమికయందలి 53, 57, 61, 63 పేజీలలోని గద్యవ్యాఖ్యలు
ద్వితీయావృత్తిసమయాన వ్రాసినవి.

వీరచరిత్రకథాసారము

ఉత్తరదేశమునఁ ఖాలమాచాపురి యనుపట్టణము కలదు. జంభనాపురియని
నికి నామాంతరము దీని ననుగురాజేలుచుండెను ఇతఁడు కార్తవీర్యార్జునున కేడః
రమువాఁడు. కార్తవీర్యుఁడు చేసినపాపములు బాధింపఁగా ననుగురాజు బ్రాహ్మణోక్త
ముల యాలోచనవలన జీడినూనె గుడ్డలు ధరించి ససైన్యుఁడు, సామాత్యుఁడు, సద
నుఁడు, సకులదేవుఁడునై రాజ్యమువిడిచి, పాపపరిహారార్థము తీర్థయాత్రలకు వెడలి
నానాక్షేత్రంబుల సేవించుచు నదులలో మునుఁగుచు నంధ్రదేశమునకు వచ్చి యమరా
వతిరేవున కృష్ణానదిలో స్నానముచేయఁగా నల్లని జీడినూనె గుడ్డలు తెల్లనాయెను.
ఇట్లు వస్త్రములు తెల్లనగుటయే పాపవిమోచనమునకుఁ జిహ్నమని బ్రాహ్మణు లనుగు
రాజునకుఁ బ్రథమమునఁ జెప్పియుండిరి. అనుగురాజప్పుడు చందవోలులో రాజ్యము
చేయుచున్న రాజుకూతును వివాహమాడెను. ఆమెపేరు మైలాంబ. కూతునకుఁ జంద
వోలురాజు పల్నా డరణమిచ్చినందున ననుగురాజు గురిజాలరాజధానిగ పల్నాటి కధ

కూతును లవాంబను బెండ్లాడెను. బ్రహ్మనాయఁడు విష్ణువుగా భావింపఁ బడుచున్నాఁడు. కురుక్షేత్రయుద్ధమునఁ గృష్ణుఁ డెంతముఖ్యుఁడుగ నుండెనో పల్నాటి యుద్ధమున బ్రహ్మనాయఁ డంతముఖ్యుఁడుగా నుండెను. ఈయన పల్నాటికృష్ణుఁడని పేర్కొనఁ బడుచున్నాఁడు. ఇతనికుమారుఁడు బాలచంద్రుఁడు. కన్నమదాసని మఱి యొకఁడు గలఁడు.

ఇట్లు దొడ్డనాయఁడు మంత్రిగ ననుగురాజు కొంతకాలము పరిపాలించి మృతి నొందెను. దొడ్డనాయఁడుకూడ స్వర్గమున కేగెను. నలగామరాజు పట్టాభిషిక్తుఁ డాయెను. నాయకురాలను నొకయువతి నిజశక్తిచేత ననుగురాజుననుగ్రహము సంపాదించి యతఁడు చనిపోయినవెనుక నలగామరాజువద్ద మంత్రిణి యయ్యెను. ఈనాయకురాలి యసలుపేరు నాగాంబ. నాయకురాలనియే సాధారణముగా వ్యవహరింపఁబడుచున్నది.

“నాయకురాలి జన్మస్థలము పల్నాడుతాలుకాలో నాగులేటియొడ్డుననున్న జిట్టగామాలపాడను నొక చిన్నగ్రామము. ఈమె పంటరెడ్లకులమునఁ బుట్టినది. తండ్రిపేరు చౌదరి రామిరెడ్డి. మేనమామపేరు మేకపోతు సింగారెడ్డి. ఈమెయింటిపే రరవల్లివారని చెప్పఁబడినది. ఇది తల్లిగారింటిపేరో యత్తగారింటిపేరో తె, యదు. ఈమెభర్తనామ మెచ్చటఁ గానరాదు. పల్నాటియుద్ధమున కీమెయే కారకురాలు. అతిపరాక్రమశాలిని. గుంజాల పురవరాధీశ్వరులగు నలగామరాజాదు లీమె చేతిలో కీలుబొమ్మలవలె నుండువారు. ఈమె బ్రహ్మనాయని కిరుపోటిగా రాజ్యతంత్రము నడపిన సమర్థురాలు. యుద్ధావసానమువరకుఁ జలనమునొందక మగబిరుదు కట్టి యశ్వారూఢమై బ్రహ్మనాయనితోఁ బోర సమకట్టిన శూరురాలు. ఈమె మంత్రిణి యగునప్పటికి వీరవిద్యాదేవికి జన్మించిన మల్లదేవాదులు బాలురుగా నుండిరి. బ్రహ్మనాయఁడు వీరిని దగ్గఱకుఁ దీసి రాజ్యములోఁ గొంతభాగ మిప్పించి

జాలకుఁ బోయెను. వారును దగినవిధముల గారవించిరి. గురిజాలలో బ్రహ్మనాయనికి నాయకురాలు విషము పెట్టించెనుగాని యామె ప్రయత్నము నిష్ఫలమాయెను. మాయ చేసి నాయకురా లాతనినిఁ గోడిపందెమున నోడఁబఱచెను. ఓడిపోయినవా రేడుసంవత్సరములు రాజ్యము విడచిపెట్టి పరభూములకుఁ బోవలయునని పందెపుటొడంబడిక. పందెములో బ్రహ్మనాయఁ డోడి గోపన్నను గోల్పోయి మల్లదేవుల వెంటఁబెట్టికొని మాచెర్ల విడిచి కృష్ణానదిని దాఁటి మండాదిపట్టణమునకు వలసపోయెను. పిమ్మటివృత్తమునకు వక్ష్యమాణమైన "పల్నాటివీరులకథలు" అను గద్యకృతినిఁ జూడదగును.

1 పల్నాటిసీమలోనున్నది. 2 పల్నాటిసీమలో చంద్రవంకనదిమీద ఉన్నది. పల్నాడు గుంటూరుజిల్లాలో ఒకసీమ.

away from this world leaving behind their marks in the annals of the progress of mankind. They are the light guiding and shaping men's thoughts and actions in their bewildering journey of life. They are the proclaimers of the unspeakable significance, the unreachable height, the immeasurable breadth and the unfathomable depth of the Infinite Power. By them the whole world moves. in them the whole world rests, for them the whole world longs The history of the world is the history of these Great Men. Leaving the prehistorical periods, a little thoughtful mind can, from the dawn of documentary history down to modern times, perceive how the world has been affected by the appearance of the personages like Sri Rama, Buddha, Christ, Sankara, Kalidas and Shakespeare. These Great Men or Heroes, as they are justly called, are not confined to a certain country or to a certain age. They have been making their appearance in different corners in different ages. Wherever they appeared, whether in the meditative East or in the practical West, they were received with divine honour, regarded with admiration and adored with prostration "The worship of a Hero" truly says Carlyle, "is transcendent admiration of a Great Man. . .No nobler feeling than this of admiration for one higher than himself dwells in the breast of man." Architects built temples in their honour, migrated for political reasons into the broad grand plains of the Palnad as a place of refuge and settled there —settled never to return. They obtained rights in the country as a matrimonial gift and ever since Palnad has been called their home and they have been styled, "Palnad Heroes." They held undisputed sway over it and diffused their religion and civilization among the people. They built villages, made tanks, constructed anicuts, dug canals, erected temples and raised fortresses in the Palnad and the surrounding country, traces of which remain to this day whispering in the listening ears, dumb as they are, various tales about the activities of of their makers in days gone by. Fortunately or unfortunately, the country had their rule only for a short time. During that short period, they held a wonderful sway over the country Their love for the subjects was unlimited. Their indomitable valour was unparalleled. The chaotic battle-field was their sporting ground. The roar of the trumpets was their delightful sound. The bare flashing sword was their walking-stick. They were brave but not ferocious, they were valiant but not cruel. Timidity they did not know. Lawlessness they did not tolerate After ably governing the country for a short period, in a great fratricidal war that ensued, they, sacrificing their lives in defence of their rights, them. Temples are dedicated to them. Their pictures are carved upon stones. Gorgeous processions are held in their honour. People vie with each other in paying their adoration irrespective of caste and creed. I cannot refrain from quoting in this connection the following lines of that famous archæologist, Robert Sewell, concerning these Heroes :—

"It is a curious fact that, while the Palnad Heroes themselves worshipped indiscriminately Vishnu and Siva and while this mixture of worship is still largely observed in this out of the way part of the country, we have in this Heroes' temple a sort of Mussalman coalition into the bargain. The Mussalmans take part in the anuual festival and pay their devotions to the souls of the Heroes, and the walls of the temple are discolored with the splashes of chunam water and red paint thrown on them by Muhammadan admirers." Lists of Ant. Vol. I

The construction of the temple itself is attributed tc a Mahammadan whose grave is still to be seen within the precincts of the temple. Our admiration is all the more increased when we read the story of a female of Panta Reddi family, who, as the leading figure one the side of Nalagama, made such wild charges, evinced such gigantic valour and fought with such stupendous courage as would excite the wonder of Nelsons and Nopoleans. Thousands

how Veroism (Hero worship) which resembles to some extent the Norse faith of Scandinavia and the Shintoism of Japan, originated in the Palnad and extended its influence throughout the Telugu country. This Hero worship has been continuing here for eight centuries and, though an orthodox religionist may coldly speak, a gloomy theologian may disapprove, and a haughty atheist may laugh at the idea, yet must continue as long as the Earth turns round the Sun.

The author of this Ballad Sreenatha is a Vira Saivite for ceremony, but he seems to belong to the school of rational philosophers as they may be called. Though we cannot claim for him subtler elements of social morality according to tradition, his movements seem to be entirely · high society and he was one of the most celebrated holars of his age in the Telugu country.

This Palnati Veeracharitra, has been uupublished and unknown to the general public until this time. It, in the course of four hundred and more years through which it kept its existence, underwent many changes, though not radical, in its composition Somehow or other the book, from very early times, has always been in the hands of the illiterate low caste beggars who sing the story to the people and receive something as reward from it are scattered throughout the Telugu country. Under such circumstances, the readers can imagine the awkward position in which I was when trying to get the book and the difficulties that would present themselves before finally succeeding in the attempt In a way, I have now published this part of the whole poem and eagerly expect encouragement from the Telugu Public to bring out the remaining portions also within a short time. I have fixed the date of the war and the original home of the Heroes in my Telugu introduction with the light of the few historical accounts, Puranas and inscriptions I could have access to and if students of history kindly give their valuable suggestions upon the points, I shall feel highly grateful to them and acknowledge my indebtedness to them. Although the book had been given to the press nearly one year back, it could not be completed till now owing to the limited means and time that I could devote for it in the midst of other duties. My thanks are, however, due to Sri D. Kesava Row Pantulu Garu, Proprietor of the Vani Press, for the kind and timely help he rendered in many ways in bringing the book to its present form at least so early as this I must express my feelings of gratitude to Sri Akkiraju Sankarayana Garu,

Sri Challagundla Pichayya Garu, and Sri Janapati Venkatappayya Garu and Sri Unnava Lakshminarayana Pantulu Garu, for their kind aid in the publication of this work.

Bezwada,
9th June, 1911.

THE EDITOR.

శ్రీరఘునాయకు జిత్తమందెంచి
శ్రీకంతుపరమేశు శివునాత్మఁదలచి
పార్వతీదేవికి భావించిమ్రొక్కి
శివగణంబులనెల్ల చింతించిపొగడి
ప్రాకటంబుగవిష్ణు ప్రార్థన జేసి
యిందిరాదేవిని నిచ్చలోనిలిపి
విష్ణుభక్తులనెల్ల వినుతులు సేసి
జలజజుఁగొనియాడి శారదనెంచి
అఖిలవిద్యలకెల్ల ఆద్యుడైనట్టి
గజముఖువిఘ్నేశు ఘనతకీర్తించి
వీరభద్రునిశౌర్య విభవంబులెన్ని
* సంగమేశ్వరునకు చక్కగామ్రొక్కి
గుర్జాలగంగను గోరిప్రార్థించి
భక్తి † గోగులపాటి భైరవుదలచి
నీలమేఘశ్యాము నిజమూర్తియయిన
‡ శీలమ్మనాయుని చిత్తమందెంచి
కడువేడ్కఁ పోతలింగము గొనియాడి
§ మాచెర్లచెన్నుని మదిలోనదలచి
ఆంధ్రకవుల నుతులమరగావించి
గీర్వాణకవులను కీర్తించిమ్రొక్కి
సంగీతసాహిత్య చాతుర్యకవిత
చెప్పనేర్చినవాడ చెలగి "మాచెర్ల"
చెన్నకేశవపాద సేవారతుండ
వలను భారద్వాజ వంశవర్ధనుడ
కవిసార్వభౌముడ ఘనతగన్నట్టి
శ్రీనాథుడనువాడ శివభక్తిపరుడ

---

* కృష్ణా, మాలాపహారిణీ నదులు సంగమించుచోట సంగమేశ్వర క్షేత్రము గలదు. మఱికొన్ని చోట్లఁగూడ సంగమేశ్వరాలయములు గలవు

† గురిజాలకుఁ దూర్పుగానున్నది.

‡ శీలమ్మ పుత్రుఁడు అనగా బ్రహ్మనాయుఁడు.

§ పల్నాడుతాలూకాలోఁ జంద్రవంకతీరమందున్నది దీనికి మహాదేవిచెర్ల అనికూడ పేరు కలదు.

సురరాజవిహితుండు శుభవీక్షణుండు
కరుణాంతరంగుండు కలుషభంగుండు
ఎల్ల జగంబుల నేలెడుఘనుడు
పాలమున్నీటిపై బవళించువాడు
సౌరిదినెల్లప్డు భూసురరక్షకుండు
గిరిధర్ముడగు చంద్రగిరిరంగవిభుని
వెంకటాద్రిపునకు వెలయనొక్కొక్క-
సరసునకును రణసాహసాంకునకు
అలరాజుబాకున కవతారమొంది
మలసిచూటొక్క బొమ్మలపెండెరంబు
చెలగిడాకాలనుంచిన మహాఘనుడు
చిటికలపైకొక్క జిక్కెడువాడు
చేకొన్నమాచెర్ల చెన్నకేశవుడు
నాకలలోవచ్చి నయ మొప్పబలికె
వినవోయిసత్కవి వేడ్కనామాట
మనమునరాను సమ్మతమైనదొకటి
అంకితంబొనరింప నరువొందుసూవె
అనుచును శ్రీకాంతు డరిగినపిదప
మేలొక్కంచిమనమున మేలయ్యెననుచు
విలసిల్లు పలనాటి వీరులచరిత
జనులెల్ల భక్తిచే చదువుటకొరకు
* మంజరీద్విపదగా మన్నించి నేను
చెప్పబూనితివచః శ్రీ మెఱయంగ.
ప్రకటితంబైనట్టి పలనాటిలోన
భావింపగావిష్ణు భక్తిని మెరసి
నరనాథసింహంబు నలగామరాజు
మహితచారిత్రుడు మలిదేవరాజు
ధారుణినేలుచు తమలోనబోరి
† కార్యమపూడి శ్రీకదనంబునందు
నరపాలచంద్రుండు నలగాముతాక
పంపిన ‡ బాలుండు బాహువిక్రముడు
తోరంపుగజములు తురగచయంబు

---

* ఈద్విపదయందుఁ బ్రాసములేదు

† పల్నాటిలో నాగులేటితీరమున నున్నది.

‡ బ్రహ్మనాయుని కొడుకు.

గణుతింప తల్కఱఘా క్రమమెట్టి దనిన
ఆరయ † మేడపిలోన * అలరాజుచావు
వీరవిక్రమతచె వీరసాహసత
పెంగిన నాయకుల్ పలుపరాక్రములు
వీరనాయకులెల్ల వినివెరగంది
భావించితలపోసి బాలమల్దేవు
బిరుదురాజును దెచ్చి పృథ్వి వెలయగ
నయమైనయట్టి లగ్నంబునందతని
పట్టంబుగట్టిరి పరగ మేడపిని.
భూమీశసుతునిట్లు పుడమిని నిలిపి
భాస్కరసమ తేజు బాలుని దెచ్చి
సచివ కార్యంబున సమ్మతినుంచి
అటుకరణపుకార్య మనపోతుకిచ్చి
మాడచియను నట్టి మగువను దెచ్చి
రాణివాసముగావ రక్తితోనుంచి
ఘనకార్యమాపూడి కదనరంగంబు
చేరబోవుటకునై చింతించియపుడు
క్రుబలతో మేడపి ఒదిలంబు సేసి
పరగ ముప్వురుపతుల్ పైనంబుగాగ
ఎలమిభూసుర పురోహితులెల్ల పూని
జయముహూర్తము బెట్టి చనుమని చెప్ప
తొల్లియే కాదళి దురమానటించు
రణభేరి వేయించె రమణీయముగను
అతులసాహసవృత్తి సాదంపు వెడలె
‡ గొల్లెనల్ గట్టిన గొప్పతావిండ్లు
బల్లాని పెట్టెలు పట్టెమంచములు
తరుచైనపీటలు § తమ్మపడిగెలును
వింతమందసములు వెలయుంగొడ్గులును
కాశ్మీరకస్తూరి గంధకర్పూర
మాదిగావాసన లమరుపెట్టెలును

† బ్రహ్మనాయుఁ డితనిని రాయబారమునకుఁ బంపఁగా నాయకురాలు కుట్ర చేసి చంపించెను.

* వినుకొండ తాలూకాలోనున్నది. మలిదేవరాజాదులు తమ రాజధానియైన మాచెర్ల విడిచి మండాదికి వలసపోయి తిరిగివచ్చి యీ మేడపిని నిర్మించికొనిరి

‡ గుడారము.

§ తాంబూలము వేసికొన్న తరువాత నుమ్మి వేయుటకై యుంచికొను నొకవిధమైన పాత్ర.

సందడీపడదండు చయ్యానగదలె
పెంపైనపాలకి పెదమల్లుగదలె
పినమల్లుగదలెను పృథ్వీశువెనుక
తమ్ముడుగదలెను ధరణీశువెంట
పచ్చలులింగాలు పట్టుగాజెక్కి
బాగుచేసినయట్టి పాలకియెక్కి
పలుమారుపుత్రుకై పలువరింపుచును
కొలువులోనాయుండు కొనకట్టుపెట్టి
♦ కలపగదీర్పసీ కొమకితడంచు
పెట్టెనాచేతిలో ప్రియతనూజాతు
బాలునితెగువ యేవాటిదోయనుచు
* కొమ్మభూమీశుండు గొబ్బునగదలె
అల్లాణరాజులు అచ్చోటినృపులు
అన్నలుదమ్ములు అందరుగూడి
సూర్యవంశమువారు సొంపుతోచనిరి.

అందంబుగాబట్టె రరిగెలజోళ్లు
వింజామరంబులు వెలయగానెమిలి
కుంచెలవారును గూడివీవంగ
నాయుండురాజులు నయముతోచనగ
ముందు † డమాయీలు మురజసంఘంబు
బూరలుభేరీలు పోటుధారలును
కాహళవంకిణి కాలికొమ్ములును
శంఖసమూహంబు సన్నాయిజోళ్ళు
మురళిచయంబును ముఖవీణవితతి
నరగలుతప్పెటల్ నయమైనడోళ్ళు
తమ్మటమ్ములునెంచదగువీరణములు
ఘనమైనరుంజలు ‡ కనకతప్పెటలు
చేగంటలును మరి చిరుగంటచయము
ఘనమైనమ్రోతచే గగనంబుగప్ప
కుంభిణివణకంగ కులగిరులెల్ల

♦ ఇది దినవెచ్చమువంటిది.

* ఇతఁడు క్రీ॥ శ॥ 1188-వ సంవత్సరమునందు కల్యాణమును పాలించుచున్న నాలుగవ సోమేశ్వరుని కుమారుఁడు. ఇతనిపుత్రుఁడలరాజు. కొమ్మరాజును అలరాజును పలనాటిలోఁ జనిపోయినందున కల్యాణమునెలు పశ్చిమచళుక్య వంశము వీరితో నశించెను.

† చర్మనిర్మితమైన వాద్యయంత్రవిశేషము.

‡ బంగారుతప్పెటలు కావు. ఒకరకపు తప్పెటలు.

జిలుమూఱాంహాయను వాలమువారు
రేవనూళ్లలవారు రేవెర్లవారు
ఆట్లూరి ముట్లూరి యూఖ్యలవారు
చెవ్రులవారునుమరి చిల్లరవారు
సరియైననాయకుల్ గూడియే తేర
గండువారేగురు గదిసినవేడ్క
చనిరిబిరుదులతో సాహసమడర
ఒప్పుగానిందరు సురువైనబండ్లు
మోటకంబులు మెట్టి కుంజరావళులు
ఉత్సాహమున హుటాహుటినడువంగ
భట్టువారలుమించి బహువిధంబులను
బిరుదుపద్యంబులు పెల్లుగాజదువ
ఉద్ధతి * మస్తీలు నొనరనిర్వంక
భైరవఖడ్గముల్ పట్టుకరాగ
శీలమ్మతనయుని సింహావిక్రముడు
కరవర్థికనుకుల కన్నమనడిచె
సకలవీరచయంబు సంతతోత్సాహ
పౌరుషంబులుమీర † బ్రహ్మకిట్లనియె
వాయువుబోనీక పడినాపగలము
జాతవేదునిబట్టి చమిరివేసెదము
ఘనసముద్రముజొచ్చి కలగజేసెదము
కుంభినికాళ్లతో ద్రుంగదన్నెదము
కులగిరులైనను కొట్టివేసెదము
గురిజాలనేలెడు కువలయేశ్వరుని
కులపగకైపట్టి క్రొవ్వణగించి
చలమునవిడువక చంపగాగలము”
అనిపెక్కుపంతంబు లాడుచునడువ
చూచినవారలు చోద్యంబుగాగ
పటువిక్రమాఢ్యులు పలనాటివీర
వరులంచుబొగడుచు వర్ణించిపలుక
మలదేవభూపతి, మంత్రిబ్రహ్మన్న
కంపింపభూస్థలి కదలిరావేళ.

(మలిదేవరాజు, బ్రహ్మనాయుఁడు
త్రిపురాంతకము జేరుట)

‡ త్రిపురాంతకమునకు తిన్నగావచ్చి

---

* శస్త్రవిద్యావిశారదులు.

† బ్రహ్మనాయుఁడు.

‡ శ్రీశైలమునకుఁబోవు త్రోవలోనున్నది.

గౌరీమనోహర గంగోత్తమాంగ
నాగకంకణశివ నందివాహనుడ
కాంచనగిరిచాప కంధితూణీర
గరుడాసనాంబక కైలాసవాస
ఘనగజాసురభంగ కామభస్మాంగ
లాలితశ్రీకంఠ లయకాలకర్త
సకలభూతేశ్వర శరభావతార
ఫాలాక్షభూతేశ పరమేశయిపుడు
విన్నవించెదనేను వినుముసత్కరుణ
* శివపురిలోనుండి చేర్చినయట్టి
భూతరాట్స్తంభంబు పొందుగానుంచి
నితిజేసిచనితిమి మీనగరంబు
కృతివచ్చెనేటికి మీకృపచేత
కార్యమీడేర్పంగ కర్తలేమీర
నుచు ప్రార్థనజేసి యచ్చటనున్న
కంబముగనుగొని కడుభక్తిమ్రొక్కి

గంగయుమర్గయు కాలభైరవుఁను
నిలిచిభూదేవియుఁ నీయాననముల
గంధర్వపతులతోఁ గాచుచునుందు
రనుచుప్రార్థనజేసి ఆబ్రహ్మపనికె
ఘనకార్యమాపూడి కలనులోపలను
నలగామరాజుతో నయముగాబోరి
మడియంగవచ్చిరి మన్నెనాయకులు
రణరంగపట్టపు రాజవైనివు
సాక్షివైయుండవే సర్వభూతేశ
భుక్తినిచ్చెదనీకు భూతేశుఁడెరుగ
దాహంబుదీర్చుకో తడుచురక్తమున
ఇప్పుడాహారంబ యిదిగోకొమ్మంచు
కంబమునకునిట్లు గట్టిగా జెప్పె
పెక్కుఫలంబుల పిండివంటలును
పరమాన్నము మంచి పప్పుకూరలును
పానకంబులుజున్ను పచ్చళ్లునెయ్యి

* శివపురియనునది శివసింగురాజుయొక్క పట్టణము. కల్యాణపట్టణరాజయిన వీరసోముఁడీపట్టణముమీఁద దండెత్తినపుడు బ్రహ్మనాయుఁడు వీరసోమునికి సహాయుఁడుగాఁబోయి శివపురి ధ్వంసముగావించి యచ్చటనున్న శక్తులఁదెచ్చి త్రిపురాంతకములో నిల్పెను.

ఘనమైనపోతుతో గావుజెల్లించి
ఆహారమంతట అర్పించిపిదప
* కంబముంచినయట్టి ఘనమైనశకట
నిచయంబుదరలింప నిలిచి బ్రహ్మన్న
శకటచక్రంబులు సమ్మతిగావ
నాయకావళిసెల్ల నయముతోబిలిచి
ఔరణచతురుడై విడియంబులిచ్చి
యెనయంగమనవీట నెసగునెద్దులను
కనుగొని తెప్పించి కాండ్లకుగట్టి
చయ్యానబండ్లను సాగింపుమనియె

(నాయకులు శకటంబులకుఁ
బూన్పుటకై యెద్దులనుఁ బేరు
పేరునఁ బిలుచుట)

అనివీడుకొలిపిన నంతంతవారు
పేరుపేరునవాని బిలిచిరీరీతి
అందెలబసవన్న ఆదినాథుండ
సందులపిడిఘుంట నాగవాసయ్య
గోవులవిటకాడ గోగుబయ్యన్న
ఒంటరిపలిజంకు వరపెరుమాళ్ళు
జల్లులదర్దజ జయకంఠనాద
వైకుంఠవాసుడ వాసుదేవయ్య
పుట్టలభూపతి పెంజెల్గుపెద్ద
ఇంద్రునివజ్రమా యిష్టగిరీశ
గోగుభైరవమూర్తి గోవిందరాజ
చెంచులయోబయ్య చెన్నమల్లయ్య
కంచియేకామ్రుడా కాశికానాథ
మధురాపురిప్రియా మానందినాథ
కాముడా సోముడా కాయజవరుడ
రాముడా భీముడా రంకెలుసలుపు
మీరితిపిలిచిన నేపుమీరంగ
వచ్చినయెద్దుల వరుసతోజూచి
వన్నెలుచిన్నెలు వడిజెప్పికొనుచు
నెత్తురుకొమ్ముల నేటైనవాని
గణుపుతోకలుగల కరిబొల్లివాని
అచ్చగాకరివన్నె లమరినవాని
మూపురంబులతోడ మొనసినవాని
నుదుటచుక్కలుగల నునుపైనవాని
తెల్లనివన్నెల తెలివైనవాని

* త్రిపురాంతకమునుండి కంబమును దరలించుచున్నారు.

కంబముదర్శించె కమలనాభుండు
*మర్రివేములదాటి మండలేశుండు
ఘూర్ణిల్లురవముతో † గుమ్మడంపాడు
చేరియచ్చటవిల్వ చిత్తంబువిడిచి
‡ గరికెపాటికివచ్చి కాలూనకచట
§ కంకణంబులపల్లె కడచునాథులు
కంకణంబులుగట్టి కదలిరావేళ
పట్టభద్రులు ♦ పైడిపాటికివచ్చి
పరగవీరులకెల్ల పైనంబుజెప్పి
మెరసినమన్నీలు మేటినాయకులు
ప్రభువులుదొరలును బంధువర్గంబు
వీరవర్యులుగొప్ప విద్యలవారు
మిక్కిలిబిరుదులు మెరయుసాహసులు
కవులునుశెట్టీలు కలిసియందంద

అంతలోదినకరు డస్తాద్రికరిగె
సాంద్రమైచీకట్లు జగమెల్లగప్పె
విలసిల్లెచుక్కలు వినువీథియందు
గుమిగూడిపక్షులు గూళ్ళలోజేరె
గూబకదుపుమించి కూయంగసాగె
చక్రవాకంబుల సంతసంబడగె
ఘనచకోరంబులు కౌతుకంబందె
కొలకులకమలముల్ కుందుచుమొగిడె
వికసించెకుముదముల్ విచ్చలవిడిని
జారకామినులెల్ల సంతోషమునను
మగలనిద్దురబుచ్చి మనసులుబెదర
కెరలివిటులగూడి గృహములువెడలి
మించిసాహసమున మేరలుమీరి
తోడికోడండ్రును తోడివారలును

---

* వినుకొండతాలూకాలో నున్నది.

† వినుకొండకుఁ గొంచె మీశాన్యముగ 18 మైళ్ళదూరమున నున్నది

‡ వినుకొండకు ఉత్తరముగ 19 మైళ్ళదూరమున నున్నది.

§, ♦ ఇవియు వినుకొండతాలూకాలో నున్నవి.

$ నాయకురాలి కనుమదాటినతర్వాత నున్నది. కార్యమపూడికి 6 మైళ్ళదూ
ములో దక్షిణముగా నున్నది

మర్మముల్ నొవ్వంగ మాటికినేయ
మంచిగంధము బూయ మనసుఖీలిల్ల
పువ్వులు ముడువను బుద్ధియులేక
ఘననఖక్షతదంత ఘాతలువీడి
రతికూజితంబుల రంతులుమాని
బంధచాతురియందు భావంబువిడక
కొందరు నేలను గొందరునిలిచి
శయముతోగొందరు నానావిధముల
కలసిరి మేనుల కంపంబులలర
చోరులుసాహస స్ఫూర్తులతోడ
ప్రాణంబులకుదెగి భార్యలనుమరచి
బ్రతికివచ్చెదము భావంబువదలి
పట్టణంబులయందు పల్లెలయందు
ధనికులగృహముల తార్కొనిదోచి
సాకకుదిరుగంగ సాగిరావేళ

(కార్యమాపూడి రణరంగమును
బరీక్షించుటకై బ్రహ్మనాయుఁడు
కన్నమనీని నర్ధరాత్రంబునఁ
బంపుట.)

పావనంబుగఁజేసి బహుకాలమందు
కనిపెట్టియున్నట్టి ఘనరాజవితతి
దురములోపలనుండి తొలగింపవలయుఁ
ఇరవుగాకలనిలో ఈరాత్రివేళ
ఎవ్వరెవ్వరుగాచి యెట్లున్నవారో
అరసిరమ్మనిపంప నావీరఘనుఁడు
వాసనపెల్లైన వనమాలగదల
కరముల * గుజ్జరి కడియముల్ మెరయ
సేబైనపిడిఘుంట సెమలిసోగలుచు
నల్లనిదట్టిని నయమొప్పగట్టి
అర్ధనారీఝల్లకాదులనమర
ఘోరభైరవగద కోరమీసములు
ఎగుభుజంబులుమించు నెరజేరుగ్రుడ్లు
ఘనమైనదేహంబు కానిపెండెరము
వెరవైనభీకర వేషంబుతోడ
కదలెకన్నమనీఁడు కదనభూమికిని
కాటుకకొండయై కదిసినయట్లు

* గుజ్జరి అనునది ఘూర్జరశబ్దభవము. ఘూర్జరదేశమునే యిప్పుడు గుజరాతని చెప్పెదరు.

ఇరవునసున్నట్టి యెరుకలసాని
యెఱున్న తావుకువచ్చి యొయ్యానసియె
వింటివేవార్తలు కానవిచిత్రంబు
గొల్లెపలచ్చటకుదురుగాజేసి
యీరుద్రభూమికి సీతడువచ్చె
ఏమికార్యమొ కాని యెరుగంగరాదు
మదముగనున్నాడు మను జూఁకివీసం
తెలిసికొవలెనని తెరగెల్లనిప్పు
డవిడుగ్రకోపాన నార్పులునిగుడ
కత్తులుద్రిప్పుచు గద్దిసికూయుచును
గట్టిగానిలిచిరి కన్నమమీద
అంతటకన్నమ అధికరోషమున
కాలాగ్నిరుద్రుడై కత్తినిగీసి
మెరుపుకైవడినిల్వ మెచ్చెభూతములు
వల్లకాటికిధైర్య వైభవంబెసగ
ఎవ్వడేతెంచెనో యెరుగరాదిప్పు
డీశ్మశానములోన నెసగురుద్రుండో
బ్రహ్మయోవిష్ణుడో పాకశాసనుడో
అగ్నిహోత్రుడో లేక యమధర్మరాజో
అలనైర్ఋతుడో లేక అంబుధిపతియొ
పవనుడో ధనదుడో ఫాలనేత్రుండో

సోమవంశంబున శోభిల్లుచున్న
అనుగురాజేంద్రున కంగనయైన
విద్యలదేవికి విభవంబుమీర
ముక్కంటివరమున ముగ్గురుసుతులు
మల్లికార్జున యొక్క మానవరూపు
లనగజన్మించిరి అందు మేటి
పెదమలిదేవుడు పృథ్వీతలేశు
డారాజునకుమంత్రి ఆదిదేవుండు
దొరసినరేచర్ల దొడ్డనాయునికి 2/1
పడతిశీలమయను పద్మనేత్రకును
కలికికృష్ణుండైన కారుణ్యమూర్తి
పుట్టెను బ్రహ్మన్న భూలోకమందు
ఆతనికిదాసుడ నాదుచు నేను
మాలలకుచుబుట్టి మాలనైపోక
విష్ణుపాదముబట్టి విశ్వంబులోన
తెప్పలినాయుండు తెరవయైనట్టి
వికచాబ్జలోచన పెమ్మసానికిని
శ్రీమించుమాచెర్ల చెన్నునిమేన
పెంపొందె తులసి పెదవనమాల
వరమునగన్నట్టి వరపుణ్యసుతుడ
కన్నమనాపేరు కమలాక్షివినవె

లగించుచుచునయి విలసించుచుదలచు
కామునిబలముల ఖండించివైచి
మడియంగవచ్చిరి మన్నెనాయకులు
పరభయంకరమైన భండనభూమి
అరసిరమ్మనిపంపె నవతారపురుషు
డైనట్టిబ్రహ్మన్న యనుచుజెప్పంగ
విని యెరుకలసాని విస్మయంబంది
ప్రళయకాలేశుండు పార్వతీశ్వరుని
పాదసేవకులైన ప్రమథులువార
లిపుడిటువచ్చుట్లనెసగెసంతసము
మనసులోకోరిక మాకుసిద్ధించె
బ్రహ్మనాయుడువచ్చి భండనభూమి
పాదరేణువుచేత పావనత్వమ్ము
వెలయింపవలసిన వేళయేతెంచె
కడువేగరమ్మను కన్నమానేడె
అనినకన్నమవిని యాశక్తికపుడు
వందనమస్కృతుల్ తగజేసిముగిడి
బ్రహ్మనాయునిజూచి పదములకెరగి
కమలవల్లభవిభు కంటినివింత
కంటినెరుకసాని కంటిదైత్యులను
జయమగువేంచేయుం జలజలోచనుడ
పాలుపొందనారుద్ర భూమికేతెంచి
నాలుగుకరముల నాయుడునిలిచె
ఆరుద్రవసుమతి నాశ్చర్యముగను
శూలినశల్యముల్ కురుచతుండములు
సొక్కినచర్మముల్ చుట్టలైయున్న
పేగులునరములు పెంటలైయున్న
యెడుమూసంబుల యెముకలుపగిలి
రాలివట్టంబైన రాసులుతరుచు
మునిగిదుర్గంధంబు మొనసినమెదడు
గాలికిదూలెడు ఘనశిరోజములు
కాలికుప్పలుబడ్డ కాయవిభూతి
చిదిమినశవములు చెదరుకొరువులు
నానావిధంబుల నాట్యముల్ సలుపు
భూతకోటులతోడ పొందుగానుండె
తలకాయపుర్రెల దసుబంతులాడు
శాకినుల్ మొదలైన సకలభూతములు
బెదరకవాదించు భేతాళచయము
పల్లాటలాడెడు పెనుపిశాచములు
మిణుగురుల్ విస్ఫుల మించిరాల్చుచును
కొమరొప్పపరుగిడు కొరవిదయ్యములు
వేదమంత్రంబులు వెసపఠించుచును

ఘన కార్యముల కల్ల కారణంబగుచు
ఎముకల పెంటయై యెహ్యమైయున్న
కార్యమాపురిపుణ్య ఖనియగునట్లు
కావింతు దేవతల్ గనిసంతసింప
ధీరత శ్రీవీరతిరుపతి సేయ
వలెనంచునూహించి వైరులపాలి
కాలమృత్యువువంటి ఘనుడు బ్రహ్మన్న
భయదమౌ రణభూమి ప్రబలుడైనిలిచి
మూడుకాలంబుల ముచ్చటలెల్ల
తెలిసిన యెరుకల తెరవనీక్షించి
బలువైన బ్రహ్మాండ పఙ్క్తులనెల్ల
ట్టింపరక్షింప పాలియింపనేర్చు
బ్రహ్మదేవుని విష్ణు ఫాలలోచనుల
ప్రార్థించి కీర్తించి ప్రణతులు చేసి
హరియొక్క పదియైన యవతారములను
మనసున దలపోసి మానంబు రోసి
భువనరక్షణ సేయ బుద్ధిలో నిలిపి
పరమేశ్వరుని గూర్చి పలికె బ్రహ్మయ్య
"ఓ చక్రధర! స్వామి ఓ కంజనాభ
జలముపై పవళించు సర్వభూతేశ
ప్రముఖావతారులు బలువీరవరులు
సద్యష్టముగ జయి సన్ను వడదము
నీచరణంబున నెరిజనియించి
గంగయై ఖ్యాతిని గాంచి లోకముల
శ్లాఘితమ్మొనరించె గద పూర్వమందు
ఆజలరూపమై యమరు మేఘంబు
వర్షించి యీభూమి పరమపూతంబు
చేసెడునట్లుగా సెలవిమ్ము తండ్రి"
అనుచు బ్రహ్మన వేడ నాలించిహరియం
ఫణిశాయి యైయుండి పంపె దేవేంద్రు
నతడు ప్రేరేపింప నానిలమేఘ
మాకాశ మెల్లను నల్లినట్లుండి
గాఢాంధకారంబు గప్పె భూస్థలిని
ఘూర్ణిల్లు ధ్వనులతో కుంభినిమీద
ఉరుములు పిడుగులు నొయ్యన బడగ
తళతళ మెరుపులు తరచుగా మెరయ
వడగండ్లు రాలంగ వాయువు విసర
వాగువంతలనీళ్లు వరదలై పార
గుంటమిట్టనరాక కుంభినినెల్ల
ముంచె దేవతలంత మూకలై చూడ
జలజనాభుని పాద జనితమైనట్టి
గంగ లోకములెల్ల క్రమ్మెనో యనగ
ఏకార్ణవంబుగా హెచ్చి వర్షించె

నవ్విన హేతువు నాతోడ జెప్ప
వీనులనిండగా వినగోరినాడ
ఆసినసామినితోడ నాపుత్రె పలికె
నాపూర్వమంత విన్నపము చేసెదను
శంఖచక్రాంకిత సకలలోకేశ
ఇందిరామందిరా యినచంద్ర నేత్ర
జలజజ జనకుండ శార్ఙ్గశరాస
సకలవేదమయాత్మ శ్యామలవర్ణ
సకలధర్మంబులు సమసెడువేళ
తగినరూపముదాల్చి ధరబ్రోతువెపుడు
వేదశాస్త్రంబులు వినుతులు సేయ
చాలగజడనిధిశయనించుచుండు
దనుజేంద్ర సంహార తార్క్ష్యవాహనుడ
యెత్తితీయవతార మీయుగమందు
శోభిల్లునీమేను జూడంగగలిగె
తప్పజూడకవిను తగుమనముంచి
దానవుడనుగాను దయ్యమునుగాను
భూరిభయంకర భూతంబుగాను
వాసియాయాకాశ వాణినిగాను
రహిమించగా బ్రహ్మరక్షస్సుగాను
జలనిధిశోటమై చక్కనైయుండు

ధూర్జటికెదిరించి దురమొనరించి
కరులుగుర్రంబులు కాలిమానుసులు
హతమైనపిమ్మట నాలంబులోన
పడితినిపగవారి పంతంబుగెలువ
రణధూర్తుడనుగాను రాజునుగాని
సర్వయుగజనులు సమసినకలని
గతిగానకీలాగు కాలంబుబుచ్చ
చెదురుచూచుచుంటి మెంతయుమేము
వీరాగ్రగణ్యత వెలసిననీవు
కదనవిక్రముడవై కలనికివచ్చి
శోధింపదిక్కిగితి శూరధర్మమున
పరమాత్మ మాజన్మ పావనంబాయె
వైకుంఠపట్టణ వైభవంబెల్ల
కంటినాయునిమూర్తి గన్నందుచేత
నీపాదములధూళి సెరసినకతన
పావనంబాయెనీ భండనభూమి.
ఇటువంటికలనిలో నేపునమీరు
కదనశాట్యముసల్ప కడుసంతసిల్లి
శంకరుడింద్రుండు సకలదేవతలు
ఎదురుగా చనుదెంచి యిత్తురిష్టములు
ఘనపవిత్రులుగాగ కలియుగమందు

నీతిచేభూతముల్ నిల్చికొల్వంగ
కలనికికర్త్రియై ఘనమైనశక్తి
గరిమబ్రహ్మన్ను గాంచియునిల్చె
నిలిచినగనుగొని నీలవర్ణుండు
“ఓవిశ్వమయమూర్తి ఓవిశ్వకర్త్రి
ఓలోకపావని యోజగద్ధాత్రి
యోశాంభవిదేవి యోలోకసేవ్య
సమరంబునకునీవు సాక్షివైయుండు”
మనుచుప్రార్థనజేసి యాబ్రహ్మనీడు
మగిడెమనోవేగ మానితగతిని
వేగుజామునకువచ్చి విడిదిలోనిలిచె

తెల్లవారగనప్డు దివిజులుపొంగ
చుక్కలకాంతులు శూన్యమైయడగె
కలువలమిత్రుని కాంతులుతగ్గె
చీకటిగుహలలో జేరియుదాగె
గుడ్లగూబలుపోయి (గొందులనణగె)
చక్రవాకంబులు సంతసంబందె
కమలముల్ వికసించె గలువలు మొగిడె
తమతమకార్యముల్ తగజేసికొంచు
మోదంబునొందిరి భూజనులెల్ల

— ౨
కార్యమపూర్తిం జేయుట)

భానుండుదిక్కుల ప్రబలెనావేళ
తరువాతమలిదేవ ధరణీశ్వరుండు
పొలుపొందకార్యము పురికేగదలచి
తానుబ్రహ్మగలసి తగవిచారించి
ఘనమైనడేరాలు గట్టిబండ్లు
ఇతరవస్తులుమోసి యేతెంచునట్టి
యెద్దులనొంటెల నెల్లముందుగను
నాగించియంతట సంతోషమునను
కాలిబలంబుల ఘనఘోటకముల
మదమునవిలసిల్లు మంచియేనుగుల
నాలుగుదిశలను నడువంగజేసి
వీరనాయకులూని వెనజుట్టినకుప
తమ్ముడునాయుడు తగుబంధుజనులు
తమతమవాహనోత్తములనెక్క
వెంబడియె తేర విభవంబుమీర
తరుచుగారత్నముల్ స్థాపించినట్టి
పాలకిలోనెక్క బట్టునుతింప
ఇరువంక * సరిగెల నెత్తిక్రమ్మంగ

* డాలు.

కదనరంగంబైన కార్యమపూడి
పుణ్యభూమిని జేరి పొందుగాదంను
విడిసెను వైరులు వెక్కసంబంద.
వేదశాస్త్రజ్ఞులు విప్రులందరును
అధిపునాశీర్వాద మమరంగజేసి
సరసంపుభూమి ప్రశస్తంబొనర్ప
చెన్నకేశవదేవు శ్రీపాదజలము
లిపిరిపూజారులు దెచ్చుటజేసి
తులసిపత్రంబులతోడ తీర్థంబు
అచ్చోటచల్లించి అలరు లగ్నమున
శంకుసంస్థాపన సమ్మతిజేసి
నిక్షేపముగరత్న నిచయంబుంచి
తెచ్చినకంబంబు ధీరతతోడ
నడికలవిన్నిల్పె నరనాథవరుడు

పేరైనపచ్చళ్లు పిండివంటలును
భూతగాట్టునకప్పు భోజనంబిచ్చి
అఖిలభూతంబుల కాచారముగను
ఘనమైనపోతుల గావుచెల్లించి
తరువాత * సర్పాఖ్య తటినిలోపల
పటు † గంగధారనా బరగినమడుగు
పొంతకుజని వీరపుంగవు లెల్ల
తమతమనామముల్ ధరలోనదరుచు
ప్రఖ్యాతినొందంగ భక్తితోనందు
స్నానంబుజేసి (విశాలతీరమున)
నిలిపిరి ‡ లింగముల్ నేమంబుతోడ
తరువాతమలిదేవ ధరణీశ్వరుండు
నాయునితోడను నదికినేతెంచి
కాలోచితక్రియల్ క్రమముగాజేసి

---

* నాగులేఱు

† ఈమడుఁ గిప్పటికిని గార్యమపూడివద్దగలదు. ఇది నాగులేటిలోనిదే. దీనిలోని నీటినే సాధారణముగా నచ్చటిజనులు త్రాగుట కుపయోగించెదరు

‡ వీరునిలిపిన లింగములివియేయని కొన్ని లింగములను జనులిప్పటికిని జూపుచున్నారు ఇవి గంగధార మడుఁగునొద్దనగల గుడిలోనున్నవి వీనికి పూజలుకూడ సల్పబడును.

తరమైనబలముతో దరలిరమ్మనుచు
పాలుపొందు నలగామ భూమీశుకడకు

(నాయుడు నలగామరాజువద్దకు
భట్టును రాయబారమునకై పంపుట)

భట్టువు పొమ్మన్న పయనమై తాను
వాయువేగముగల వాజిపై నెక్కి
బంగారుగుబ్బలతో భాసిల్లు గొడుగు
పట్టుక ముందర భటుడొకడేగ
విలసిల్లు జల్లుల వింజామరంబు
లీవలావల నుండి యిద్దరు వీవ
* గురిజాలకేతెంచి కువలయభర్త
తావుకు ముందర తగ జెప్పి పంపె
విని కామభూపతి విభవంబు మెరయ
కొలువు శృంగారింప గూర్చినవారి
పంపించె వారలు పరిచారజనుల
రప్పించి తీర్చిరి రమణీయముగను
కస్తూరి చేతను కలయంగ నలికి
ముత్యాలతోడుత ముగ్గులు వెట్టి
ఘనవితానమ్ములు కట్టిరి మీద
నిలువుటద్దంబులు నిలిపిరి దిశల
తంతుపటములు (విస్తరముగ బరచి)
వన్నెలపటములు వానిపై బరచి
పరచిన వానిపై పంచవర్ణముల
రత్నకంబళములు రంగుగా బరచి
కాంచననవరత్న ఖచితమైనట్టి
పీఠమొక్కటి దెచ్చి పెద్దకొలువునను
నిలిపిరి దిక్కుల నిగ్గులు దేర
చెలువుగా నీరీతి జేసినవార్త

(నలగామరాజు కొలువుకూటమున
కేతెంచుట)

వినినంత నలగామపృథ్వీశ్వరుండు
సరసంపు పన్నీట జలకంబులాడి
ఘనశుభవస్త్రముల్ కటియందు దాల్చి
చిత్రాసనంబుపై జేరి కూర్చుండి
నిలువుటద్దము జూచి నేరుపు మీర
తిలకంబు నుదుట సుస్థితిమీర దిద్ది

* గురిగింజతీగెలు విస్తారముగా నుండుటవలన దీనికీపేరు వచ్చినదని కొందరు చెప్పెదరు.

దంబుగా కర్ణకుండలములు మెరయ
భుజకీర్తులనియెడు భూషలుదాల్చి
మేనికిరక్షయై మించుతాయెతులు
దండ చేతులకెంట ధారణచేసి
మురుగులుగొలుసులు ముంజేతులందు
తీరముగావ్రేళ్ళ ముద్రికలనుబెట్టి
నవరత్నఖచితంపు నడికట్టుదాల్చి
గండపెండేరంబు కాలికిబెట్టి
బంగారుదుప్పటి పైననుగప్పి
పావుకోళ్ళనుకెందు పదములదొడిగి
కటికెవారలుప్రోల కనుపించిపొగడ
ఈవలావలజేరి హెచ్చరింపంగ
వేత్రహస్తులుగూడి విచ్చలవిడిని
సందడిదూరమై చనునట్లుచేయ
(రహిమించ) నంతఃపురంబును వెడలి
కొలువునకేతెంచి కుతుకంబుమీర
నిలిచెశృంగారంబు నేర్పునుగనగ
అంతటకింకరు లతివేగమునను
బంధుజనముచుట్టు బలిసికొల్వంగ
వేదశాస్త్రజ్ఞులు విద్వాంసులెల్ల
ఆశీర్వదించుచు ఆసీనులైరి
సకలదేశాధీశ సచివపుంగవులు
ముకుళితహస్తులై ముందరనుండ్రి
శాస్త్రపారగులును సంస్కారయుతులు
కవులునుభటులును కనిపెట్టియుండ్రి

(నలగామరాజు సభయందు విద్యా వినోదములు జరుగుట.)

వింతగాగాయకుల్ వీణలబూని
తంత్రులుబిగియించి తగసుతిబెట్ట
సరిగమేళములైన స్వరసప్తకంబు
ఆరోహణావరోహణ భేదములను
బహురాగసంప్రాప్తి పట్టుగాజేర్చి
సంచారిసంస్థాయి సరసభావముల
మృదుతరశబ్దార్థ మిళితమైనట్టి
ఘనతరాలంకార గతిపరంపరలు
† మూర్ఛనల్ మొదలైన ముఖ్యధర్మములు

* నాయకురా లీమెయే.

† సంగీతమునందు స్వరములయొక్క ఆరోహావరోహక్రమము

వచ్చినమ్రుత్తమ్రుక్క ప్రక్కగానిల్వ
ఘనవైభవంబున కామభూవిభుఁడు
నవ్వుచు సెలవిచ్చె నాట్యంబు చేయ
వరమృదంగములెస్స వాయించు మేటి
కుడిభాగమునయందు కుదురుగా నిలిచె
తాళమానజ్ఞులు దాపటిదిశను
నిలిచిరుత్సాహంబు నేరుపుమీర
ముఖవీణవాయించు ముఖ్యుఁడొకండు
రాగమాలాపించు రమణులిద్దరును
నిండువేడుకతోడ నిలిచిరి వెనుక
కంజలోచనయును ఘనమైన పాత్ర
మదనుపట్టపుదంతి మంజులవాణి
భరతశాస్త్రోచిత బహురాగములను
గరిమతో నేర్చిన కంతుబాణంబు
వచ్చిసభాసదుల్ వర్ణించిచూడ
నిలిచి నాట్యమునకు నేర్పరియైన
వేత్రపాణికిడగ వినయంబు జూపి
అతఁడొసంగినగజ్జ లతిభక్తితోడ
పాదములంగట్టి పంచవర్ణముల
కాశగట్టిగగట్టి కడుజపంబడర

[illegible]
* కైముడికల్నముల్ కనుపెంపజేసి
వెలయంగ తొమ్మిది విదములయినట్టి
భూచారి నాట్యంబు పొందుగా సలిపి
పదునారువిధములై పరగినయట్టి
ఆకాశచారియు నమరంగ నాడి
అంగహారాఖ్యగలట్టి నాట్యంబు
విచిత్రమౌ తొమ్మిది విధముల నాడి
గతిచారిభేదముల్ గనుపడునట్టు
భ్రమణసంయుతదీప్త పటిమమీరంగ
పాణిభేదములను బాటించిచూపి
స్థానకసంచయ సంయుక్తి అమర
ప్రేరణిదేశిని ప్రేంఖణశుద్ధ
దండికాకుండలి తగు బాహుచారి
సప్తతాండవములు సల్పెచిత్రముగ
సభవారలాశ్చర్య సంయుక్తులైరి
తరువాత నిరుమేల దగు చెలులమర
సంయుతాసంయుతా చలనసంకుచిత
నానార్థకరములు నాట్యహస్తములు
శిరముచూపులు చెక్కిళ్లుబొమలు

---

* తాళవాద్యవిశేషము.

ఆంధ్రసంస్కృతవాఙ్మయాదిగీతముల
భావంబులెస్సగా ప్రకటంబుచేయ
మాచిరంభాదులు చోద్యంబునొంది
శిరసులువంచియు సిగ్గునుజెంది
రప్పుడుభూమీశు డాదరంబొప్ప
వస్త్రభూషణములు వారలకిచ్చి
భట్టునురమ్మని పంపించెపిదప

(రాయబారమునకు వచ్చిన భట్టు
నలగామరాజుసభయందుఁ
బ్రవేశించుట)

తురగంబుపైనెక్కి దుమికించికొనుచు
వచ్చికొల్వును జేరి వాజినిడిగ్గి
భూమీశునెదుటను బొందుగానిలిచి
రాజాధిరాజ విరాజితకీర్తి
రాజవేశ్యావిట ప్రాభవప్రకట
గండరగండాంక ఘనదానచతుర
ధైర్యనిర్జితమేరు ధరణీధరేంద్ర
మనసున క్రోధించి మలిదేవరాజు
తమ్ములుతానును దనబంధుజనులు
వీరనాయకతతి విఖ్యాతిమెరసి
ఖరదూషణాదులు గతమైనచోటు
శ్రీశైలభూమిలో శ్రేష్ఠమైనట్టి
కార్యమపురిభూమి ఘనపుణ్యరాశి
పటుతరవిక్రమ వైభవంబలర
ధాటిమైనిల్చిరి దండుతోగూడ
అలరాజుతోడచే హతమాదుమంచు
చలమునకోపంబు సంవృద్ధినొంద
వీరనాయకులును వేగిరపడగ
మలిదేవభూపతి మన్నించియిటకు
నన్నుబుత్తెంచెను నరనాథవినుము

(భట్టు నలగామరాజునకు
రాజనీతి విశేషంబులఁదెల్పుట)

పగవృద్ధిబొందించు భ్రష్టతేకాని
అడగించునేర్పరు లవనిలోలేరు

---

* ఇతడు 'అలరాజు'' ఇదివరకు బ్రహ్మనాయుఁడు రాయబారమునకై అలరాజును బంపినాఁడు ఆలరాజు నలగామరాజున కల్లుఁడైనప్పటికి విరోధులపక్షమున రాయబారమునకు వచ్చినాఁడుగనుక నతనిఁ జంపిరి.

[illegible]
ఘోరుమంచిదిగాదు భూమినెక్కడను
పాడౌను దేశంబు పగమించెనేని
ప్రజలెల్లనశియించి పారిపోవుదురు
భండారమునకును పైకంబులేదు
రాణువఅందుచే రహిచెడియుండు
చేజీతగాండ్లెల్ల జెలగిశోషించి
యీగలజీతంబు లిమ్మందురపుడు
పతిబంటుమేరలు పరిహృతమగును
పంపినపనిచేయ పాలుమాలుదురు
తెలిసినశాత్రవృతి దీరతతోడ
భూమినిగోచుటకు బుద్ధిపెట్టుదురు
పగవారివార్తలు పరికింపలేరు
మెకౌసిమీలోన మీరుపోరాడ
చూచెడువారికి (జాలకనయౌను)
(శోరిశాత్రవులుమీ గుట్టెఱుంగుదురు)
పలువలుమిము జేరి పగజావనీక
చెప్పచునుందురు చెనటివాక్యముల
ఐకమత్యముచెడు నద్దానితోడ
చెడునుబలంబును చెడునుభాగ్యంబు
చెడునుయశంబును చెడునుశౌర్యంబు
వదలకపెట్టిన ఫణులచందమున
గంగిరెద్దులవాఁడు కావరమణచి
ముకుదాడుపొడిచిన పోతెద్దులట్లు
బోనులోనుంచిన పులులవిధంబు
స్వాతంత్ర్యహీనతఁబడియుండవలయు
పరికింపఁగా మనోవాక్కాయములను
ప్రథమమ్ముపట్టఁగా రానిదిగాన
వాక్కాయములురెండు బంధింపఁబడును
మనసులోఁబుట్టిన మంచితలంపు
లాచరణమునందు అలవికాకున్న
జన్మఫలంబేమి చచ్చుటేమేలు.
అవ్యక్తకీట తిర్యగనేకహీన
యోనులలో నెన్నియోమార్లు పుట్టి
పడయకపడయక పడసినయట్టి
దుర్లభనరజన్మ దూషితంబగును
పార్థివాయిటువంటి పారతంత్ర్యంబు
కటకటా పగవారికైననువలదు)
కుందబృందసితాబ్జ కుముదాప్తతార
హారడిండీరసీ హారపటీర
ఘనమరాళంబుల కాంతినిమించు

కాపాడుదురుమిమ్ము కనిపెట్టియుండి
పరరాజులను గెల్వ పైకొనిపోయి
అమితమ్ముగాగ ధనాదులనెల్ల
కొనవచ్చు ధర్మముల్ కూర్పంగవచ్చు
సత్కీర్తిజగముల సాంద్రమైనిల్చు
కలహించి వెనుకటి కౌరవులెల్ల
గతిచెడిపడినట్టి కష్టముల్ వినమె
పగ పెరిగించుట భావ్యంబుగాదు
ఉభయవాదులు మీర లొక్కటికనుక
నయమొప్ప జెప్పితి నామాటవినుడి
అనుచు జెప్పిననీతు లాలింపడయ్యె

(నలగాముండు భట్టుమూర్తిచెప్పిన
వాక్యంబుల నిరాకరించుట)

కామభూపాలుండు కనులెర్ర చేసి
కోపంబుమించగా కొలువెల్ల జూచి
ఏంటికెరేసభవారు వీరలతలపు
రాణువతో మును రణభూమినిలిచి
తమ్మునంపమటన్న ధర్మమాతమకు
నిన్నవారెల్లను వెరగందగలరు
మగతనంబునబుట్టి మగకోకగట్టి
శక్తిగల్గినజాలు సదయుండనగుచు
ఇచ్చితితమభూమి యేలికొనంగ
అనుచువింతగబల్క ఆమాటలకును
భావంబు తెలియక కటురోషమంది
నవ్వుచుడగ్గరి నాయకురాలు

(నాయకురాలేకాంతంబున నలగా
మునకు సంధివిముఖంబులైన
మాటలుచెప్పుట)

ఎవ్వరువినకుండ ఏకాంతమునను
పల్కెకామునితోడ ప్రావీణ్యమొప్ప
విను నరనాయక విన్నవించెదను
బాలరాజులుతాను బ్రహ్మనాయకుడు
కలిగినబలముతో కార్యమపూడి
కలుప్రవేశించి కదనంబుజేయ
కనిపెట్టియున్నాడు గ్రక్కునమిమ్ము
రమ్మనిపిలిచిన రామనరాదు
కలిగినబలిమియు కలిమియువిడిచి
మగటిమివిడనాడి మానంబుదూలి
పంచిభూమినొసంగ పంతంబుగాదు
కయ్యంబుచేయుట ఘనవిచారంబు

పగరకుజోటివ్వ పాడుకొనెదరు
తరువాతబెరుకంగ ధరనసాధ్యంబు
పాండవులకుభూమి పాలిచ్చిపిదప
కౌరవులేమైరి కార్యమర్మజ్ఞ
నీవెరుంగనినీతి నేనెరుంగుదునె
అనవినిభూమీశు డాత్మలోదలిసి

(నలగాముఁడు భట్టుతో మలిదేవ రాజుబలంబుఁ దృణీకరించుట)

భట్టుకుకోపించి పలికెనావేళ
అలరాజుచావున కాగ్రహమంది
పగతీర్పనమకెంత బలమదిగద్దు
నాతోడబోరాడ నరులెంతవారు
సేనాధిపతిలేడు సేనలులేవు
బలువైనశూలాల బండ్లునులేవు
కరితురగంబులు కాలిమానసులు

రణబలిపెట్టింతు రణభూమియందు
ప్రాణముల్ వలసిన బాలరాజులను
తిన్నగాదోడ్కొని తిరిగిపొమ్మంచు
పటుబుద్ధిగా జెప్పు బ్రహ్మనాయునికి
అనినకోపంబుతో నాభట్టుపలికె

(భట్టుమూర్తి నలగామునిఁ దూలనాడి బ్రహ్మనాయుని ప్రతాపాదులఁ బేర్కొనుట)

ఉత్తలమేటికి ఉర్వీశనీకు
కాకిమూకలరీతి క్రమ్మియున్నట్టి
బలముజూచుకగర్వ పడనేలనయ్య
సందికేతెంచిన జామాతఁబట్టి
చంపినవారలు జగతిలోగలరె
* ఆడుబిడ్డనుజంపి అల్లునిజంపి
హింసకురోయని హీనవర్తనడ

---

* ఆఁడుబిడ్డయనఁగా నిచట నలగామరాజుకూతురు. ఈమెపేరు రత్నాల పేరమ్మ ఈమెను నలరాజునకిచ్చి పెండ్లిచేసిరి. అలరాజు నాయకురాలికుట్రచేఁ జంపబడినప్పుడు, భర్తయైన అలరాజుతోఁ బేరమ్మ సహగమనము చేసెను. ఈవిధమున నలగామరాజుయొక్క అల్లుడు కూతురు నొక్కసారియే చనిపోయిరి కనుకనే "ఆడుబిడ్డనుజంపి అల్లునిజంపి" యని చెప్పినాఁడు.

నుమికినరీతిని దోర్బలంబొప్ప
కినిసివారలనెల్ల గెలిచియాలమున
మెప్పించిదివిజుల మేటివజ్రంబు
సమమైనకుంతంబు జక్కఁగాగొనియె
కువలయేశులవద్దగొనె అప్పనములం
ఆదినారాయణు నవతారమూర్తి
కృష్ణునీదెసవేళ కేరిగ్రాహంబు
చంపవచ్చిన జూచి జంకింతలేక
ఖండించివైచిన ఘనశూరుఁడతఁడు
చుట్టునిప్పులచేరు శోభిల్లుచున్న
నేలైనశివపురి నీరుగాఁజేసి
ఘూతరాష్ట్రసంభంబు బుచ్చికొన్నట్టి
శూరుఁడుధీరుఁడు సుమహితుఁడెన్న
చెడనాడవారల జెల్లునానీకు
లక్షకొక్కఁడసరి లావునయందు
పదికోట్లసైనను బవరంబునందు
[illegible]
వృక్షంబుపైగంతు వేసినయట్లు
బలములుగలవని పటుగర్వమేల
యెదురునీబలముల నెన్న నేమిటికి
ఏనుగుల్ సింగము నెదిరింపఁగలవె
కార్చిచ్చుభంగిని గనలికోపించి
యున్నారు రణమున కుత్సహించుచును
వెడలుఁడుకలనికి వెడలకుండినను
నమతురుకోటకు నాయకులెల్ల
కరులుసరస్సును గలచినయట్లు
గురిజాలపురమును కోటతోఁగూడ
పెకిలివైతురు త్రుంగువేరులతోడ
నిన్నునీతమ్ముని నీకైనవారి
నీదునాగమ్మను నీకూర్మిసఖుల
శిక్షింతురోరాజ సిద్ధమీమాట
అనినవారణభట్టు నందరుచూచి
కోరమీసలుదువ్వి కోపించిరపుడు

---

* ధరణికోటరాజైన యుత్తరేశ్వరునికి నలుగురాజునకు సిచ్చట గొప్ప యుద్ధము జరిగినది. బ్రహ్మనాయఁడు, ఉత్తరేశ్వరుని నతనికి సహాయులుగావచ్చిన రాజులనుఁ బూర్తిగనోడించెను. ఇది సత్తెనపల్లి తాలూకాలోనున్న యమరావతికి సమీపమున నుండియుండవచ్చును.

భట్టువాడవుగాన బ్రతుకనిచ్చితిని
దైవంబునీపాల దయచేసినాడు
వీరులుఘనులని వెరపింపరాకు
సమరంబులోవారు సమయంగగలరు
మశకాళి తేనెలో మడిసినరీతి
మిడుతలుచిచ్చులో మిడిసిపడ్డట్లు
మాచేతజచ్చును గున్నీలబలము
లన్నదమ్ములమేర లడగెసిద్ధంబు
వాజులపైబడి ఎడితోడబోరి
గురుతుగాశిరములు కుప్పలుచేసి
మత్తకరులచేత మట్టించివిడుతు
పయనమైదండెత్తివత్తుము మేము
పారకనిలుమని వాక్రుచ్చుపొమ్మ
టంచుకట్నములిచ్చి అతనినినంపె
అనిచినపురికేగ నప్పుడెకదలి

(భట్టు కార్యమపూడికిఁదిరిగిపోయి
గురిజాలలలో జరిగినవృత్తాంతము
రాజునకుఁ దెల్పుట.)

కార్యమపూడికి గ్రక్కునవచ్చి
మలిదేవుబోడగని మన్ననవడసి
కాముడాడినయట్టి కఠినవాక్యములు
దండెత్తివచ్చెడు ధరణీశువిడిచి
తగదుకోటకువేగ ధర్మంబుగాదు
వీరధర్మముదప్పి వెనగుటయేల
అనిబుద్ధిగాజెప్ప నట్లుండిరంత
గురిజాలలోపలకుంభినీశుండు

(భట్టు కార్యమపూడికిఁబోయిన
తర్వాత గురిజాలలలో జరిగిన
వృత్తాంతము)

నలగామభూపతి నాగమబిలిచి
మనవద్దబంట్లుకు మన్నెవారలును
పుత్తులనన్నంబు భక్షించువారు
రొక్కజీతంబుల రూఢులౌవారు
క్షేత్రముల్ జేసుక జీవించువారు
పల్లెలుబుచ్చుక బ్రతికెడువారు
కెలగోలు ప్రజలకు నెల్లరకిప్డు
పైనమైరమ్మని పరగజెప్పింపు
కరితురగంబుల గదలింపుమనుము
బలుపైనశాలాల బండ్లదర్లింపు
సాగింపునీవుండి బాగుసేయకుము
నావుడుమంత్రిణి నాగమ్మపలికె

వారికిబలమేది ప్రారంభమందు
సంపుగానల్లర్ల గూర్చుకవచ్చి
బాలురగొనివచ్చి బ్రహ్మనాయకుడు
భూమిగొనెదనంచు బూనియున్నాడు
నీబల్మి కల్ములు నీకగోచరము
దేవేంద్రుడునునిన్ను ధిక్కరించునొకో
వారిబింకములకు వంగగనేల
నీవురాబనిలేదు నృపకులశ్రేష్ఠ
నన్ను బలమునంపు నాయుని గెలిచి
మన్నీలవీరుల మగటిమిదూల్చి
మేదినీభర్తను మేడపిపురికి
ఎట్టిచేతులతోడ బంపంగజాతు
అనిననాగమతోడ ఆరాజుపలికె
కొనుకుచావునకయి కొమ్మభూవిభుడు

(నలగాముడు నాయకురాలితో
రాచకార్యంబులఁ జెప్పుట)

బహుఖేదయుక్తుడై పగతీర్చుకొనగ
బాలరాజులుతాను పటిమతోవచ్చి
ఉన్నాడుకలహింప ఉగ్రతేజమున
నాకులక్ష్యములేదు నాగమవినుము
మరణమైనంజాలు మంచిదియంచు
తగజెంపొనర్తురు దారిద్ర్యయుతులు
వెగిరపడనేల వెలదిరోమనకు
ధనధాన్యబలములు తక్కువలేవు
పట్టుజాలవునిండి భండారములును
తరుగవుగాదెలు ధాన్యంబుహెచ్చి
తండ్రినాటిబలంబు తక్కువలేదు
మూనాడుగలయది మంచిబలంబు
బంధుమిత్రులుచాల పట్టుగాగలుగ
అఖిలభూపతులునా ఆజ్ఞ చేపట్టి
పనులనొనర్తురు భక్తితోనిప్పు
డిటువలెమనలావు హెచ్చియుండంగ
మలిదేవుకార్యంబు మనమునగాదు
కార్యస్వతంత్రత గలదెయాతనికి
భండారముకొద్ది పగయధికంబు
ప్రకృతసైన్యమునకే ద్రవ్యంబులేదు
బలములగూర్చిన భక్షణమేడ
ఈవిలేకుండిన నెవరువచ్చెదరు
వచ్చినవారలు వశ్యులవుదురె
ఒకనెలమించెనా యొవ్వరుబంట్లు
దొరబంటుమేరలు తొలగుచుండు

వెగమెచనిదండు విరియింపవలయు
చుట్టుకవారల శూలాలఁబొడిచి
తురిగరింఖలచేత ద్రొక్కించుదనుక
నెరయగన్నులనిండ నిద్దురపట్ట
దనియిట్లుపలికిన ఆరాజుతోడ
నాగమపల్కెను నయయుక్తిమెరయ
మనకప్పనము పెట్టు మన్నెవారలకు
పంపించిలేఖలు బలములఁగూర్చి
పగతులశిరముల బల్మినిగొట్టి
రాలుబరచినట్లు రణమునబరచి
భద్రగజంబుల బంతిగాగట్టి
మట్టింపవలెనన్న మైలమ్మసూచు
డట్టులేయనిచెప్పి అంగీకరించి
అప్పనాలిచ్చినా రడిగినయట్టు
లేనుసుమీరలు నేకమైయిపుడు
విక్రమసంపద విశదంబుగాను
బ్రహ్మనాయునిగర్వ పాటవంబణచి
మనసులోనరమరల్ మానియుమనము
పోరాడిశత్రుల బోరిగొనియెదము
శ్రీగిరీశునియాన చెన్నునియాన"
అనిబాసపత్రిక లపుడువ్రాయించి
మామగుండముకోట మనుజేశునకును
* ధరణికోటపురికి దత్తుడైనట్టి
భీమదేవుండను పృథ్వీశునకును
గోలంకిభర్తకు ఘూర్జరపతికి
ఉరగసేనుండను ఉర్వీశ్వరునకును
ఏడుమాడెములేలు ఎరుకకామునికి
పొన్నాళ్ళభూపతి † పొదిలెరాజులకు

---

* గుంటూరునకు 20 మైళ్ళదూరమున నుత్తరముగా సత్తెనపల్లి తాలూకాలోఁ గృష్ణానదీతీరముననున్నది. దీనినిఁ ద్రిణయనపల్లవుఁడు నిర్మించెనని సంప్రదాయజ్ఞులు చెప్పుదురు. ఈ త్రిణయనపల్లవుఁడు క్రీ. శ. 2-వ శతాబ్దియందో, 3-వ శతాబ్దియందో యుండియుండునని ఇతిహాసకర్తలయభిప్రాయమైయున్నది.

† నెల్లూరుజిల్లాలో నెల్లూరునకు కొంచెము వాయవ్యముగా 84 మైళ్ళ దూరముననున్నది.

• ప్రాభవాఢ్యుఁడు వీరభల్లాణునకును
అరవసింగాళ్లున కర్ణమాపతికి
బంగాళపతికిని పాండ్యేశునకును
మళయాళకర్ణాట మానవేంద్రులకు
వ్రాయించిపంపిన వారెల్లగూడి
చింతించిరీరీతిచిత్తంబులోన
నలగామరాజును నాయనివారు
పగపెట్టికొనిపోరపయనమైనారు
వీరకామునిగూడి వీరయుద్ధమున
బలియిచ్చిఅందరి బ్రహ్మనాయకుని
పొంగెల్లఅణగింప బోలుదుమనకు
అనుచువిచారించి ఆప్రొద్దెకదలి
భేరిధ్వనులుమించి పృథ్వికంపింప
కరులుఘోటకములు కాలిమానుసులు
ధ్వజములుగొడుగులు తగుచామరములు గ 10
వేలసంఖ్యలకూర్చి వెడలివేగంబె

---

* కటకము ఇది గజపతిరాజుల ముఖ్యపట్టణము.

† కర్నూలుజిల్లాలో నంద్యాలకు 21 మైళ్లదూరమునఁ గల్వయను గ్రామముకలదు. కల్వరాయండనగా దీనినిబాలించినయతఁడేనని యూహింపవచ్చును

‡ ఇది యాదవరాజుల రాజధానియగు దేవగిరియై యుండనోపు.

§ ఇదియు చంద్రగిరి. ఇది ఉత్తరార్కాడుజిల్లాలోఁ జిత్తూరున కీశాన్యమూలగ 29 మైళ్ళదూరములోనున్నది. యాదవరాజులలో నొకఁడయిన యిమ్మడి నరసింహ భూపతిచేఁ గ్రీ. శ. 1000 సంవత్సరమునఁ గట్టఁబడినదని చెప్పఁబడు నొకప్రాంత కోట యిప్పటి కిచటఁగల యొక కొండమీదనున్నదని తెలియుచున్నది

• ఈతఁడు క్రీ. శ 1173-1224 వరకు ద్వారసముద్రము రాజధానిగా రాజ్యముచేసెను. ఇతనిపూర్వులు చళుక్యరాజులకు సామంతులుగా నుండిరి కాని యితఁడు స్వాతంత్ర్యమువహించెను. ఇతఁడు రెండవ వీరభల్లాణుఁడు.

[illegible]
అలరుపీఠంబున ఆసీనుడగుచు
తనమంత్రివరుల మిత్రప్రకరమును
పాలెగాండ్లదొరల బంధువర్గమును
పడవాళ్ళపిలిపించి పైనముల్ చెప్పి
రేవంతతుల్యులౌ దృఢశౌర్యవంతుల
రాహుత్తనిచయముల్ రమ్మని చెప్పి
విజయునికీడైన విలుకాండ్రగములు
బంతినిభుజియించి పావలుదొడిగి
గర్రునదేన్పుచు గరములపైని
పిగిలిపిట్టలుచుండ బెద్దసావళ్ళ
చేరిభాషించుచు జెలగిదుప్పటుల
సొగసొప్పగప్పక సూరెలనుండ
బొట్టెలువిడియముల్ బొందించియివ్వ
మీసముల్ మెలిపెట్టి మీదికెత్తుచుచు
గడ్డముల్ నివురుచు గంభీర మెప్ప
కదనంబు చేసెడు కదిలుం సెప్పుచును
మూకలైయుండెడు మూలబలమును
ధాన్యముల్ గొనువారి ధనవేతనకుల
నెలగోలుప్రజలను హెచ్చువంటర్ల
పిలిపించివారికి ప్రియములుచెప్పి
పయనమ్ముకమ్మని పల్కెనంతటను
శార్ఙ్గముల్ ధనువులు శరధులుదాల్చి
నియతిచేనందరు నిజశక్తిమెరయ
నలగామరాజుకు నమ్రులైనిలిచి
రటుమీదభూపాలు డానంద మెప్ప
దోడువచ్చినయట్టి దోర్బలఘనుల
పటుపరాక్రములను పార్థివేశులను
పిలిపించివారికి ప్రియములుజెప్పి
మనము చేరగవలె మనవారితోడ
గరిమకార్యమపూడి కదనరంగంబు
పైనమైరావలె వడితోడమీరు
ఘనతరసుముహూర్తకాలమునందు
భేరీనికరములు బెద్దడమాయి
నిచయంబు మ్రోగింతు నిఖిలంబెరుంగ
అనుచుజెప్పినరాజు లరిగిరంపంద
ఇతరభృత్యసమూహ మెల్లనువెడల
చయ్యనపురిలోన జాటగాబంచి
నలగాముడంతట నాగమతోడ
ఘనవాజిశాలల కడకునేతెంచి
వాజులనెల్లను వరుసనుజూచి
చెలగుసాహిణులను చేరంగబిలిచి
పరగగుర్రాలను భద్రంబుచేసి

అందెలుపదముల నాయత్తపరచి
పుత్తడిగజ్జల పొందికచేసి
కంఠదేశములందు కట్టియీలాగు
సకలజాత్యశ్వాల సవరణచేయ
రౌతులబిలిపించి రమణీయమైన
వస్త్రంబులిప్పించి వారలందరికి
వాజులరౌతుల వన్నెగాదీర్చి
కుంజరతతులను గుంపులుచేసి
పట్టుబొందులజోళ్ళ బలువైనయట్టి
గజ్జలపేరులు గంటలువచ్చి
గజములకెల్లను కట్టంగజేసి
అంకుశంబులబట్టి అలరుమావతుల
గొనకొనిరమ్మని కోపంచిపలికి
ఘనమైనశూలాలు గట్టినయట్టి
శకటసమూహంబు సాగించిపిదప
పలుగుడారంబులు బరువులుమోయ
ఎద్దులనొంటెల హెచ్చైనయట్టి
వేసడంబులనెల్ల వేగంబపూన్చి
తర్లించికొనిపోవ దగిలియున్నట్టి
కొట్టికాండ్రనుబిల్చి గొబ్బునజెప్పి
తరువాతనలగామ ధరణీశ్వరుండు
ధరణీధరంబులు తల్లడంబంది
గుహలననోళ్ళతో గూయంగసాగె
ఘనముగాభూస్థలి కంపింపదొడగె
దిగ్దంతులుమడింగె దిక్కులుమ్రోసె
తపనతురంగముల్ తప్పెమార్గంబు
ఎటువచ్చెనోయని ఎల్లదిక్పతులు
తెలియకభ్రాంతిచే దికమకపడిరి
అప్పుడునగరున కరిగియారాజు

(నలగాముఁడు గజారోహణంబొన
ర్చి యుద్ధభూమికిబయలుదేరుట)

కాలోచితములైన కర్మముల్దీర్చి
భూసియుతొడిగియు బొందించికట్టి
సకలశృంగారంబు సమ్మతిజేసి
సర్వబలంబులు చనుదెంచినిలిచి
తొలగిరినృపతికి దూరంబుగాను
మావంతులప్పుడు మదముననిలిచి
పగవారలకునెల్ల భయములుచేయు
పటుతరోన్నతమైన భద్రగజంబు
పైనిబల్వన్నెలు పరగుచునున్న
తగటుపటంబులు దంటగాజేసి

[illegible]
పద్మరాగ ప్రభా పటలిచేమించు
బంగారుశిఖరంబు బాగుగనిలిపి
గంటలుమువ్వలు గట్టిగాగట్టి
చుట్టుముత్యపుచేర్లు శోభిల్లజేసి
మణిమయమంజరి మధ్యప్రేలాడ
చిరుతగంటలపేర్లు చెలువైనకరికి
కరమందుగూరిచి ఘంటసంధించి
పంచవర్ణంబుల ఫాలమందుంచి
ముత్యాలజిల్లుల మొనసినపటము
కుంభస్థలంబున కొమరొప్పజేసి
శుభ్రదంతంబుల శోభిల్లనట్టి
తపనీయవలయముల్ దట్టించిమొనల
ఘనశితశస్త్రముల్ ఘటనగావించి
బంగారుగొలుసులు పదములగట్టి
గంటలుప్రక్కల గణగణమ్రోయ
తొండంబుగొలుసుల తోడరంజిల్ల
శృంగారమీరీతి శీఘ్రమెచేసి
మావంతుడెక్కియా మనుజేశునతను
చేయించెవినతిని జెలువంబుమించ
[illegible]
వీచెశీతానిలాన్వితునిజేయంగ
తరువాతలేచెను దంతావళంబు
హేమదండంబుల ఎసగుచునుండు
మౌక్తికచ్ఛత్రముల్ మనుజేశునెదుట
పట్టిరిబహుకాంతి పటలిమిన్నదర
ధ్వజములసందడి తరచుగానొప్పె
అయిదువిధంబుల అమరువాద్యంబు
లధికరవంబుల ఆనందమొసగె
దళములతోగూడ ధరణీశవితతి
దిక్కులెల్లనుక్రమ్మి తిన్నగానడిచె
తరువాతనెలగోలు దళములుకదలె
కదలిరిదండును గైజీతగాండ్రు
బలమునద్దిక్కుల పటిమతోనడిచె
బహుమిత్రవర్గంబు బంధుజనంబు
మంత్రిపురోహితుల్ మన్ననరాగ
పచ్చలుతాపిన పాలకినెక్కి
నరసింగుడరిగెను నాథునివెనుక
పడవాళ్లుబలములు పదపదమనుచు
పటుతరధ్వనులచే బలికెరిహెచ్చి

* ఏనుఁగుమీఁపుపైఁ కూర్చుండుటకై యమర్పఁబడుతొట్టి.

పక్షభాగంబుల వచ్చుచునుండె
మధ్యరాజెక్కిన మత్తగజంబు
సందుగానివ్వక జరుగంగసాగె
తురగహేషారవ స్ఫూర్తులుమించె
గజములుఘీంకార గాఢంబులాయె
ఘనతరోత్సాహులు కాలిమానుసులు
అట్టహాసంబుల నమరిరావేళ
గొప్పగుర్రంబెక్కి కుడిభాగమందు
జగడంబుచేసెను చాతుర్యమెల్ల
నయగతిదెల్పుచు * నాగమచనియె
నగరంబువెల్వడి నలగామరాజు
దక్షిణదిశయందుఁ దనరెడుబయల
† దూబచెర్వనెడునుత్తుంగభూస్థలిని
నిలిపించెగజమును నిండినవేడ్క
వెంబడివచ్చిన విప్రులనెల్ల
వినయానబొమ్మన్న వేడ్కతోవారు
పగవారినెల్లను బలిమిమైగెల్చి
సకలరాజ్యములు వశంబుచేసికొని

తాంబూలములనిచ్చి ధైర్యంబుచెప్పి
నగరంబుకోట క్రన్ననమీరలంత
పగలురేయియుం పోరవాటులులేక
కలవారుమీరలేగద మాకుప్రాని
కాపాడవలెనన్న కదలిరివారు
పిమ్మటనాగమ పేరుపేర్వరుస
అధికారులనుబిల్చి అనియెవారలకు
గొల్లెనల్ మొదలయినగురుతరభార
నిచయంబులెల్లను నించినబండ్లు
శస్త్రాస్త్రచయమయ శకటసంఘంబు
సకలవస్తువులచే సాంద్రమైనట్టి
నానావిధంబుల నాణెంబులుండు 7/10
మందసంబులుగట్ట మసలకమోయం
వేసడంబులచ్చి వీరసేవకుల
జీతపురొక్కముల్ చేతిలోవేసి
వెంటనెపంపుడి వేగంబెమీర
లనవినివారలు అరిగిరివేగ
తరువాతకాముడు తరలించెకరిని

* ఈమెనే నాయకురాలని చెప్పుదురు. ఈమె నలగామరాజుయొక్క మంత్రిణి. శూరురాలు.

† ఇప్పటికి నీచెఱువు గురిజాలకు దక్షిణభాగమునఁ గలదు.

జళిపించుకత్తుల సాంద్ర తేజంబు
మణిగణభూషణ మంజుదీధితులు
అంతటంతట మార్గమట్టెచూపించె
అవనీస్థలము క్రుంగ ఆదిశేషుండు
సిగ్గుచెందినయట్లు శిరములువంప
దిగ్గజంబులు మ్రొగ్గ దిశలుగంపింప
భటులుబిరుదముల పద్యముల్ చదువ
అఖిలయాచకకోటి కానందముగను
దానంబులిచ్చుచు దరలియాప్రొద్దు
(నలగాముఁడు గజారూఢుఁడై సేన
తోఁగూడి కార్యమపూడికేగుచుం
డఁద్రోవలోఁగోదమగుండ్లపౌరులు
విన్నపంబొనర్చుట)
కోదమగుండ్లకుచేర కుంభినీశుండు
పేరైనపల్లెల బెద్దలారెడ్లు
కోమటిజనములు కూడియేతెంచి
కామభూమీశుని కనుగొని మ్రొక్కి
విన్నవించిరిమహా వినయంబుతోడ
మామాటవినదగు మైలమ్మసుతుడ
వైరంబుమీకేల వసుధాధినాథ
అన్నదమ్ములుపూర్వ మవనియెరుంగ
ఇతరరాజులుమాకు నేరువచ్చెదరో
మీరురాజ్యముచేయ మేదినియందు
దుష్టులనిర్భయోత్సుకతనణంచె
శిష్టులకును మేలు చేకురుచుండె
ప్రాణముల్ భద్ర ముపద్రవమడగె
కరములుహెచ్చుగ గైకొంటలేదు
అనుకూలులై మీర లవనియేలంగ
కనుగొన్న మాకెల్ల కలుగుశుభంబు
హితులముగనుక మీ కెరుగ జెప్పితిమి
శక్తిచాలదుమాకు సారెకుదెల్ప
అనివిన్నవించిన అనియెవారలకు
మదమునగర్వించి మలిదేవరాజు
రణముచేయగదర్శి రమ్మనిమాకు
భట్టునుబంపెను బలమెఱుంగకయె
పైనమైవచ్చితి బవరంబుచేయ
వీరులనాయుని వెసమలిదేవు
బంధుమిత్రాదుల పారిపోద్రోలి
వేగమెపత్తుము విభవంబుమెరయ
ఎలమితోనుండుడీ యిండ్లలోనిలిచి
ఈరీతివారికి హితములుచెప్పి
పొమ్మన్నవారలు పోయిరావేళ

స్థిరగతిజలములు చెలగంగనేగె
ఆర్పులబొబ్బల అవనికంపింప
సాగరముప్పొంగి చనుదెంచినట్లు
మేఘముల్ వినువీథి మేదురంబగుచు
పరువులు పెట్టెడు భంగినిదోప
క్రమ్ముక కార్చిచ్చు కదిసినరీతి
పవనుండుదట్టమై పరగినమాడ్కి
వివిధజలంబులు వేగమెనడిచె
చక్కగామిరియాల సరిహద్దుదాటి
వ్రజలమేలిమిచింత పల్లెయుదాటి
కౌరవుల్ పాండవుల్ కలహంబొనర్చి

(నలగాముఁడు కార్యమపూడిఁ
జేరుట.)

కూలిచచ్చినయట్టి కురుభూమిరీతి
రౌద్రగుణోద్వీర రక్తసిక్తంబు
పావనచరితంబు పలనాటిపేర
పాలుపొందుచుండెడు పుణ్యదేశమున
గాశికిసమమైన కార్యమపూడి
సౌరంగభూమిని రాజుదానిల్చి
చంద్రదంతినిడిగ్గె పదిలంబుగాను
సాంధ్వుల స్తంభంబు నల్వార ముత్యాల
కప్పురపువిడెంబు గావించివచ్చి
కొల్వుకూటంబున కూర్చుండెరాజు
దాపట నరసభూధవుడునుదొరలు
కొండమన్నెమరాజు కోటకేతుండు
కుడిదెసరెడ్డియుం గుఱియైనయట్టి
చేరువకాండ్రును జేరికనలర
వీరఘంటలుగట్టి విలసిల్లుచుండు
సోమదేవరరాతు శూరులైనట్టి
వీరరాహుత్తులు వెలయమున్నాట
అరువదిమందిదా మట్టహాసముల
రణశూరులైనట్టి రాజపుత్రులును
పోటుబంట్లనుబట్టి పొడిచెడువారు
ఊడిగలందంద యొనరికొల్వంగ
దేవతాగణయుత దేవేశురీతి
భూపతిసభమందు పొల్పొందుచుండె
రాజువెన్కంజేరి రమణినాగమ్మ
కార్యఖడ్గముల ప్రజ్ఞావిశేషముల
తెలుపుచుగూర్చుండె ధీరతతోడ
ఇతరజలంబులు హెచ్చువేగమున
తర్లెడువారును తగనడ్చువారు

లలిమీర వీరభళ్లాణుండువచ్చె
పటువిక్రమాఢ్యులు పండ్రెండువేలు
గడలవారొకవేయి గజచయమమర
పొస్నాళ్లవిభుఁడు సముద్వృత్తివచ్చె
పదినూరువేలకాల్బలములతోడ
కూడిముప్పదివేల కుంజరావళుల
కదిసెమాళవపతి గామభూవిభుని
కడగితొమ్మిదివేల కాలరిబంట్లు
నమ్మవగినయట్టి సాయకచయము
ఒకవేయిఅశ్వాల నొనర * ప్రతాప
రుద్రుఁడుపంపెంచె రూఢసంగతిని
పదివేలకాలరి బలములతోడ

కూడిరాకల్యాణ ఘూర్జరపతులు
కామునిగడిసిరి గౌరవమెసగ
ధనరథాస్యుడువచ్చె దర్పంబుమీర
మహిదేవిదాసుడు మదకరుల్ వేయి
శకటసహస్రముల్ చనువునగొలువ
ఏతెంచెసాహస మెల్లవారెరుగ
దశలక్షబలము ఉత్సవమునరాగ
ద్రావిడకేరళ ధరణీశవరులు
ఎచ్చిరినలగామ వసుధేశుకడకు
పద్మసేనుండును పరువడివచ్చె
గురుసహస్రద్వయ ఘోటకయుతుఁడు
గుండమదేవుడు గొబ్బూరిరాజు

---

* ఇతఁడు, ప్రతాపరుద్రీయకృతిపతియై క్రీ. శ. 1295 సం॥ మొదలుకొని 13
సంవత్సరమువరకు రాజ్యముచేసి, రుద్రమదేవికి దౌహిత్రుఁడై ప్రఖ్యాతిఐడ
ప్రతాపరుద్రుఁడు కాక, కాకతిప్రళయునితరువాత సింహాసనమెక్కి క్రీ.
1140 సం॥ మొదలుకొని 1199 సం॥ వరకు రాజ్యముచేసి మొదటి ప్రతా
రుద్రుఁడని ఇతిహాసమునఁ జేర్కొనఁబడు రుద్రదేవరాజై యుండవలయుఁ
(సోమదేవరాజీయము చూడఁదగును)

† ఓఢ్రశబ్దభవము "ఒడ్డె" దీనినిప్పుడు "ఒరిస్సా" యందురు.

‡ ఓఢ్రదేశముఁ బాలించిన గజపతిరాజులలో నితఁ డొకఁడు.

బుద్ధిమంతులకైన పొసగదు నేర్వ
సంతోషముల చేత చనుదెంచినట్టి
మనుజేంద్రులకునెల్ల మంచికట్నములు
తెప్పించియిచ్చిన తిన్నగానుండి
రంతలునాగమ్మ అశ్వంబునెక్కి
తగినయిరవుచేసె ధరణీశతతికి
మిగిలినవారికి మేలైనతావు
లమరించివిడియించె ఆనందమొంద
ఎక్కడచూచిన నెడలేకకదిసె
ఇసుకజల్లిననైన ఇలమీదబడదు
చొరదువాయువుదండు చొచ్చినరాదు
సుపథంబుదొరకదు చోద్యమైయుండు
ఆదంగడులోపల అఖిలవణిజులును
సకలధాన్యంబులు సకలరత్నములు
బంగారువెండియు బహుధనవితతి
సరిగవస్త్రంబులు సరసపుంబట్టు
పటములుఘనతంతు పటములుమరియుం
కాంస్యతామ్రశ్వేతకమ్రభాండములు
రసవర్గములనెల్ల రంజనంబొప్ప
క్రయవిక్రయమ్ముల కావింతురెపుడు
సౌందర్యఘనతచే సంపన్నమైన

యిమ్మని బ్రహ్మనాయునిం
దొందరపఱచుట.)

భండనవిజయులు పటుపరాక్రములు
వీరులుతత్సైన్య విభమెల్లజూచి
బ్రహ్మనాయునితోడ వాక్రుచ్చిరిట్లు
నలగామభూతలనాథుండుమదిని
తనకెవ్వరెదురని ధైర్యంబుపూని
భండనవిజయత ప్రబలుడునంచు
భువనభయంకర భూరిప్రతాప
పటిమకల్గినయట్టి బ్రహ్మనునిన్ను
విజయోద్ధతాటోప వీరులమమ్ము
తలపకమాత్సర్య దర్పముల్ మీర
వీపుననెదురెక్కి వెరవకనిలిచె
కనియూరకుండుట కార్యంబుగాదు
పందలపడెనంట పంతంబెమనకు
అనివార్యమైనమీ గూర్జాఖలీన
బద్ధులమైవిల్వ బడితిమిగాక
కత్తికినొక్కొక్క కండచుదీసి
పరిపంథిగణముల పట్టిమర్దించి
కుమ్మరామమునందు కుటిలతగచ్చ

నావుడుశీలమ నాయుండుపలికె

(బ్రహ్మనాయుఁడు వీరులతోఁ దొందరపడవలదని నీతు లుపదేశించుట.)

వినరయ్యవీరులు విశదంబుగాను
విదితస్వశక్తిపై విశ్వాసమున్న
ఎదిరిసామర్థ్యంబు తృణముగాదోఁచు
(సహజగుణంబది జంతులకెల్ల)
కానకామేశుండు కదిసెనుమనల
నలగామునిందింప న్యాయముగాదు
రణకేళిసల్పుట రాజధర్మంబు
మనకున్నబలముల మనముకూర్చికొని
పోయిశత్రువులను పోరిగొనవలయు
సాహసంబొనరింప (జనదన్నిపట్ల
సర్వకార్యములొక్క చాయనరావు
హెచ్చైనతనబల మెదిరిబలముల
కొలదులుపరికించి కొరతలుండినను
సవరించిసకలంబు సన్నద్ధపఱచి
చిత్తంబునందన్య చింతలుమాని
పలకదుచెల్లని పక్కరంబులపుడు
కొడుకునుపగరచే కోల్పోయినట్టి
దుఃఖంబుమదిలోన దొరలుచునుండ
నలగాముజంపక నామదిచింత
వాయదు నీవెన్ని పలికిననైన
ఎవ్వరుతనకెదు రీభూమినంచు
జగడంపుడేరాలు సరవినెత్తించి
ఉన్మాదుమనమీద ఉగ్రతేజమున
కమలబాంధవవంశ కర్తయైనట్టి
* బలభద్రరఘుపతి పంపుననిప్పు
డరచియునొకశరం బారాజుకడకు
అంపిననిలిచిన నతడునాసాటి
చెడివిర్గిపడెనేని క్షితిభర్తగాడు
పంతమియ్యదియని వాక్రుచ్చిపిదప
గాండీవసమమైన ఘనచాపమెత్తి
వాసుకికోరల వాడిగలట్టి
దొనలనుమెరయగ తూర్ణంబెలివిచి
వెలయుంగముత్యాల పేరులల్లాడ
అలుగునమణిగణం బమరంగముఖము
మధ్యాహ్నభానుని మాడ్కికన్పట్టి

---

* ఇతఁడు కొమ్మరాజుయొక్క ధనుర్విద్యాగురువై యుండును.

నక్షత్రములుడుల్లి నాగికులక
అవనియుకంపించె ఆకాశమదరె
కనురెప్పపాటున కంటెవేగమున
పిడుగుపడ్డట్లుగా పృథ్వీశుడదర
ఘనమైనగొల్లైన కంబంబుదాకె
అదియంతతునకలై అవనిపైబడెను
పసిడికుండలుడొల్లి పడెగుడారంబు
లానందమునవార లరచిరిమించి
విడిబడియేనుగుల్ వీథులబారె
అశ్వముల్ రాహుత్తులరిగిరిచెదరి
బండ్లతో నెద్దులు పరువిడసాగె
సాలగుర్రంబులు సరభసమంది
కట్లుతెంచుకపారి గట్లపాలాయె
కోల్పడి గెలుపట్టు గొడుగులనెల్ల
పట్టెడువారలు పడవైచిచనిరి
కల్లోలమందుచు కాముని బలము
భయమునజనిచింత పల్లినిదాటె
వీరకామేంద్రుండు వేత్రపాణులును
సమరము చేయగ సరసమైనట్టి
సుముహూర్తమొక్కటి శోధింపుడన్న
ఆరీతిమాచెద మందులకేమి
క్షీరాబ్ధిశయనుడు శ్రీవల్లభుండు
దాసరక్షణమందు దయగలవాడు
చెన్నుడుమీవెంట చేరియున్నాడు
సకలకార్యంబులు సమకూరుచుండు
అనిచెప్పిదీవించి అరిగిరివార

(ఈసమయమున మేడపిలో జరిగిన
వృత్తాంతము)

లంతట మేడపినైనవార్తలును
* తెలుపుదుజనులకు దెల్లముగాగ
పరమోత్సుకతచేత † బాలచంద్రుండు
సంగడిబాలురు చనవునగొలువ
రమణీయమైనట్టి రాచిల్కచదువు
వినుచువేడుకపుట్టి విచ్చలవిడిని
గుమ్మడికాయలు కొంతసేపాడి

---

* ఇది కవివచనము.

† బ్రహ్మనాయునికొడుకు.

పిల్లనిగనుగొని అనఘులందఱును
మ్రొక్కినదీవించి ముదమునతల్లి
పలికెనిచిఘమున వారలతోడ
నాయాత్మసుతులార నాయన్నలార
పద్మనాభునిగర్భ పాథోధియందు
పూర్ణచంద్రులరీతి బుట్టినవారు
ఘనమైనభూషణ కాంతులుమీర
మీరన్నదమ్ములు మేలిమినాదు
ఎదుటనునిల్చి నన్నేమివేడెదరు

(ఐతమ్మ బాలునిమనోరథముఁ
దెల్పుమని యడుగుట.)

చిత్తంబుగోర్కె జెప్పుడీయనిన
నవ్వుచుబాలుఁడు నాతికిట్లనియె
తరుణిరో మేమునీ తనయులమగుట
సకలవైభవములు సమకూరెమాకు
ప్రియముతో మమ్ముల పెంపుసేయంగ
ప్రొద్దుపోదేమిటు పొసగంగనన్న
ముద్దులకొమరుని మోమువీక్షించి
ప్రొద్దుపోవకయున్న పుత్రరత్నంబ
పోకలాటలచేత బుచ్చుము ప్రొద్దు
ఆడుడిముత్యమ్ము లమరుబంతులును

[illegible]
క్రొత్తలపైన మక్కువగల్గియుండు
అనిబాలుఁడాడిన ఐతమ్మపలికె

(భారతయుద్ధాదికథల వినుమని
యైతమ్మ బాలచంద్రునికిఁ జెప్పుట.)

ఆటపాటలపైన ఆలసితివేని
వినవయ్యబాలుఁడ విశదంబుగాను
విబుధులవిప్రుల బిల్వగబంచి
వినుముభాగవతంబు విజ్ఞానమొసగ
భారతరణకథ పఠించివినుము
భీష్ముడొనర్చిన వివిధశౌర్యముల
అచలితబుద్ధితో ఆలింపుపుత్ర
ద్రోణుండునెరపిన దోర్బలగరిమ
మనమునబట్టింపు మానితసుతుడ
కర్ణుండుజూపెన ఘనపరాక్రమము
నాత్మంపుబుద్ధితో జూడుముతనయ
శల్యునియందున్న శస్త్రచాతురిని
జాగరూకతమెయి చర్చించుకొడుక
దుర్యోధనునిమాన ధూర్వహపటిమ
ఆసక్తితోడుత అరయుమాత్మజుడ

(బొంగరములాడుట నిజమనో
రథంబని బాలుఁడు తెల్పుట)

వినవమ్మతల్లిరో విమలేందువదన
ధర్మార్థకామ తత్వంబెరుంగుదును
శాస్త్రజాలంబుల చాలగవింటి
మనమున దెలిసితి మర్మంబులెల్ల
ప్రకృతకౌమార చాపల్యంబుకతన
చిత్తవిశ్రాంతికై చేరియీవేళ
బొంగరాలాడగ బుద్ధిజనించె
సెలవిచ్చిపంపుము శీఘ్రమెయమ్మ
ఈరీతిపలికిన ఏణాక్షికలగి
వెరచియుం వెరవని విధమునననియె

(బొంగరము లాడవలదని తల్లి
బాలునికిఁ జెప్పుట.)

విశదంబుగాబాల వినుముద్దుతనయ
ఈబుద్ధితలపగ ఇచ్చలోవలదు
వలనలోనున్నాము వడబొంగరాల
ఆడినజేతప్పి అతివలకైన
తగుబాలురకునైన దాకునుబోయి

ప్రతివచనము చెప్పుట)

ముదితరోనావంటి ముద్దులసుతులు
పుట్టరాభూమిని పుణ్యాంగనలకు
వారేలశపియింత్రు వనితరోనన్ను
అలిగితిట్టినపాప మనుభూతమగును
పూబోడినాదేహ పోషణార్థంబు
పెట్టనితావుల పెట్టిదాచెదవు
కొదమసింహము. తన గురుశౌర్యమర
ధరవిజృంభింపక దాగునాయొడిని
ఏటికిభయమంద నింతిరోనీకు
అనవినిఅబ్జాక్షి ఆక్షణలోగలగ

(బొంగరాలాటకాడదని తల్లి
మరలఁ జెప్పుట)

ఏలబాలుడనీకు నింతధైర్యంబు
శాపింపబోకని సంశయమేల
దుష్టులుతులువలు దుర్వ్యాపిణులును
తారతమ్యంబుల తగవెరుంగకయె
కచ్చెకుముందుగ గాలుదువ్వెదరు
భావంబులిట్టివి పసితులకెల్ల
నీమేలుగనుగొని నేనోర్వలేక

వెలదుల కెల్లను వినతి చేయుందును
దయచేయుందురు వారు తనయునిమాడ్కి
తడవాయనేవచ్చి తల్లిరోయిటకు
పుత్రునిమాటలు బుద్ధిలోనుంచి
నాకాంక్షలీడేర్చి నన్నుంపవమ్మ
బాలచంద్రుండిట్లు పలికినవేళ
ఐతమ్మనవ్వుచు నపుడునేర్పరుల

(బాలచంద్రుఁడు తల్లియొక్క
లోభత్వమును దూలనాడుట)

ఒజ్జలబిలిపించి యొప్పుగామీరు
బొంగరంబులుకొన్ని పూనిచేయంగ
గునన్న బాలుండు తనలోననవ్వి
ల్లితోననియెను దయవచ్చునట్లు
శత్రువులబోజుంగు సాంద్రవిక్రముడు
గండుభీమనగర్భకంధిరత్నమవు
లోభమ్మునీకేల లోలాయతాక్షి!
ఏడుకోటులసంఖ్య నెసగినధనము
కలిగినఆగండుకన్న మనీని
చెల్లెలవైయుండి సిరులుచెన్నొంద
చెనటిబొంగరములు చేయించుకొరకు
ఏరీతిమనసొప్పె ఏణాక్షినీకు

సమరరంగంబున సాధించిమించి
వారిచేమాతండ్రి వలసినయట్టు
లప్పనంబులఁగొన్న అధికధనంబు
పొందుగాదెప్పించి పుటముపెట్టించి
పైడిబొంగరముల పరగజేయింపు
వెండిచేములుకులు వెలయబెట్టింపు
పట్టుచేజాలెలు పన్ని పేనింపు
ముత్యాలకుచ్చులు మొదలగూర్పింపు
తెప్పించియిప్పింపు తీవ్రంబుగాను

(బాలుఁడు నిజౌదార్యమును
దెల్పుట.)

దండివిక్రములైన తమ్ములునేను
ఆడుకోవలెనంచు అభిలాషపొడమె
నావంటిబాలుండు న్యాయంబుతప్పి
బీదబొంగరముల వెలది! యెట్లాడు?
చూచినవారలు చోద్యమందుదురు
ప్రజలుదూషింతురు బహువిధంబులను
సకలరాజుల గెల్చి జయముచేకొన్న
బ్రహ్మనాయునిగర్భ పాథోధియందు
చంద్రునివిధమున జనియించినట్టి

కలుములు నిత్యంబు కావు మాతల్లి
మెరపు మెరయురీతి మేఘంబులట్లు
బుద్బుదంబులభంగి పోవును జెదరి
ఈరీతిదలపోసి యెరుకచేమించి
సంపదవేళనే సకలభోగములు
బొందంగవలె ధర్మములు చేయవలయు
భోగానుభవముచే పుట్టిసంతృప్తి
వేసట జనియించి వెగటుగాదోచు
అటుమీద వైరాగ్య మమరుచుండు
ధర్మముల్ చేసిన తనరు పుణ్యంబు
సజ్జనసహవాస సంప్రాప్తికలుగు
వైరాగ్యమధికమై వర్తించుబిదప
భోగధర్మంబులు పుట్టినయపుడె
సరవి విరాగిత సంసారమెడలు
సద్గురు పదసేవ చయ్యనగలుగు
అందుచే నిర్వాణమందికయగును
కావున భోగముల్ గైకొనవలయు
శాస్త్రంబులీలాగు చాటిచెప్పెడిని
ద్రవ్యంబునకు నవస్థాద్వయమిట్లు
తనరింపుచుండును కదజ్ఞాలుగనుక
నీ వెరుంగని మర్మమే నెరుంగుదునె
చనిన భూపతులెల్ల సమకూర్చినట్టి
చిత్రమౌ ధనములో చిన్నమేమైన
గొనిపోయిరా వెంట కూర్పంగనేల
ఆశచాలించుటే ఆనందపదవి
చెలిమి నా మాటలు చిత్తమందుంచి
మాకోర్కెలీడేర్చి మమ్ము మన్నింపు
దనలోభమందిన దానవుకనుక
ఇంతగా జెప్పితి నేణాక్షి నీకు
నీలోభగుణమును నెవిన్నవింతు

(బాలచంద్రుఁడై తమ్మయొక్క
వెనుకటి లోభకార్యంబుఁ
బేర్కొనుట)

తప్పక మదికిని దార్కొణగాను

---

* "देहिनोऽस्मिन् यथा देहे कौमारं यौवनं जरा ।
तथा देहान्तरप्राप्ति धीरस्तत्र न मुह्यति"
అని యర్జునునకు శ్రీకృష్ణుఁడు చేసిన యుపదేశముకూడ నిట్లేయున్నది.

అయిదురాజులదాక నంతమామాను
అక్కువైనను నేమి అలిగిన నేమి
అడిగినధనమీయ కలిప నేనీయ
బ్రహ్మవచ్చినగాని భయపడబోను
నియమంబునాకిది నెలతరోయన్న
ఏమి కావలె నీకు నిప్పింతుఁజెప్పు
డన్న సందేహింపకడుగవే యనిన
మాడలు తొమ్మెకు మాకుగావలయుం
ఇప్పింపువేగమె యింకొక్కమాట
అఖిలరాజులొసంగినట్టి యప్పనము
లందుదాలువిగల వతివరోవినుము
పొల్లునుతాలును పోసగవుమాకు
తీరైనమాడలదెచ్చి యిమ్మన్న
మదిలోననొవ్వక మగువనీవప్పు
డూడిగీలనుబంపి ఒప్పైనధనము
తెప్పించిరాశిగా దీర్చిపోయించి
కొలిపించికొమ్మన్న కోరిమీయన్న
మెట్టొండు కట్టించి మీదదానెక్కి
హెచ్చుగాతూర్పార నెత్తెనుభువిని
చిందిపోయినపెల్ల జెడుతాలుపొల్లు
[illegible]
నేనెరుంగుదుదల్లి నీమనస్సరణి
మెంచినకీర్తికై మెలగితివప్పు
డన్నపుత్రునిమాటకై తమ్మనవ్వె
హెచ్చుగా నవ్వినారెనమండ్రుసుతులు
గారాబుతనయుల గడుప్రేమమడర
గూర్చుండబెట్టియు గూరిమితోడ
మొదలురప్పించిన ముఖ్యులైనట్టి
ఒజ్జలుతనమ్రోల నుండంగజూచి
బొంగరంబులుచేయ బొసగున మీకు
పైడియిప్పించెద ఒట్టినయంత

(ఐతమ్మ బొంగరంబులు చేయఁ బంచుట.)

పనిముట్లుదీసుక వడిరమ్మటన్న
వారలిండ్లకుబోయి పట్టెడకారు
కమ్మచ్చులును నీరుకార్లు సుత్తెలును
ఘనమాపడచ్చునా కత్తెరల్ మరియు
అలరుమచ్చులంగుదులాదిరైనట్టి
పనిముట్లుగొని తెచ్చి భామకన్నెదుట

కనకలక్ష్మికిదగు కమఠంబు నిలిపి
కడుగొప్పమూసలుగట్టిగా జేసి
నిజమైనబంగారు నిండించిమంచి
పలుకుల గరగించి పరికింపనపుడు
కాలహేతువదేమొ ఘనలక్ష్మిమహిమ
కరగువేళలవన్నె కదలకనిల్చె
తరువాతఆశ్చర్యదంబై చెలంగ
చెదరిఆంతంతకు చీకాకునొంది
చిదురుపలాయె విచిత్రంపుభంగి
ఒగిచుట్టుకున్నట్టి ఒజ్జలందరును
కనుగొనిభీతిల్లి కంపితులైరి
బాలుడావేళను ప్రాభవం బొప్ప

(బాలచంద్రుఁడు
భౌతిక రహస్యములఁ దెల్పుట)

తల్లితోననియెను తననేర్పుమీర
కడవన్నెచిదురులై కరగిననేమి
కరగినవేళల కళలేమిచెడక
జడపదార్థంబులు చైతన్యమొందు
* పొలియదొక్కటివిను బొత్తిగానెపుడు
పుట్టదు క్రొత్తది భూమిలోపలను
పోయినదానిని పోయెనటంచు
ఉన్నదానినిజూచి యున్నదటంచు
భావింపగారాదు పడతిరోకనుము
కాలవశంబున గలపదార్థములు
రూపభేదంబుల రూఢిగాబొందు
దరబ్రహ్మవ్రాతలు తప్పింపరాదు
కావునఆశ్చర్య కారణంబేమి
మాయాభవంబిది మాసిపోగలదు
హృదిలోన సంశయమేల నేతల్లి
కావింపుమమ్మ బొంగరములనెను
వేయిమాడలచేత విరచించిఅపుడు

(సిద్ధమైన బొంగరముల
బాలచంద్రాదుల కొనుగుట)

మంగలియైనట్టి మాదవుకిచ్చె

---

* "नित्यं परमाणुरूपं" అని తార్కికుల మతముకూడ నైయున్నది.

అయిదు వేలకు జేసి యాకమ్మరికిని
ఇప్పించె మదిలోన నెన్నికొనంగ
వెలమపట్టికి ఆరు వేలకు దీర
పది వేలతో జేసి బాపనికిచ్చె
నారాయణుండైన నాయనికొడుకు
బాలుని చేతికి పండ్రెండు వేల
తీరిచి వన్నెలు దీరిచి పైన
సకలరత్నంబులు సంఘటియించి

ములుకులు వొడితో మొనలగ దించి
ఇచ్చెను సంతోషమింపెసగంగ
పెమ్మలనొజ్జల ప్రియముతో జూచి
గినకట్నంబుల దయమీరనొసగి
మ్మని సెలవీయ పోయిరి వార
లంతట ఐతమ్మ ఆనందమునను
చారువర్తగవాడ చక్కనివాడ
గురుతర రేచర్ల కులవార్ధి సోమ
బాలుడనీమది పరిణామమాయె
షడ్రసోపేతమా సకలవస్తువుల

వంటయైయున్నది వచ్చి మీరెల్ల
భుజియించి పొండన్న పొందుగా లేచి
బానసశాలలో పక్వవస్తువుల
ఆణిముత్యంబుల అమరినయట్టి
మెరుగుభూషణములు మేనులదాల్చి
భాసిల్లి శృంగారభరితులై వచ్చి
తప్పక నిలచిన తనయులజూచి
ఎలమితో ఐతమ్మ యిట్లనిపలికె

(ఐతాంబ కుమారులకు బుద్ధులు
గఱపుట.)

మేడపిలోపల మేలైనయట్టి
రచ్చకొట్టంబుల రాజవీధులను
విపణిమార్గంబుల విబుధగేహముల
బొంగరాలాడగ పొసగదు సుమ్ము
కరుణతో నాబుద్ధి గైకొని మీరు

మేడపిలోనుండి మేలుగా వెడలి
ఉత్తరదిశయందు ఒప్పుచున్న
చాలురావులకాడ సరసమైనట్టి
రమణీయమగు మొల్ల రావి క్రిందటను
ఆడుడి బొంగరాలానంద మెసగ
పొందుగా ఈరీతి బుద్ధులు చెప్పి
చక్కని ముత్యాల జాలెల దెచ్చి
అందించి చేతుల కాశీర్వదించె

ముందరనిలిపిరి ముద్దుపాట్టేళ్ళ
బాలచంద్రుడును భ్రాతృసంచయము
వేడ్క మీరగ వాని వీపుల నెక్కి
కమ్మరగరితలు గణములుబ్బొంగి
వింజామరలబట్టి విసరుచునుండ
గచ్చకాయలుకొన్ని కలిగినయట్టి
తిత్తులు చిరుతలు తీరైనగోడెలు
జూదమాడుటకయి సొగటాలుకొన్ని
బంతులుపిట్టలు పంజరచయము

పేరైనడేగలు పిగిలిపిట్టలును
శారికావళి కీరసంఘంబు మరియు
ఆటలసాధనాలవి వెంటరాగ
నయమునజనిచాలు రావులసరస
మొల్ల పేరిటిరావి మొదటను జేరి
తీరైనతగరుల డిగ్గి వేదికల
పైనిబరచినట్టి పలువన్నెలమరు
రత్నకంబళముపై రంజిల్లనుండి
బొంగరాలాడగ పూనిరావేళ
సరస మేడపిజనుల్ సంతసంబొప్ప

బొంగరాలాడెడు పొంకమంతయును
పోయిచూడదలంచి బుద్ధులునిలిపి
[illegible]
తమగోనముచ్చటల్ దగజెప్పుకొనుచు
రయమునబోయిరి రావులకడకు
ఆపురవరమున అలరుచునుగను
పరవిప్రకామినివైశ్యకామినియు

ఎడలేనిబాంధుచే ఎనగెడువారు
తరివిచారించిరి తమగోనదాము
నాయునిపుత్రుండు నవమన్మథుండు
బాలుడు సంతోషభరితుడైయిపుడు
తమ్ములుతానును దననేర్పుమీర
బొంగరాలాడగ పూనియున్నాడు
కనుగొనిపత్తము గ్రక్కునబోయి
అని పల్కబ్రాహ్మణి ఆపెతోనపుడు
ప్రకటమ్ముగావైశ్య వనితయిట్లనియె
ఓయమ్మబాలుండు ఉరుమశిపిడుగు

పాపపుణ్యంబుల భావింపడతడు
శకట సమూహంబు చనియెనావేళ
చీలలూడగదీయు జేతులబట్టి
ఆడెడుపాపల అదరంటగొట్టు
వెంగలిదుష్టుండు వీతధర్ముండు
వానిజూడగనేల వాంఛజనించె

వచ్చెంపదమని వడితిఁ దలచి
నీరాడికడవను నేర్పుగాబట్టి
ఆత్తకుమానుకు అతిభక్తిమ్రొక్కి
కనుగొనివత్తుము గ్రక్కునబోయి
అననవ్వి పెద్దవా రతివలనంప
కదలిరికర్పూర గంధులు చెలగి
చనిదీర్ఘికనుడిగ్గి జలములనంత
కప్పినవాచును గడకేగజేసి

నిర్మలోదకములు నించికడవల
శృంగారమొప్పగ శిరములబెట్టి
దురితబంధంబుల దొలగింపలేక
కర్మఫలంబును గడవగలేక
నెలతలు చనుదెంచి నిల్చిరచ్చోట
ఆశ్చర్యవాక్యాల అప్పుడిట్లనిరి
ఈతడేపలనాటి నేలేడు బ్రహ్మ
తనయుండు సౌందర్య దర్పకుండితడె
మార్తాండతేజుండు మహితశౌర్యాఢ్యు
డీచొప్పునీయొప్పు నీచక్కదనము

అలవియేపొగడంగ అజునకునైన
† ఆసమయంబున అనవాళులచ
పట్టుగాగిరివ్రాసిపైడిటంకంబు
నిల్పిబాలునిజూచి సెనరొప్పననియె

ఊరకయున్నాడ వోబాలచంద్ర
బొంగరాలాడెదు బుద్ధితోతమ్ము
లెల్లను గనిపెట్టి యిపుడున్నవారు
నీవునుందాడక యెవరాడరాదు
మొదలిడుమనిచెప్ప ముదమున అలఘు
తోరంపుసందడి తొలగంపుమనెను
బద్దలవారంత పరుగునవచ్చి
చెలఁగిబరాబరుల్ చేసిరిమ్రోల
తంత్రజ్ఞులగుమేటి తమ్ములులేచి
చేగిఆటలవాడ చిరునవ్వునవ్వి

(బాలచంద్రుఁడు బొంగరమును
ద్రిప్పుట)

బలపరాక్రముడైన బాలచంద్రుండు
ఘనతరమాణిక్య ఖచితమైనట్టి
బొంగరంబరచేత బూనుకయుండి

* బాలచంద్రుని భార్య.

† బాలచంద్రుని యన్న. బ్రాహ్మణక్షేత్రసంజాతుఁడు.

వినయమూ నామాట వినుడిమీరెల్ల
దూరాననుండుడి తొలగికన్గొనుడి
అని చెప్పి బొంగరం బరచేతబట్టి
ముత్యాలజాలెను ముదమున జుట్టి
చేయెత్తిహుంకించి స్థిరబలంబునను
వేసినవడిమీర వేగమెపోయి.
సంయమీశుండను చట్రాతిదాకి
మింటిమీదికెగసి మెరుగులుక్రమ్మ
* అన్నమ్మయను పేర నలరుచునున్న
చక్కనికోమటి జలజాయతాక్షి
మీఁగాలికిందాకి మించినమునికి

(అన్నమ్మయను వైశ్యకాంతకు బొంగరము తగుల నామె మూర్ఛిల్లుట)

అరకాలుదిగివచ్చి అవనికిదాకె
తాకినఆవైశ్య తరుణిభీతిల్లి
గగనంబుపైబడ్డ గతికంపమొంది
కరిగిన ఖర్జూర తరువుచందమున
పొక్కుచుజేరెను పొలతులగుంపు
కప్పురివలువలు కర్ణంబులందు
కర్పూరరజమును గలయంగనూరి
పదతలంబులయందు పాణులయందు
కస్తూరిగంధంబు గలిపిపట్టించి
చానలుశైత్యోపచారముల్ సలిపి
చింతింపబోకుడి చెలిలేచునిపుడె
అనిపల్కునంతలో ఆమాన్యకలికి
ముకుళితహస్తుడై ముందరనున్న

(కోమటియన్నమ్మ బాలునిఁబెట్టుట)

బాలునిగనుగొని బలుకోపమునను
కన్నులెర్రగజేసి కాంతయిట్లనియె
ఓరిదురాత్ముడ ఓరిదుర్మార్గ
క్రిందుమీదెరుగక కెరలుచున్నావు
గర్వమేటికినీకు కాంతలయెదను
కలిగినదినవలె గట్టంగవలయు
ఎరుకమాలిన చేష్ట లేలచేసితివి
మురియంగనేలనీ బొంగెల్లవణగ
మునిరేమదంబునీ మురిపెంబుక్రుంగ
తగమల్లభూపతి పదమెల్లనీదు

* ఈమెయే విప్రస్త్రీతోఁ గూడ వచ్చిన వైశ్యతరుణి

చేరివైరులతోడ శ్రీయుద్ధభూమి
ఉప్పొంగుచున్నవా రుర్వీశునెదుట
వారిలోఁగలయు నీవడికానవచ్చు
పోతుసింహమురీతి పొదలుచున్నావు

మదముపట్టినగిత్త మాడ్కి మేడపిని
ఉన్నావు కావరి ముడిగెపుగాక
అనితూలనాడిన అధికరోషమున
కలుషించిఆనపోతు కనులెర్రచేసి
పట్టుజాలెచుబూని భామలనెల్ల
పరమసాహసమున పారంగదోలె
అప్పుడాఆనపోతు సమరంగజూచి
పలికెబాలుడునీతి పటిమచెలంగ
వనితలనదలింప వచ్చునామనకు
అందుచేపాతక మంటునుమనల

అనిచెప్పితరువాత ఆవైశ్యవనిత

ఆడితిబోంకరం బనినిన్నుదాకె
దైవకృత్యంబని తలపకాడితివి
నిన్నింకనేమందు నీరజనేత్ర
అబలవునిన్నేమి యనవలదైన
నాతప్పుమన్నింపు నయభావమునను
కరుణింపు"మనుచును కాంతకావేళ
పచ్చవన్నెలపట్టు పటములేవించి
ఘనమైనమందులే కాలగట్టించి
మాన్పికొనుటకును మాడలేనూరు
ప్రియమునవిప్పించి వెలదితోననియె
అమ్మమాతల్లి నీసైతమ్మమూరు
* మాయయ్యలెల్లను మలసిదండెత్తి
పోయియేదిక్కున బూనియున్నారు
తలపోసిచెప్పవే తరుణిరోనేడు
నావుడుకోమటి నాగియిట్లనియె
కదలింపకుమునన్నుగన్నమాయయ్య
కాలికయినొప్పి ఘనమాయెగనుక
కోపించిపలికితి గురుతెరుంగకయె

* "మీయయ్యలెల్లను మించినబలిమిఁ । జేరివైరులతోడ శ్రీయుద్ధభూమి । నుప్పొంగుచున్నవా రుర్వీశునెదుట । వారిలోఁగలయు నీవడికానవచ్చు" అని యీ కోమటిస్త్రీ యన్నది గనుక బాలచంద్రుఁడీప్రశ్న వడుగుచున్నాఁడు.

యుద్ధరంగ మేదియో యడుగుట)

మేలైనవీథుల మేడపికేగి
వేగమె యిలుచొచ్చి వినయంబుతోడ
తల్లికిమ్రొక్కి తనయులందరును
మ్రొక్కనదీవించి మురియుచున్న
తల్లితో బాలుండు తానిట్లువలికె
వెలదిరో మేడపి వెలవెలబోయి
కళదప్పియున్నది కారణంబేమి
నయమొప్ప నాయుడు నాయకులెల్ల
ఎక్కడికరిగిరో యెరిగింపవమ్మ
అనుడు నావాక్యంబు లతివకర్ణముల

(బాలునిమాటలువిని యైతమ్మ
మూర్ఛిల్లుట)

ఘనతరశరముల గతినేచనులికి
తరిగినకదళికా స్తంభంబురీతి
గుండెలువరియలై కుంభినినొరగె
చంద్రమండలమందు సాంద్రంబుగాను
జలదంబుకప్పిన చందంబువెలయ
సలలితకుంతల జాలంబుచెదరి
కప్పినవదనంబు కనుపింపదాయె
కొంతసేపునకామె గొబ్బునలేచి
ఘనమైనదుఃఖంబు గ్రమ్మంగబలికె

(ఐతమ్మ యుద్ధవిముఖములైన
మాటలు బాలునికిఁ జెప్పుట)

చేసినధర్మముల్ చెడిపోయెనిపుడు
పరపుణ్యజాలంబు వరదనుగలసె
నాభాగ్యమునకెల్ల నాశంబుదోచె
ఇటువంటికార్యంబు నిచ్చలోదలచి
నాలుకెట్లాడెను నన్నడ్గనీకు
బాలుడానీకేమి భారంబువచ్చె
వినగనిటువంటి వెర్రిసెక్కడను
కాలంబునవవలె గానినిన్నన్న
ఫలమేమియని చాలభయమునుబొంది
పుత్రుడువిడనాడి పోవకయుండు
బొంకుమాటలదల్లి పోరిపోరిననియె
తనయుఁడావినునీదు తండ్రులుమామ
లెల్లవిచారించి యొకభావమున
మలిదేవుమన్నన మట్టాయెగనుక
ఇచ్చోటువిడనాడి యేగిరివార
లేదిశబోయిరో యెఱుగనుసుతుడ

చెలగి కార్యమపూడి శ్రీయాంధ్రభూమి
మలిదేవసహితులై మాయయ్యలెల్ల
చలమున నున్నారు సమరంబు సేయ
అవలశాత్రవచయ మతివిక్రమమున
మూకలై బ్రహ్మన్న మొదలైనవారి
గహనముక్ దావాగ్ని కాలిచినట్లు
దగ్ధంబు చేయంగ దలచినవార
లీసమయంబున నేనేగకున్న
అపకీర్తి పాలౌదు హానియుంవచ్చు
తండ్రికష్టంబుచు దప్పింపలేని
పుత్రుడుండిననేమి పోయిననేమి
* జనకుడే పుత్రుడై జనియించునంచు
గొల్లున వేదముల్ ఘోషించుచుండు
తల్లిరో కావున తనయుని బలిమి
తనబల్మి యేయని తండ్రి దలంచు
పితకుపుత్రునికిట్లు భేదంబులేదు
కార్యమపురికేను గదలంగవలయు
కదలిన నీవల్ల గానున్నదేమి?
అనివిచారించుట అబ్బబ్బ తగదు
తల్లి రో నాకనాధ్యంబిలలేదు
చిత్తంబు చెడిపోవ చింతింపబోకు
మనిన పుత్రుని మాటకైతమ్మ పలికె
తమకంబు కూడదు తాళుము తనయ
తెలిసి విచారించి తెలిపెద నీకు
ఉండుమీవని చెప్పి యొయ్యన నేగి

(ఐతమ్మ శీలమ్మ నాలోచన
యడుగుట.)

అత్తయా శీలమ్మ అతిభక్తి జూచి
కరములు ముకుళించి కార్యమంతయును
వినిపింప చిత్తంబు వెరగును బొంది
తలపోసి శీలమ్మ దైవజ్ఞవితతి
పిలిపించి బాలుని పేరట లెస్స
గ్రహగణభావంబు గ్రహియించి పిదప
ఐతమ్మతోడుత ననియెనీరీతి
పటుపరాక్రముడైన బాలచంద్రుండు

(శీలమ్మ యుపాయంబు సెప్పుట.)

పదునేను దినముల పరిణామమొందు
చెప్పంగబడెనిట్లు సిద్ధాంతమందు
ఎడలేక అడలెద వింతిరో నీవు

* “अङ्गादङ्गात्संभवसि” అనియు, “आत्मा वै पुत्रनामासि” అనియు శ్రుతి

శంబరాసుర వైరిజాయహస్తమున
చెలువందనిల్చిన చిలుకకుసమము
* మంచాల సద్రూప మహిమగన్గొన్న
పాలింపగలడమ్మ సకియనీసుతుడు
నావినివితమ్మ నాతికిమ్రొక్కి
ఏడనిచింతచే వెడలితావచ్చి
తనకుమారునిజూచి దయనిట్టులనియె

(భయంకరరణరంగవర్ణనతో నైతమ్మ
బాలుని భయపెట్టుట)

ఓయయ్యబాలుడా ఒప్పుగావినుము
పరరాజసైన్యమ్ము పైకొనిరాగ
వాద్యసమూహంబు వడితోడ మ్రోయ
ఘనకరీంద్రముల ఘీంకారరావంబు
సాంద్రతురంగహేషావిజృంభణము
రథనేమిసంకుల ప్రబలశబ్దంబు
అమితపదాతిచయాట్టహాసంబు
భేరీధమాముల పెళ్ళరుమోత
యేకమైమించిన నెట్లుతాళెదవు
పైబడ్డధైర్యంబు బట్టగలేవు
కత్తులుఝళిపింప గనుగొనినీవు
తాళెదవేరీతి తందరపడక
నివేదరణమేడ నీబలమేడ

బాలులతోనాడు పగిదిగాదోయి
చెక్కులుమీటిన జిందునుపాలు
నుదురుమీటినగను నూనెవెళ్లెడుచు
గండ్రతనంబుల గైకొనుతనయ
పిన్నవునీకిట్లు బిరుదులువలదు
ననువీడిపోవుట న్యాయంబుగాదు
నావుడుబాలుండు నాతికిట్లనియె

(బాలచంద్రుండు నిజబలోన్మేషం
బుదల్లి కెఱింగించుట)

భయమేలచెప్పెదు భామనాకిపుడు
పుత్రమోహంబున బొంకెదుకాని
యెరుగవేనాబల్మి యిందీవరాక్షి

నలగాముడెరుగును నాదుశౌర్యంబు
ప్రళయకాలమునాటి భైరవురీతి

---

* బాలచంద్రుభానిభార్య, గండు కన్నమనాయకుని కూతురు.

రాక్షసరణములో రామచంద్రుండు
వీరపరాక్రమ విధి జెందినట్లు

జలధిమధ్యంబున చరియించినట్టి
మందరమనియెడి క్ష్మాధరమట్లు
ఫాలాక్షుడతిరౌద్ర పటిమమీరంగ
త్రిపురంబులను సంహరించిన గరిమ
కాలాగ్నిలోకముల్ గాల్చినపోల్కి
స్థావరజంగమజగతినుద్ధతిని
ప్రళయంబుముంపంగ పరగినరీతి
రామభూపతి సేన గడగడవణక
విక్రమక్రమశక్తి విడివడజొచ్చి
పృథ్వీపై పీనుగు పెంటలుగాఁగ

విహరింతుమదిలోన వేడుకకొలది
ఊర్వీశుదళముల కురుమనిపిడుగ
గర్వించుపగవారి కంటిలోనెరస
ఎదురెవ్వరేనాకు నీభువిలోన
నలగామబలముల నలినలిచేసి
వండంగతరిగిన వసువునవరికి
నెత్తురుమడుగులు నిండనొనర్తు

నావిని సుతునకు నాతియిట్లనియె

(సంతానమునకై పడ్డకష్టముల
నోచిన వ్రతముల నైతమ్మ
వేర్వేరఁ జెప్పుట)

వినవయ్య బాలుడ వీరశేఖరుడ
(కన్నకడుపుగానఁ గాంక్షమిక్కుటము
పుత్రమోహమువంటి మోహంబులేదు
దశరథప్రముఖ భూతలనాధవరులు
పడిరిపుత్రులకయి పడరానిపాట్లు
పుత్రులులేనట్టి పురుషభాగ్యంబు

విపినంబులోఁ గాయు వెన్నెలరీతి
కొడుకులులేనట్టి కోమలిబ్రతుకు
పూచికాయనియట్టి భూజంబువిధము
* పున్నామనరకంబు పొందకుండంగ
తల్లిదండ్రులఁ గావ తనయుఁడె కర్త
బాలుడానను నీవు పాయుదువేని
నిమిషకాలంబైన నిల్వంగనోప)
సంతానమే లేక చాలకష్టించి

---

* "पुन्नाम्नो नरकात्त्रायत इति पुत्रः" అని పుత్రశబ్దమునకు ఒక వ్యుత్పత్తి.

పాడైన దైవత భవనంబులందు
పూజాదికంబుల పొందించి భక్తి
ఆమడామడమీద అన్నసత్రముల
వెలయంగ జేసితి విస్తారమైన
వనములోపల చలిపందిళ్ళునుంచి
శ్రీగిరికేగెడు శివభక్తతతికి

చెలగఇచ్చితి రాగి చేనిర్మితముల
ఘన కమండలువులు కప్పెరచయము
శ్రీభ్రమరాంబకు శ్రీశైలపతికి
రజత కాంచనముల రంజిల్లునట్టి
కూష్మాండఫలముల కూర్చిదక్షిణలు
కానుకలిచ్చితి కడుభక్తితోడ
గౌరీమహేశ్వర ఘననామశిఖరి
ఎక్కియునోమితి నేలేశ్వరంబు
దిగివచ్చినోచితి తిలపర్వతమున
మొగివిష్ణుకాంత నోమును సలిపితిని 12/10

తగనొనర్చితిని సంధ్యావర్తినోము
అలయకనోమితి ఆజగజ్జ్యోతి
ఏగురువనితలనింపుగగూర్చి
యేకబాణమునోము నెలమినోచితిని
పదుగురువనితల బాగుగగూర్చి
పెంటపాతులకును పండ్లచనలను
చీకటింటనునోము చేసితిభక్తి
నియతికేదారేశు నిల్పినోమితిని
గొనకొనికనుగొన్న గుంటికినెల్ల
చేయెత్తిమ్రొక్కితి చెప్పనేసిగ్గు
కరమెత్తిమ్రొక్కితి కాట్రేనికేను
పలునోములీరీతి భక్తితోజేయ
ఏదేవుడైనను ఇచ్చలోమెచ్చి
వరమీయడాయెనా వ్రాతకేమందు

అనిచింతచేయుచు అసురుసురంచు
దైవంబుదూరుచు దలకెడువేళ

(బాలచంద్రుని జన్మప్రకారము.)

వింటినివచనంబు వినువీథియందు
గజనిమ్మనోమిన గలుగుసంతాన
మనువాక్యమునకప్పు డానందమొంది
పెద్దతావిప్రుల పిల్వగబంపి
ముకుళితహస్తనై మ్రొక్కిఆమీద
వారితోజెప్పితి వాక్యలక్షణము
వినివారుసంతోష విశ్రాంతమతిని
వ్రతకల్పములనెల్ల వడివిచారించి
శోధించిచెప్పిరి శుభముహూర్తమున

కలుగదుపలునాటి గడ్డయుందెల్ల
కృష్ణకుసమమిని కీర్తనీయంబ
ఎడమభాగమ్మున నెనయుం చెన్ననికి

దాపుగబారు ఉత్తరముఖంబుగను
స్నానమానది జేసి పరిగించుపట్టు
కోకలుధరియించి కుంకుమపసుపు
తాల్చిగంధంబును తనువునబూసి
సంతోషమునబోయి స్వామియైనట్టి
చెన్నకేశవునకు జేసిజోహారు
దీపనైవేద్యముల్ తీరుగానిచ్చి
వైకుంఠశృంగార వనములోపలను
వామిలోపల గడుభక్తి కల బాస
సకలప్రకారోపచారముల్ వేసి
భూసురులందరు భుజియించుకొరకు
తగినవస్తువులిచ్చి తప్పకయుండ
ఫలములఆహార పటిమల్గ్గించి
పరమేశుచెన్నని భావించికొనుచు

ఎడపకదినముల నీలాగుజరుప
కొన్నాళ్ళకానిమ్మ కొమ్మలిగిర్చ
ఫలతతుల్గన్పించి పరిపక్వమాను
వర్షాంతమందనివార్యంపుభక్తి
చెట్టుఫలంబుల చెన్ననికిమ్ము
సంతానమబ్బును సంశయపడకు

* ఈ బావినిగుఱించి విచారింపఁగా నచ్చటి శ్రీ శాతంరాజు కృష్ణారావు వారీ తీరునఁ జెల్పినారు. పలకలబావియని పిలువఁబడు బావి యిప్పుడు మాచర్లలో లేదు కాని చెన్నకేశవుని యాలయములో నీశాన్యభాగమం దొక బావిగలదు అది బ్రహ్మనాయుని కాలమునఁ ద్రవ్వఁబడినదని ప్రతీతికలదు. తత్కూప శిలా దర్శిత పౌరాతన్యంబా ప్రతీతిని స్థిరీకరించుచున్నది. ఈ బావిలో మఱియొక చేదుడుబావి గలఁదట. నీరప్పుడు నెండిపోతుంటచేఁ దానినిఁజూచినవా రేవను లేరు అగాధమై జనోపద్రవకరముగ నుండ రాతిపలకలతో మూసివేసి యుందురు బహుశః దానివలన నీ బావికిఁ బలకలబావియని పేరువచ్చినదేమో. మఱియుఁ జంద్రవంకమధ్యభాగమం దొక తలుపులబావియున్నట్లు చాలమంది జనులు సాధారణముగాఁ జెప్పుదురు. ఈ తలుపులబావినే యొకప్పుడు పలకల బావియని పిలుచుచుండిరేమో !

చెట్టుఫలములను జదిమి తెప్పించి
పసిడితో జేసిన పళ్ళెరంబందు
పోయించిభయభక్తి పూర్వంబుగాను
చేతులబట్టుక చెన్నునికడకు
వెడలితి చెల్లెంద్రు వేడుకతోడ
కానుకల్ మొదలగు కలవస్తువులను
గొని వెంటజనుదేర కూరిమిమీర
సర్వవాద్యంబులు సాంద్రతమ్రోయ
పూజారివార లప్పుడుచనుదెంచి
తలుపులు తెరచిరి తాళముల్ దీసి
చిత్తజుజనకుని చెన్నునిరూపు
కన్నులపండువు గాగజూచితిమి

ఫలములుంచినజాలపల్లికస్వామి
కర్పించిశరణంబు నందెదమనుచు
చనువేళ చెన్నుడు సత్కృపమాని
పడమటిముఖమాయె భావమెట్టిదొకో

---

* ఈచెట్టునుగురించి శ్రీ శాతంరాజు కృష్ణారావువారి క్రిందివృత్తాంతము నాకు వ్రాసిరి. ఈజమ్మివృక్ష మిప్పటికి 10సంవత్సరముల క్రిందటివఱకు చెన్నకేశవస్వామి కోవెలలో ధ్వజస్తంభమునకు నైఋతభాగమున నైదుగజములదూరమున నున్న దని చూచినవారు చెప్పుచున్నారు. 20 సంవత్సరముల క్రిందటనే యిది నశించి నది. ఆచెట్టుచుట్టు వలయమేర్పడి మధ్యభాగము క్రిందనుండి పైభాగమువఱకు తొఱ్ఱ యుండునదట. ఆ తొఱ్ఱపైన కొద్దికొమ్మలుమాత్ర ముండునవియట. దీనిని జూచినవారందఱు తమ తండ్రులు తాతలు ముత్తాతలెఱుఁగని పూర్వకాలమునుండియు నావృక్ష మచ్చటనున్నట్లు చెప్పఁబడుచుండెనని వక్కాణించుచున్నారు. బ్రహ్మనాయఁడు మాచర్లకురాకముందే యీచెట్టు చిన్న మొక్కగా నచట నుండెననియు, వచ్చినతరువాతఁ జెన్నకేశవుని యాలయము విస్తృతముచేసి కట్టించుచు నీచెట్టును గొట్టివేయక కడుమక్కువతోఁ బెంచి దాని యందు మిక్కిలి యనురాగముగలవాఁడై యుండెననియు నచ్చటి జనులు పూర్వకాలమునుండి పరంపరగాఁ జెప్పుకొనుచున్నారు. చెట్టు పూర్వమందున్నట్లు పొందు మొదలయిన యస్ఫుటచిహ్నములు కాన్పించుచున్నవి

[illegible]
పటుతరరౌద్రంబు భావముందలర
పలికితివిబ్భంగి భయమింత లేక
అదియేమి స్వామి మా అపరాధ మేమి
తల్లియుం దండ్రియుం దైవంబు గురువు
నీవకా కితరంబు నెరుగ మెవ్వారి
ఇహపరంబుల కెల్ల ఇంటిదేవతవు
తనువులు ప్రాణముల్ ధనధాన్యవితతి
పశుపుత్ర మిత్రులు పరిజనంబంత
నీకధీనులు మేము నీ సేవ జేయు
వారము మాకెల్ల ప్రభుడవు నీవు
సర్వపాపంబుల సమయ జేయుందును
వగవకు మదిలోన వలదు భయంబు

సత్యమీ మాటని సవ్యసాచికిని
దయతోడ కృష్ణావతారంబునందు
పలికినాడవుగాన భక్తితో నివె
శరణని యుంటిమి చాలమేము
పడతులు మొరపెట్ట పాలనగలదు
వనితల రక్షించు వాడవు నీవు
‡ గౌతమభామిని కాంచెపూతతను
శ్రీమించు నీపాదరేణువు చేత

* విభీషణుఁ డన్నచే పరిభవింపఁబడి శరణార్థియై రామునివద్దకు రాఁగా సుగ్రీవుఁడు రాక్షసమాయలు నమ్మరాదని శ్రీరామునితోఁ జెప్ప నతఁడు "अभयं सर्वभूतेभ्यो ददाम्येतद्व्रतं मम" (रा यु) అని వాక్రుచ్చినట్లు రామాయణములో యుద్ధకాండమునందుఁ జెప్పఁబడినది

† सर्वधर्मान् परित्यज्य मामेकं शरणं व्रज । अहं त्वा सर्वपापेभ्यो मोक्षयिष्यामि मा शुचः ॥ (गी) అని గీతాశాస్త్రంబున మోక్షసన్న్యాసయోగమునందు శ్రీకృష్ణుఁడు సెప్పిన వాక్యములనే శ్రీనాథుఁ డిచట సూచించియున్నాఁడు.

‡ ఈమెపే రహల్య. దేవేంద్రునితో సంగమించినదని భర్తయైన గౌతముఁ డీమెను శిల యగునట్లు శపించెను తరువాత శ్రీరాముఁడు సీతను వివాహము చేసికొనుటకయి మిథిలాపట్టణమునకుఁ బోవుచు గౌతమాశ్రమమున నున్న యాశిలను దనపాదముతో స్పృశింపఁగనే శాపవిమోచనమై యహల్యశరీరము దాల్చెను.

లిదయగద్దు మెలతలయందు
నీమది యినుమాయెనేమి
టానీకింత కాఠిన్యమేల
ంబులె నెరనమ్మినాము
చూడుమాసాహస స్ఫూర్తులనుచు
ఆగకరోషసమావేశ మెసగ
ఒరలమట్టుకు కత్తు లురవడిదూసి
పక్షశిస్థలంబుల వదలకయుంచ

---

* ఈమె కంసునికి గంధము మొదలగు పరిమళద్రవ్యములు తెచ్చియిచ్చెడు పరిచారిక. ఈమె మఱుగుజ్జదై వక్రదేహము గలిగియుండెను. శ్రీకృష్ణుఁడును బలరాముఁడునుగలసి వ్రేపల్లెనుండి మధురకుఁబోవునప్పుడు వివిధగంధద్రవ్యముల పాత్రను గంసునివద్దకుఁ గొనిపోవుచున్న కుబ్జనుఁజూచి యామెవద్దనున్న కలపముల పాత్ర నడిగి తీసికొని వారిద్దఱుఁబూసికొనిరి. శ్రీకృష్ణుఁడు కుబ్జను మెచ్చికొని యామెకుబ్జత్వము పోవున ట్లనుగ్రహించెను.

† కపటద్యూతమున ధర్మరాజు పరాజితుఁడైనతరువాత సభాంతరమున కీడ్చి తేఁబడ్డ ద్రౌపదియొక్క పుట్టంబులు దుర్యోధననిశాసనమున దుశ్శాసనుఁ డొలుచునప్పుడు శ్రీకృష్ణుఁడు కరుణించి యొకవస్త్రము విడువఁగనే మఱియొక వస్త్ర మామెజఘనమండలమునఁ బాయకయుండునట్లుచేసి యామెమానముఁ గాపాడెను.

‡ సకలమైన పాండవసంతానము విషయంబుగ నశ్వత్థామ యస్త్రప్రమోచనంబు చేసినప్పు డయ్యస్త్ర ముత్తరగర్భంబుననున్న పిండమును హింసింప శ్రీకృష్ణుఁ డా పిండమును రక్షించెను.

పక్షీంద్రవాహన పన్నగశయన
శశిరవిలోచన జలజాతనాభ
పరమదయాకర పాపవిదూర
కామితమందార ఘననీలవర్ణ
మా కాంక్షలీడేర్పు మాచర్లచెన్న
ఆపసన్నుతులు చేసి అబలలమెల్ల

కనుమూపుపదముల గట్టిగానిలిపి
నియమంబుతోడుత నిల్చినవేళ
అర్చించువైష్ణవు నంతరమందు
ఆవేళమైపల్కె అందరువినగ
కోపింపమీమీద కూరిమికలదు
మనసులనిల్కడ మర్మంబుదెలియ
అరయంగదలచి నేనటుమళ్లినాడ
భక్తికిమెచ్చితి భయమందగూడ
డనిపల్కెనంతలో అదికవేగమున
పళ్లెంబులోపలి ఫలమొక్కటెగిరి

వచ్చినాచేతుల వ్రాలినచిత్త
ముప్పొంగిజోహారు లొయ్యనజేసి
గుడినుండివెల్వడి కోర్కెలుమీర
విజనమౌదెసకేగి విప్రభామినికి
బ్రాహ్మణకులమున ప్రభవించినావు
సర్వజనముమీకు సాటిరాదగదు
పాలతిముందరనీవు భుజియింపవమ్మ
అటుమీద మేమెల్ల ఆరగించెదము
నావిని బ్రాహ్మణ నారిఆరీతి
చేసినతర్వాత చెలగిమేమంత
ఫలఖండములగొని భక్షణచేసి
కరముఖపాదముల్ కడిగిఆమీద
పోయిస్వామికిమ్రొక్క పూజారివచ్చి
పాలుపొందతీర్థమ్ము మొదలైనవిచ్చి

చెలువైనపదపీఠి శిరములబెట్ట
వెనుకకునడచుచు వేడుకతోడ
మామాగృహములకు మరలినయప్డు
గర్భంబులాయెను కంటినినిన్ను
చాలకష్టముమీద జనియించినావు
ననుబాసిపోవుట న్యాయమానీకు

(ఐతమ్మ శోకభరంబునఁ
బలవించుట.)

ఎలమితోనొక్కనా డెదుటలేకున్న
ప్రాణంబులేభంగి పట్టంగగలను

స్వామి కరుణచేత జనియించినాడ
వానాటనుండియు అడగెఖేదంబు
వేములుపూసెను వేమూలుకాసె
కడసారిఫలములు కాసులకాయె
మనుజరక్షణలేని మల్లెపూదోట
ఎడిచూరపోయిన వడుపయ్యెదండ్రి

జలముచుక్క పెనముపై చల్లినభంగి
కప్పినకుంపటి గాల్చినరీతి
అణగినవగపెల్ల అధికమైపారతె
నిడనిధ్యానంబు నిలిచికన్నట్లు
ఎడ్లగోవ్రజంబు వడిగన్నమాడ్కి
గుడిజొచ్చిదేవు గన్గొనినవిధంబు
కంటినిపుత్రుడ కాంక్షతోనిన్ను
తానెన్కపురుషుని తల్లికిఅట్లె
గడమీచనాడు కర్కశునితల్లికిని
* శూరునితల్లికి సుఖమేమిలేదు

పండ్లై పుట్టిన బ్రతుకంగగలరు
ముందరనీపున్న మురిపెంబుమీరు
పరమాలలకును పంథాల్యలకు
విషమిచ్చియేగుట విహితంబునీకు

తరువాతమీతండ్రి దగ్గరకరుగు
మనియిట్లువగచెడు యాతమ్మజూచి
బాలుడీగతి బల్కెపటుశౌర్యమలర
అమ్మరోయిబ్బంగి అడలగనేల

(బాలచంద్రుడు వీరధర్మప్రభావంబు దల్లికిఁ జెప్పుట)

కార్యమపురమందు ఘనపరాక్రమత
తండ్రులునిల్చుండి దండుచేయంగ
నేనింటనుండుట నీతియేతల్లి ?
ఉండుమంటకునీకు ఒప్పునామనసు ?
నీవెరుంగనిధర్మ మేనెరుగుదునె
ప్రాకృతభామల పగిదిబల్కెదవు

వెర్రితనంబేల వీరమానినికి
కాయమనిత్యంబు కల్మి హుళక్కి
జలబుద్బుదవిధంబు క్షణభంగురములు

---

* [' मा शूरं मा च पण्डितम् " అని సంత్యుక్తత్వంతో ప్రసిద్ధమైనవచన మిట్లాటి అభిప్రాయాన్నే తెలుపుతున్నది]

జననమరణములు జక్కలకునిక్క
మాలయంబునకున్న అడవి లోనున్న
తప్పకతారొక్కను తథ్యంబుగాను
బ్రహ్మలోకంబును బొందుమార్గముల
వినిపింతు నేతల్లి విశదంబుగాను
* సజ్జనసంగతి సంసారమెడల
గురువుబోధించిన గరిమీదమనసు
నిలిపిమరణమొందు నిశ్చలుండొకడు
ప్రాజ్యసామ్రాజ్య సంరక్షణమందు
ఘనరణమ్మునరొమ్ము గాయాలనొంద

మనసుచలింపక మరణంబునొందు
శౌర్యపరాక్రమ సంపన్నుడొకడు
వీరలిద్దరు లెప్పు వినువీథికేగి
ఆదిత్యమండలం బరుదారచించి
పోయిపుణ్యంబుల భూమి జెందుదురు
మొదటికార్యమబూను ముఖ్యతలేదు
శౌర్యంబుచేమాకు సంపాద్యమగును
వినిపింతు నికనొక్క హిత ధర్మంబు

వేదవిద్యలయందు విప్రులనుంచె
రణకార్యముల యందు రాజులనుంచె
క్రయవిక్రయాది కార్యంబులయందు
వైశ్యులనియమించి వశులగా జేసె
చర్చింపనీమూడు జాతులవారి
శుశ్రూషవుల జేసె శూద్రులనెల్ల
సరవినాలవజాతి జనవంబుమాకు
వెలముల మైతిమి వీరజీవనత
విప్రుల సేవింప విజ్ఞానమొదవు

క్షత్రియ సేవచే శౌర్యంబుగలుగు
కడువైశ్య సేవచే గలుగుసంపత్తి
మేము రాజులగొల్చి మెరయుచుండుదుము
విక్రమక్రమరూఢి వెలయుటజేసి
తమసరిగా మమ్ముదయ చేయుచుంద్రు
శస్త్రధారులకెల్ల సమరంబు † కూడు
శౌర్యంబుచాలించి సకలధర్మములు

---

* ఈ విషయమే శుక్రనీతియందుఁగూడఁ జతుర్థాధ్యాయమునఁ సేనానిరూపణ మను సప్తప్రకరణమునఁ జెప్పఁబడియున్నది.

† ఆహారము.

దేశంబు పరనృపాధీనమానపుడు
శ్రీవీరసత్వంబు చిక్కంగబట్టు
సామ్రాజ్యతరు వెండి చచ్చెననపుడు
శ్రీవీరరక్తంబు చిగిరింపజేయం
రాజసేవకులకు రణమే సుఖంబు.

ఇదిగాక యింకొక్క హేతువు వినుమి
* అలరాజు కామునిచే హతుడైన వెనుక
కొమ్మభూమీశుండు కోపించినపుడు
అనఘుడు నా తండ్రి నా చెయ్యి బట్టి
కొనిపోయి యొప్పించె కొమ్మభూపతికి
తీర్చుము మనపగ ధీరుడితండె
యిల్లడ చేసితినే బాలచంద్ర
అని పల్కెనోయమ్మ అరమరలేక
ఆనాటనుండియు ఆ ఒప్పగింత
నాటియున్నది సువ్వె నామదియందు

ఆహారనిద్రల కరుగదు మనసు
కార్యమీవేళను గదిసెను పూని
ప్రాణమైనను నిత్తు పగదైన దీర్తు
తప్పితే వారికి దాసుండనగుదు

పుట్టుపుట్టువునకు పుత్రులు నీకు
జన్మజన్మంబున జననులు నాకు
కలుగుచుందురిది కమల జూసి యతి
దుఃఖింపబనిలేదు తోయజగంధి
దీవించి నన్నంపు ధీంతతోడ
భయమందకీలాగు బాలుడు పలుక

(భార్యకు జెప్పి యుద్ధమున కేగుమని
బాలచంద్రునితో నైతమ్మ చెప్పుట)

ఐతమ్మ కొడుకుతో అనియెనీరీతి
సమరంబునకు నేగు శౌర్యవంతులకు
తల్లిదీవన బొంది తగభార్యచేత

దీవన గొనిపోవ తేజంబు సుమ్ము
నడచిరి పెద్దలీనయమార్గమునను
మనసుంచి నామాట మన్నింపు సుతుడ
అనవిని ఐతమ్మకనియె బాలుండు
తల్లి నీ దీవన తరుగదు మాకు
కులకాంత దీవన కొనుటయెలాగు
నాగుత్తైరుంగదు నాతి మాంచాల

---

* మూడవ పుటలో వివరణపట్టిక చూడదగును.

సాహసల్ మూర్ఖులు సకియ లిల్లడల
మాటమంచిది గాని మనసుకత్తెరయె
పూర్వజన్మ ఫలంబు పొందికబట్టి
ఆలుమగల జేసె అజుడుమమ్ములను
నాభాగ్యమేమియు నాతియెరుంగ
దింతికి దుఃఖంబు హెచ్చుగనుండె
అపరాధమధికంబె అమ్మనాయందు

ఈసమయంబున నేనేగరాదు
నాతులభావముల్ నమ్మగలేను
నావినిసుతునకు నాతియిట్లనియె

(ఐతాంబ మంచాలదగ్గర
కేగుట.)

అటుజనివృత్తాంత మారసివత్తు
ఇచ్చటనేయుండు మెచటికిబోక
అనుచు నేరాండ్రు తానందలాలెక్క
* గండువారింటికి గ్రక్కునజనిరి
ముత్యాలలఘుపమ్మ ముందరనేగె
ఘనమైన పేర్నని గౌరమ్మయరిగె
దంటగా వెన్వెంట దాదులు వెడలి

చందమ్మయిచటికి చయ్యనరమ్ము
గోపినాయునికూర్మి కులకాంతలక్ష్మి
నను జేరరావమ్మ నాతియటంచు

పిలిచినవచ్చిరి ప్రియమెసలార
వారునుదాసును వాంఛలుమీర
ఐతమ్మకెదురుగ అరిగికొంపోయి
కనకపీఠంబుల గరిమతోనుంచ
అప్పుడు మేడపై అలరుచునున్న
మంచాలదిగివచ్చి మర్యాదయొసగ
అత్తలకెల్ల దానమరంగ మ్రొక్కి
కస్తూరిపునుగును గలిపినయట్టి
చందనమ్మునలంది సకియలప్పుడు
చేకట్లుకడియముల్ చెలువుగనిచ్చె

మరియును మాణిక్యమయమైనభూష
లందరికినొసంగి హర్షమొందింప
కోమలులందరు కూర్చున్నవేళ
వదినెయా ఐతమ్మవదనంబుచూచి
వినయంబుతోడుత వెలదిరేఖాంబ

---

* బాలచంద్రునిమామయైన కన్నమనీని యింటిపేరు.

† ఈమె కన్నమనీని భార్య. బాలచంద్రుని యత్త. మంచాలయొక్క తల్లి

తనతల్లిమాటకు తనయమాంచాల
నవ్వుచువాక్రుచ్చెనయభావమునను
మాఅత్తతనకొడుక్కు మగటిమిచెలగ
ఆజిరంగంబున కరిగెదనన్న
ఆలుదీవనగాని అరుగుమాయనెను
మొగముచెల్లమిరాక మొగిదలవంచె
పిలిపింపుమనివచ్చె వేగనాకడకు
బ్రహ్మగూర్చెనుమమ్ము బాల్యంబునందు
సమరానఅతఁడు సమసినవెనుక

14/10

వెంటనేగెదఅత్త వినుపుమీమాట
పంపుమా పుత్రుని బవరంబుచేయ
అనినభీతిల్లుచు ఐతాంబపలికె
పరమపాతివ్రత్య పావనమూర్తి
పతిభక్తిగల్గిన పద్మాయతాక్షి
నేచువచ్చినకార్య మీవెరింగియును
ఇబ్భంగిబల్కుట యేటిక్రమంబు ?
పతినెడబాయుంట భావ్యంబెనీకు
నేరంబులతనివి నిలుపకుమదిని
రట్టుచేసితివేని రాడువాడిటకు

నిన్నువీక్షించిన నిలువంగనోపు
అనియిట్లుపలికిన అత్తకుమ్రొక్కి
నానోముఫలమేమొ నటినజునియతి

చేసినన్ విడిపింప జేసెనానాతి
భోగంబునొందెడు పొలతులువారు
చావనోచినయట్టి సకియను నేను
సరిచేసియీమాట సభనెన్నరాదు
నీపుత్రునడవడి నీచిత్తమెరుగు
నీవుకర్త్రివిమాకు నేమివాక్రుత్తు
ఆడవలయుమాట లాడితిగాని
నీబుద్ధికెన్నడు నేవెలిగాను
తెరవపోమదిని సందియమునువదలి
పంపుముబాలుని పగతీర్చుటకును

బోయెడుపయనంపు బుద్ధిమాన్పింతు
ఏడేండ్లనుండితా నేమారనట్టి
వేశ్యపైమోహంబు విడువనోనర్తు
నీయానసిద్ధంబు నేకల్లలాడ
అనిపల్కికోడలి నాలింగనంబు
చేసిపుత్తడికమ్మి చీరలురత్న
కాంచనమయమైన ఘనభూషణములు
పెట్టికోడలికప్పు ప్రియమేపుమీర
కొల్వులోపలియుండి గొబ్బునలేచి

గందువారింటికి కదలంగవచ్చు
ఆలిచేదీవన నందంగవచ్చు
అనిచెప్పిపుత్రుని కధికధనంబు
మాడలుచీరలు మణిభూషణములు
సురభియైనట్టి కస్తూరిచందనము

బాగాలుచక్కని పక్వపర్ణములు
తగువారిచేనంపె తనయుని వెంట
బ్రాహ్మణజనులకు భట్రాజులకును
ఆట వాటలవారి కఖిలార్థితతికి
దాసజనాళికి దాదులకెల్ల
దానంబొనర్చుము తగినమార్గమున
ఆత్తలు మొదలుగ అంగనాతతికి
నయంబుతోనిమ్ము వేర్వేరసొమ్ము
రాజుకుమంత్రియై రంజిల్లుచున్న
బ్రహ్మన్నసుతుడవు పటుదాతవరయ

అర్థంబుగలవారి కల్లుడవీవు
కీర్తిసంగ్రహబుద్ధి కీలింపుమదిని
అనిచెప్పిచనుమన అధికసాహసుడు
పొమ్మన్నమాటకు పూనెహర్షంబు
సానిగేహమునకు చయ్యననేగి
వాకిటిముందర బాలుండునిలిచె
* శ్యామాంగియప్పుడు సకియచుజూచి
బడలియున్నదటంచు పలుకుమపోయి

(బాలచంద్రుఁడు వేశ్యయింటికిఁ జనుట)

అనగనాసకియ బయటికినేతెంచి
తలనొప్పి చేజిక్కె తమమొక్కనేను
పాన్పుపైబొరలుచు బాధనొందుచును
ఉన్నదియంచును ఒయ్యనజెప్ప
బాలచంద్రుడువిని పలికెనీరీతి

గరిమకార్యమువూడి కలనికినేను
పోవుచుధనమిచ్చి పోవలెనంచు
ఇచ్చితినింతలో వనితగర్వించి
ప్రేమమైసిరిరాక పెడచేతద్రోసె
భామకిప్పట్టున భాగ్యంబులేదు
దైవమీయడుసొమ్ము తరుణికీవేళ
అనవినిచనిఆపె ఆవార్తచెప్ప

---

* బాలచంద్రుని వేశ్య సబ్బమ యని, సబ్బాయి యని ఈమెకు ఖ్యాత నామములు.

తెలరుచునవరత్న హారచయంబు
వక్షోజయుగళంబుపై చిందులాడ
గళమున దాలిచి కరములయందు
హేమకంకణములు హెచ్చుగ మెరయ
చక్కని ముత్యాల జల్లులునమర
సౌందర్యఖనియైన శ్యామాంగియపుడు

వివిధచిత్రంబుల వెలయుచున్న
సౌధంబుపై కెక్కి స్వప్రతిబింబ
మద్దంబులోఁ జూచి అటునిటుదిద్ది
అంతటదిగివచ్చి హర్షముప్పొంగ
చెలులందరికిని విడియముల్ గొనుచు
కడువేడ్కబాలుని గానగబోయి
పన్నీరు చెప్పించి పదములగడిగి
యొనమాంద్రకప్పుడ యిచ్చివిద్యములు
పిలచి బాలుని రెట్ట విడువకపట్టి

ల ఁ బడుట /

చెలియ ప్రేమ పరీక్ష చేయుటకొరకు
తలవాంచియుండెను దరుణినంటకయె'
బాలునిభావంబు పల్లటిల్లుటను
తెలిసిఆశ్యామాంగి తిన్నగననియె
నినుబాసిదినములు నేటికైదాయె
ఐదేండ్లవలెదోచె అక్కటనేను

నీకుసంతసమిచ్చు నెలతనుగాను
కరుణనాపైదప్పె కాంతుడనీకు
దయదప్పినప్పుడెంతగ యాచించినను
నీమదికెక్కదు నేనేమొనర్తు
నామనంబెరుగను నావికారంబు
విరహతాపముదొట్టి వేసటపుట్టి
* పదియవస్థలుమేన ప్రాప్తించిమించ
బహువేదనలబడి పారంబులేక

---

* ఈయవస్థలు మన్మథావస్థలనఁబడును. కామశాస్త్రానుసారముగా నివి పండ్రెండుకాని యాలంకారికులుమాత్రము పదియనియే విశేషించి చెప్పియున్నారు భావప్రకాశకారుఁ డీతీరున దెలిపెను. "दशधा मन्मथावस्था भवेद्द्वादशधाऽपि वा। इच्छोत्कण्ठाभिलाषाश्च चिन्ता स्मृतिगुणस्तुती। उद्वेगोऽथ प्रलापः स्यादुन्मादो व्याधिरेव च।

ఖారస్గ్గుబిడబుముం భుజయింపమాను
తపియింపదేహంబు తరచైనకాక
తడబడనాలుక తల్లడంబంది
శీవంబుదొలగంగ చింతయొనర్చి
పరవశంబునమంటి పానుపుమీద
తలనొప్పిఘనమాయె తాపంబుహెచ్చె
నీవువచ్చుటజేసి నీమాటవింటి
అడగెనుతలనొప్పి తనిమేషమున

పట్టిమఃఖంబని భావింపలేక
కామాంధకారంబు కన్నులదట్టి
శ్యామాంగినతిప్రేమ అక్కునజేర్చి
కాటుకచెదరంగ కన్నీరుతుడిచి
చెదరినకురులను చిక్కులుదీసి
సీమంత మొగివిర్చి చేర్చుక్కనిలిపి
కౌగిటబిగియించి కాంచనరత్న

जाड्यं मरणमित्याद्ये द्वेकैश्च द्वजिते बुधैः'' [మన్మథావస్థలు పది లేక పండ్రెండువిధములు 1 ఇచ్ఛ (కోరిక), 2 ఉత్కంఠ (కోరినవానినిఁ బొందుట యందలి తహతహ), 3 అభిలాషము (సర్వాంగ సుందరుఁడైన పురుషునిఁ జూచినప్పుడుగాని విన్నప్పుడుగాని జనించు స్పృహ). 4 చింత (విచారము), 5 స్మృతి (తలఁచుకొనుట), 6 గుణస్తుతి (గుణములనుతించుట), 7 ఉద్వేగము (భయము), 8 ప్రలాపము (ప్రియసంశ్లిష్టగుణములఁ బలవరించుట), 9 ఉన్మాదము (చేతనాచేతనములయందుఁ దుల్యవర్తిత్వము), 10 వ్యాధి (తాపాధిక్యము) 11 జాడ్యము (శూన్యాంతఃకరణత్వము), 12 మరణము (మరణార్థమై ప్రయత్నము) అని పండ్రెండు మన్మథావస్థలు వీనిలో మొదటిరెంటినిఁ గొంతమంది బుధులు విడిచిపెట్టెదరు. (కనుక అభిలాషము మొదలుకొని మరణమువరకుఁ బదియవస్థలగును] దనంజయుఁడు పదియనియే చెప్పినాఁడు. **''दशावस्थः स तत्रादावभिलषोऽथ- चिन्तनं। स्मृतिर्गुणकथोद्वेगप्रलापोन्मादसंज्वराः। जडता मरणंचेति दुरवस्थं यथोत्तरम् (द).**
అని దశరూపకము.

అని విని వాక్రుచ్చె అపుడు బాలుండు
వెలగి కార్యమపూడి శ్రీయుద్ధభూమి
వీరులగలయంగ వెసబోవుచుంటి
ప్రియురాలివని నిన్నుబిలువవచ్చితిని
పరువడినీవును పైనమైరమ్ము
జాగుచేయకుమన్న సకియతానవ్వి
బాలుఁడ నీకేల పట్టెను వెర్రి
యెక్కడిమోహం బదెక్కడిపొందు

సరసుడవౌదువు నాటినికెవ్వ
రీయెడనీబుద్ధి యెక్కడికేగె
కాని సొమ్మునకీవు కాంక్షచేసెదవు
జగము లోనిటువంటి సమయంబుగలదె
అడవిలోగాసిన ఆమ్లఫలంబు
ఉదధిలోలవణంబు నొగిగూడినట్లు
జరిగెనీకును నాకు సంగతివినుము
సరిలేని ఇహసౌఖ్య సాధనాలేము
పరసౌఖ్యమునకు నీపడతిసాధనము

(బాలుఁడు వారకాంతలఁ దూల
నాడుట.)

అని పల్కు విని బాలుడాగ్రహమొప్ప
దరవిహసందరనున్న శ్యామాంగిజూచి
అనిదూరికోపించి అనుహోమహుతను
కాలాగ్నిరుద్రుడై కనలుచులేచి

పోవగశ్యామాంగి పోనీకపట్టి
పకపకనవ్వుచు బాలునికనియె
నీబుద్ధిపేదది నినునమ్మరాదు
నీమదినిల్కడ నేగాంచగోరి

(శ్యామాంగి మాయాలాపంబు
లాడుట.)

పలికితి తప్పుగ భావించనేల?
పురుషులనమ్మంగబోలదటంచు
మాటికిజెప్పిరి మా పెద్దలెల్ల
పర్ణాగ్రములయందు పట్టుకవ్రేలు
జలబిందుతతివలె చలనంబునొందు
మనసొకచందంబు మాటొకతీరు 15/10
స్వాధీనుడంగన పార్శ్వమందున్న
ఇల్లువెళ్లినవాని నెవరుపట్టెదరు
క్రొత్తలపైలెస్స కూరిమినిలిపి
వ్రాతలవిడనాడు భావముంచుదురు
తమతప్పులేమియు తలపరుగాన
ఒకరితప్పులనెన్న నోడరుసుమ్ము

చెట్టువినాశంబు చెందినయపుడు
తీగెకాధారంబు తిన్నగజెడును
తీగెనాశంబున చెడిపోదుచెట్టు
మనసున నీభంగి మరవగవలదు
తగదీగెనేనాడు తరువవునీవు
భూమిలోకాంతకు పురుషుడాదరువు
* మాయక్కకంటెను మరివేగమునను
నీతోడవైకుంఠ నిలయంబుచూతు

అనిన బాలుడు మెచ్చె అంగననపుడు
చయ్యన అగసాలచంద్రుని బిలిచి
వేయిమాడలనిమ్ము వెలదికిననిన
ఇచ్చెను గైకొనె ఇందీవరాక్షి
మాపెద్దలకునీవు మక్కువనోలి
యిప్పింపుమనిచెప్పి యింటిశీఘ్రముగ
దాసిచేబిలిపించె తమతల్లినపుడు

(వేశ్యమాత బాలునిం గదియుట.)

కోతివంటిది వృద్ధ గురుకోపయుక్త
కోలపట్టుకవచ్చె కూతురుకడకు
విరిగినరొండియు వ్రేలుచన్దోయి
[illegible]
మూతిమీసపుమొల్క ముక్కురోమములు
తలవడంకును మాట తబ్బిబ్బుమరపు
కంపుగొట్టుచుచొల్లుగారెడునోరు

కన్నులపుసులును కాంతిమిక్కుటము
సొక్కుచునీల్గుచు సోలుచువచ్చి
చేవెలుంగునబాలు వెచ్చెరజూచి
ఒరుగుపోయిననోటి నొయ్యనదెరచి
పలికె కంపముమీర బాలునితోడ

దొరలజూచినయంత తొలగంగవలయు
వారితోపొందైన వడిసుడివచ్చు
మాసరివారితో మాలిమిమేలు
తగినఆతడుమాకు దక్కినయెడల
చేనికికాపగు చెప్పినపనులు

భక్తిమైచేయును పశువులునెరయు
ఆలసిసొలసినప్పు డాదరువగును
ముక్కుకుగానట్టి ముత్యంబువలదు
నామాటవినుమని నాశక్తికొలది
చెప్పినవినదాయె చెలియనేమందు

* బాలచంద్రుని భార్యయైన మాంచాల.

చిక్కులబెట్టుదు చీకాకొనర్తు
సంప్రదాయంబిది సకలవేశ్యలకు
మనసునీపాలాయె మమ్మెల్లవిడిచె
అనుకొన్నఫలమేమి ఆపెకె తెలియు
మెల్లనిమాటకు మీరదునీకు
నేఁగద్దించిన నిలువదుప్రోల
తెలిసియేయుండు నాతీరులోకమున
సర్వకాలము నేను సాకినదాన
సత్యంబునీవెంట సాగిపోనీయ

కెరలిననాతోడ గెల్వరెవ్వారు
అనుచుతోడచరచి ఆగ్రహమంది
అడిగినద్రవ్యంబు నలరనాకిమ్ము
నీవెంటపంపింతు నెలతను నేను
సమ్మతిదీవింతు సర్వేశునాన
వెలయగబండ్రెండు వేలరొక్కంబు
ఎలమిచుంకువగాగ ఇప్పింపుమన్న
అవిచారముగబాలు డందుకునొప్పి
వెలమలదోర్నీని వేగంబపిలిచి
యేడువేలధనంబు నింటికినిమ్ము

కూరిమితమ్ముడ కుమ్మరిపట్టి
మూడువేలధనంబు మూదిదానికిమ్ము
దక్కించికొంటివి తగనిటువంటి

పుత్తడిబొమ్మ నీపుణ్యముకతన
చేరినదూరక సిద్ధించునట్లు
పట్టుపచ్చడమిమ్ము భక్తితోనాకు
నీమారుగాజూతు నేపెద్దదాన
అనుచువేడిననిచ్చె అప్పుడునవ్వి
యింతిదాబుచ్చుక యింటికినేగె
ఈరీతిదనతల్లి యేగినవెనుక
బాలచంద్రునితోడ పల్కెశ్యామాంగి
ఉల్లంబుచల్లనై ఉత్సాహమొదవె
ఎల్లికార్యముపూడి కేగంగవలయు

మల్లభూమీశుని మన్ననపడసి
గొల్లెనలోపల కొలువులోనుండి
మదిలోననన్గూర్చి మరచిపోయెదవు
రాజులుసెలవీక రారాదుమరలి
యెన్నినాళ్లగునొకో యీకార్యసరణి
అన్నపుఖర్చున కాకుపోకలకు
ఈచున్నదేమైన ఇపుడెయిప్పింపు
మనినబాలుడువిని హర్షంబునొంది
చయ్యనకంసాలిచంద్రునిబిలిచి

చూపింతునీవని చోద్యమందంగ
అనిచెప్పిఒప్పించి అనుజులుదాను
శ్యామాంగిసదనంబు చయ్యనవిడిచి
పంచవాద్యంబుల పటలిమ్రోయంగ
బ్రాహ్మణుల్ దీవింప భట్లుపొగడగ

ఆనందమునవీథి కపుడరుదెంచి
గుంపులై యున్న భిక్షువులనుగాంచి
వీరికందరికిని వేడినధనము
కూరిమినొసగుము కమ్మరపట్టి
అనిపల్కబాలుని నాతడుచూచి

తల్లియిచ్చినయట్టి ద్రవ్యమంతయును
వ్యయమయ్యెనేభంగి అర్థులకిత్తు
అనిచెప్పతమ్ముల నందరిబిలిచి
అడిగినవారెల్ల ననిరివ్విధమున
ఆసమయంబున ఆనపోతులేచి

పటుకోపమునబల్కె బాలునితోడ
ఇంతగర్వంబేల యీమదమేల
చెసితపాపంబు చెడ్డవచ్చంబు
ఇహపరదూరపు టీవృత్తియేమి ?
శ్యామాంగిపైప్రేమ సర్వనాశంబు
నోరిదానికిమ్రొక్కి సొమ్మెల్లనిచ్చి
యిందరినడిగిన నేమిలాభంబు

వారకాంతలరీతి వర్ణింపరాదు
బిడ్డలనొసగక ప్రియురాలికిక
చీమలుగూర్చిన చెలువునగూర్చి
ధనవంతులగువార ధనమెల్లదోచి
* ముంజికాండ్రను జేసి మురిపెముదంప
వ్యర్థులైవిటవృత్తి వసుమతిమీద
పోయిరి బ్రతికెడు పొందికలేక
ఉర్విపైవేశ్యలకోలియిచ్చుటలు
విన లేదుకన లేదు పేడబంబిడ్డి
అనిదూరిపలికిన ఆబాలుదరసి

తలవంచిమరుమాట తానాడలేక
వెలమలదోర్నిని వేగమెపిలిచి
మలిచుట్టుతప్పించి మాణిక్యఖచిత
కనకమయాంచిత కటిసూత్రమపుడు

---

* బ్రహ్మచారులు.

(బాలచంద్రుఁడు గండువారింటి
కేగుట.)

వైభవంబునగండు వారింటికేగ
విపణిమార్గంబుల వెలయుచురాగ
వరవిప్రకాంతలు వడితోడవచ్చి
సారతులిచ్చినా రానందమొదవ
పలుకానుకలొసంగె బ్రాహ్మణజనము
బాలుఏశృంగార భరితమైయొప్ప
గండువారిగృహము కదిసీఆవేళ
మాణిక్యతోరణ మండితంబైన
ద్వారమునంజొచ్చి దాటుచుజూచె
ఘనచిత్రకర్మసంకలితపటాళి

గోడలుకనరాక గుత్తమాసట్లు
చేసివితానంబు చెలువొప్పగట్టి
సరసంబొనర్చిన చవికెలోపలను
రత్నకంబళముల రామణీయకము
అరసిచూచుచు బాలు డాసీనుడయ్యె
తమ్ములందరువచ్చి తగినతావులను
వసియించిరచ్చట వైభవంబలర
ద్రాక్షాగుచ్ఛముల్ దాడిమ్మపండ్లు
నారికేళాదులు నారింజపండ్లు
జాలవల్లికలతో సరగునదెచ్చి

(చెలికత్తెలు మంచాల
నలంకరించుట.)

సంపెంగతైలంబు చయ్యనదెచ్చి
మగువకుశిరసంటి మంచిగంధమున
ఆటకలిరాచిపుం ఆహూసెపోశ

బంగారుబిందెల పన్నీరుతెచ్చి
స్నానమాడించిరి సంతసంబొప్ప
తడితీర్చిరప్పుడు తగినవస్త్రమున
ఒకపాడివసనంబు నొప్పుగగట్టి
కూర్చుండబెట్టిరి గురుహేమపీఠి

బంభరచయమును భయమందజేసి
కాటుకకాకచే కందగజేసి
చీకటిగుహలలో జేరగడించి
కాలాంబుదంబుల గట్టులజేర్చి
దీర్ఘమైనునుపైన కైశకచముల 16/10

కూర్చిమున్నగదువ్వి కొప్పుగీలించి
బంగారుపూచేర్లు బాగుగాజుట్టి
మదనుకుంతముకు సమంపుపాపటను
మణిహేమమౌక్తిక మండితంబైన

ఘనఫాలదేశంబు కాంతులుగ్రక్క
నిఖిలజగత్తుల నిర్జించునట్టి
కందర్పువిండ్లను ఖండించివైచు
బొమలురెంటికిమధ్య బొందికగాను
కస్తూరిబిందువు ఘటనగావించి

ముక్కునముత్యంబు ముంగరనిలిపి
చంద్రఖండంబుల సారెకుదూరు
గండభాగంబుల కస్తూరితోడ
మకరికాపత్రముల్ మారుగవ్రాసి
శ్రీనవసంఖ్యల చిరునవ్వునవ్వ

వీనులు మితిలేని విభవంబునొంద
దీక్షితరత్నమౌక్తిక హేమయుక్త
తాటంకభూషణ ద్వయముగీలించి
ముత్యాలకుచ్చులు ముచుకొనివ్రేలు
* బవిరలు † కుంటేండ్లు పసమీరబెట్టి
కర్ణాగ్రదేశముల్ కాంతులనీన
కుప్పెలముత్యాల కుచ్చులురెండు
ఘనకుంతలంబుల గదియించిమరియు
బంగారుపువ్వుల పట్టుకంచుకము
తొడిగిసేరుపుతోడ దూముడివేసి
ముత్యాలరత్నాల మురిపెంపుపేర్లు
పతకాలుపవడాలు బన్నసరాలు
వక్షఃస్థలమ్మున వరుసగవేసి
కంబుసన్నిభమైన గళభాగమందు

ముత్యాలపట్టెడ ముదముతో బెట్టి
మర్రియూడలతోడ మార్కొనిగెల్చి
సుమమాలికలసొంపు చూరలువుచ్చి
చెలువొందుచుండెడు చేతులరెంట
రత్నాలుచెక్కిన రమ్యాంగదములు
దండకడియములు దంటతాయెతులు
ముక్కువతోగట్టి మనికట్టునెగువ
నీలాలగాజులు సేర్పునదొడిగి
పచ్చలకంకణాల్ భాసిల్లబెట్టి
‡ చామళాకడియముల్ సందింపజేసి

సొబగైనచేకట్లు సొమ్ములుదాల్చి
మాణిక్యతపనీయ మంజులోర్మికల

---

* ఒక విధమైన కర్ణాభరణము.

† ఒక విధమైన పూర్వకాలపు సొమ్ము. ఇవి యిప్పుడంతగా వాడుకలో లేవు.

‡ కంకణ విశేషము.

[illegible] బెట్టి
ధర్మనినిర్మిత బహువిధచిత్ర

* భూషణంబులు వ్రేళ్ళ పొందుగబెట్టి
కుసుమమాలలత్తుక ప్రకటంబుచేసి
పద్మహాసాల భ్రమనొంగజేసి
చెవులపర్యంతము చెలగు నేత్రముల
కాటుక వెలయించి కాంకరిరీతి

శృంగార మొనరింప వెలగి మాంచాల
తల్లికి మ్రొక్కెడి దయరాగనియె
అమ్మ నీయల్లుని నసలే నెరుంగ
ఏరీతి చెలిగుదు నేయుపాయంబు
[illegible]తెయనియితరుల భావింపకుండ

ఏ భంగిజేసిన అపరాధమగుక
హాస్యంబు చేయుదు రక్కడివారు
[illegible]ఫుముగ రి చెప్పి వణతి [illegible]యనిన
మంచాలకప్పుడు మాతయిట్లనియె
నీవటుపోయిన నిరుజూచినప్పుడు
లేసుదుమదుదులు లేవడువరుడు
[illegible]రుకు చెప్పితి నేగు కూతురా అపిన
[illegible]ల్లని సేవించి తానేగెనపుడు

వేగమే లేచిరి వెలదిని గాంచి
పతిలేవకుండెను బ్రాహ్మణోత్తముడు

లేచిన పాదంబు లెనుకకొందు
అనుచు లేవక పోయె అపుడు మంచాల
యిద్దరిలో భర్త నెరుగగలేక
కాంచనవర్ణ ప్రకాశుడైనట్టి
బ్రాహ్మణుడనపోతు పాదంబుపట్టి

పట్టిటగడుగంగ భావన చేయ
భయమున అనపోతు పలికె వేగంబ
నేన బాలుడగాను నిజముమాతల్లి
మరది బ్రాహ్మణుడను మగువనానామ
మనపోతుబాబిల్తు రందరుజనులు

పిప్రశేరీతిని వెలదితోబలుక
అనపోతుతోనని అపుడు మాంచాల
మరది యో యెరుగను మగడోకో యెరుగ
భయమొందనేటికి బ్రాహ్మణోత్తముడ
అనిపలుక మాంచాల కావిపుడనియె

అమ్మనీ వెనిమిటి యతడు, నామంబు
బాలుండు, శాత్రవ భయదుండసుమ్ము

* కాలివ్రేళ్ళకని యర్థము.

సౌందర్యమున్నది చానకునున్న
యెట్లుగావించి నారీవివాహంబు
అనిపల్కెనోయేమొ యటుకాకయున్న
బాలుడివ్విధమున భావంబువిడిచి
నన్నేలవిడనాడు నయమార్గమెడలి
పరిచయమేలేదు పతికిని నాకు
బాలచంద్రుండిప్డు వచ్చెనుగనుక
నేనుపూర్వమునందు నియమంబుతోడ
చేసినతపమంత సిద్ధించెననుచు
హర్షంబునొందితి ఆత్మలోపలను
బాలుడుమమ్మిక పాయకయున్న

మాభాగ్యమిల అసమానంబుగాదె
బ్రహ్మకులంబున ప్రభవించినావు
వేదాదివిద్యల విజ్ఞానివనుచు
నీచరణంబులు నేనుపూజింప
పట్టితినాకన్య భావంబులేదు
మనసునిశ్చయమిది మరదినాకంచు
అనువొప్పగాబల్కె ఆత్మేశుజూచి
పన్నీరుదెప్పించి పాదముల్గడిగి
వచియించెనిబ్భంగి ప్రౌఢవాక్యముల
బవరంబునకు నేగు పైనమేమాయె
నవ్వరాయీమాట నాయకుల్విన్న
కలనిబోనున్నట్టి ఘనులెవ్వరయ్యా
యీసుఖమేదక్కె నెవరునాకేల

అనిచూడగూడునా అపకీర్తివచ్చు
అనిపల్కు వాక్యంబు నాలించియపుడు
బాలచంద్రుడుపల్కె భ్రాతలతోడ
ఇంతగానాకు మీరేలచెప్పెదరు
బవరంబునకునేగు పైనంబుమఱవ
కులవిరోధములోన కుములుచుండె
కాయమిచ్చుటబుద్ధి కలనిలోపలను
నివసించియున్నది నిశ్చయంబిదియు
శ్రీగిరీశునియాన చెన్ననియాన
మాయమ్మమాటకు మారాడలేక
యిటువచ్చినాడ మీరేమిచెప్పెదరు
రయమునవచ్చెద రమ్మందురేని
మీరెల్లనిలుమన్న మీరకనిల్తు
ఎన్నినాళ్లుందునే చెరిగింపుడనిన
ఏడుజాములదాక నిచ్చోటనుందు
మంతటమితివచ్చు అరుగంగవలయు

* ["जातानुरागायां......शेषजनविसृष्टिः" (वा. का)] (నాయిక అనురక్త అయి నప్పుడు శేషజనులను పంపవలెను") అని వాత్స్యాయనుడు.

(బాలచంద్రుఁడు నతనిభార్యయు
నంతఃపురంబునఁ గ్రీడించుట)

బాలచంద్రుసితోడ భావముప్పొంగ
మేడమీదికిబోయి మేలైనయట్టి
చిత్తర్వుజూపుచు చిలుకలచదువు

వినిపించిశృంగార విపినంబుజూపి
పెద్దలుతనమీక ప్రియముమీరంగ
ప్రొద్దుపోవుటకునై పొందించినట్టి
శిల్పపాంచాలికావ్రాతముజూపి
అందులోనొకబొమ్మ నాడంగజేసె

అందు కాతడు కరమానందమొందె
అటుమీదనిద్దరు నధికమోహమున
ఉత్తర్వుమేడకు చేరబాలుండు
హంసతూలికపాన్పు నందుపరుండె
ప్రియురాలుముత్యాల పీటపైనుండి

తాంబూలమిచ్చుచు తనమదిలోన
బాలునిభావంబు బాగుగనెరిగి
ఆయత్తపడివత్తు ననిమ్రొక్కిలేచి
జననియొద్దకుబోయి జలకంబులాడి
భూషణవితతిని పొందుగాదాల్చి
చెలగిపాదముల మంజీరయుగంబు

సంధించిముత్యాల జల్లులుప్రేల
బహువిధశృంగార భరితురాలగుచు
(బిడ్డలయాశలఁ బ్రియమునఁదీర్ప
జననితోసమమైన జంతువులేదు
కావునదనకున్న కష్టంబులెల్ల

పోగొట్టునని యెంచు బుద్ధితోనావె
తల్లితోడుత నివ్విధంబునఁబల్కె
కాంచక కాంచక కాంచితిఁబతిని
కాంచితినే కాని కలలోనివార్త
కదనరంగమునకుఁ గదలుచున్నాఁడు

చిరవియోగముమాకు సిద్ధించునొక్కొ)
దైవమీలాగున దయదప్పినన్ను
పుట్టింపగానేల (భూస్థలిమీద)
అడవిగాసినవెన్నెలాయె నాబ్రతుకు
తల్లిరోనేనెట్లు తాళగలాను 17/10

(బాలునిఁబోకుండఁ బట్టుటయెట్లు
దరియేమినాకని తల్లడంబంద
తరుణియిట్లనిపల్కెఁ దనయునిజూచి

కేరలుభోగములొందు కీర్తిరెండవది
తొలుపంటచవిచూచి తొలఁగునొకండు
మలుపంట చవిచూచి మలఁగునొకండు
వీరలిద్దఱికిని భేదంబు హెచ్చు

మొదటిఫలంబున మొనసెడురసము
క్షణభంగురంబది సమసిపోఁగలదు
రెండవఫలమున రెక్కొనురసము
శాశ్వతంబౌచు దిశల్‌గలదాఁక
సవితృఁడుగలదాఁక శశిగలదాఁక

తారలుగలదాఁక ధరగలదాఁక
వారిధిగలదాఁక వరలుచుండుఁ
ప్రకటఫలద్వయ రసముగ్రోలి
యనుభవించెడు వారలరుదు భూస్థలిని
ప్రాకృతజనములు ప్రథమఫలంబు

ప్రాశించిసంతృప్తి పడయంగఁగలరు
వీరాంశముఁబుట్టి వెలసినవారలకు
మొదటిఫలంబది ముఖ్యంబుగాదు
మహిమాస్పదంబయి మనసుజ్వలింపఁ
బరుగెత్తుదురు రెండవఫలంబుకొఱకు

వెలదిరో నీభర్త వీరశేఖరుఁడు
కీర్తికాముకుఁడయి కోరుచున్నాఁడు

[illegible]
జననికిఁదా నమస్కారము చేసి)

భర్తదగ్గరకేగి భక్తితోనిల్వ
(దనమదిబాలుండు దలపోసెనిట్టు)
లేఁకుడిసౌందర్య మెంతయొయున్నాఁ
నేమనియెన్నుదు నీయింతిచెలువు

(బాలచంద్రుఁడు తనపూర్వప్రవర్త
నకుఁ బశ్చాత్తాప మొందుట.)

నరలోకసురలోక నాగలోకముల

సరిలేరుభామకు సౌందర్యగరిమ
ఇటువంటికాంతపై నిచ్చబోవిడిచి
పశుబుద్ధితోడనే భావంబుమరచి
నిందపాలైతిని నిఖిలరాజ్యముల
పరలోకసౌఖ్యంబు పాడదోలితిని
మిత్రులుచుట్టాలు మేటిబంధువులు
తిట్టిదూషింతురు తెలియలేనైతి
ఆశ్రితజనముల అరయుటమాని
పరియాచకము చేయు వారలకిచ్చు
భ్రష్టులపోలిక భార్యనుబాసి

వెలయాలిప్రేమించి వీరిడినైతి

వినోదంబులు సల్పుట.)

* చేవేగమున చీరచెంగు నూడిసి
పట్టిన ఆచీరపై నున్నయట్టి
ముత్యాలచేరులు ముడికి తెగగను
చెదరి రాలినగతి చెలియ భీతిల్లి
చిన్నబోయెను మోము చెలువ తెల్లఁదొలఁగ
వెలగి వెల్వెలబోవ విభుఁడప్పుడనియె
చింతింపఁబనిలేదు చిత్తంబులోన
ఆరసి బాగుగ క్షమకెంతు ప్రేమ
అసలేచి సంభ్రమ మచ్చుపడంగ
చెక్కులకరముల చెన్నగనిమిరి
ఆని నేర్పుతోడ ముత్యంబులనెత్తి
చీరకొంగున వేసి దిక్కులబెట్టి
కాలాంబునీరిలి గడువంగమించి
జాములేమునుదాటె తరుణిమాంచాల
బాలునితోననె భావంబెలంగి
నాలోబెనంగిన నయమేమి లేదు
కడువడికలకికి గదలుడిమీరు
కులవైరముంజేర్చు గురుసాహసుండు
పరికించిచూడ నెవ్వరుమీకుదక్క
అనిబాలుఁడడిగెను వెలవెలఁబారి
మేడపైనున్నని మేలైనసేవ
అనితెల్పగా బాలుడాసక్తితోడ
మౌక్తికమాలలమారుపగడంగ
కమ్ములంకరుగట్టు కత్తెర గొచు
సుకౌద్రముగ నంబ కర్తుల దూసి
విడలినకొంత్ని వీపరేశ ప్వరుచు
మారెదంగకకేరు ఒకదకదల్లు
పురముల్లదసుంవ ధూమ్రముల్ కదల
భీకరంబుగవాప్పి పెదబొబ్బలిడిరి
అదిబాలుఁడాలించి అయ్యోఘమంచి
ఓడకొడకమంచు ఉవిదలబలికి
పెనగొన్నకోపాన పెరికికటారి
అట్టహాసముచేసె అనుజులమీద
పలికిరితమ్ములు బాలునితోడ

(బాలచంద్రుండనుజులపైఁ గదవఁ
వారు లజ్జాకరంబులగు మాట
లాడుట.)

త్రుప్పట్టినకత్తి దూయుటకగవె

---

* ["केशहस्ते वस्त्रान्ते नीव्यामित्यवलम्बनम्' (वा. का)] (కేశపాశమం చీరె చెంగునందు, చీరెముడియందు (రతోపక్రమానికి) పట్టుకొనడం (ఉచితం)] వాత్స్యాయనుడు.

ఆలరాజుపగరచే హతుడైనవేళ
కొండెంబునందియు భేతాళమనెడు

ఖడ్గంబు మొదలైన కలబిరుదముల
ఒసగుమంచునునీకు సర్వేశుడంపె
వినుమి మమునురాగి యిత్తడిరంచు
పెట్టిచేసినయట్టి బిరుదులుగలవు
రజతకాంబూనద రచితమైనట్టి

వెలలేనిసొమ్ములు వెసనీకుదక్క
సన్నుతికెక్కనీ సరసత్వమెల్ల
కట్టిడివాడవు కరుణలేదాయె
నునఅక్క వెలలేని మాణిక్యమరయ
చ్చిఆకైలాస శైలంబునందు
లరాజుగలసిన దాశ్చర్యసరణి
రసిజలోచన చావువిన్నపుడు
దరికొనదా? మది దావాగ్నిరీతి
అన్నమెట్టులులోని కరుగునునీకు
కంటికెనిదుర యేగతివచ్చునయ్యా

బంటుతనంబును పాడియువిడిచి
కులవైరముందీర్చు కోరికవదలి
ఇంటికాసించుట యేరితియగును?

వాకిటిపొంతను వడిసెడురేగ
అతివచేతికిబాల డాయుధమిచ్చె

(మాంచాల భర్తనుదీవించి
ఖడ్గంబు చేతికిచ్చి యుద్ధమున
కంపుట)

నవ్వుచుదీవించె నలినాయతాక్షి
రతిరాజసుందరా రణరంగధీర
కమలబాంధవతేజ కరుణాలవాల
వినతాత్మజునిలావు వెసనీకుగలుగు
సామీరికుండిన సాహసంబబ్బు
కృష్ణునికీసుగా కీర్తిఘటిల్లు
రవికాంతియుతుడవై రంజిల్లుచుండి
అలరాజుపగదీర్చు మనుజులతోడ

పటుతరవిక్రమ వైభవంబలర
శ్రీగిరిలింగంబు చెన్నకేశవుడు
వరములొసంగగ వర్తిల్లగలరు
శాత్రవవిజయంబు సమకూరుమీకు
ఈయాయుధము వడినిచ్చునుజయము
కలియుగంబునమీకు ఘనపూజలమరు

* శివునికి బ్రహ్మహత్యయెట్లు సంభవించెననఁగా —

తొల్లి బ్రహ్మ మేరుపర్వతకూటస్థలియందుఁ గొల్వుతీరియుండఁ బరతత్త్వంబెద్దియో తెల్పుమని సభాస్తారులైన మును లతని నడుగ నేనేపరతత్త్వమనియు నేనొక్కరుండ నీశ్వరుండనియు నాకధీశ్వరుండు లేఁడనియు బ్రహ్మవాక్రుచ్చె. అంతట నచటనున్న క్రతుపురుషుండు దర్పోజ్జృంభితుఁడై బ్రహ్మతో నీవు లేనిపెద్దఱికంబు వహించెదవు, నేను సాక్షాన్నారాయణుండను యజ్ఞపురుషుండ, జగత్ప్రభుండ నని పలికెను వీరిద్దఱిట్లు పరస్పరజయకాంక్షులగుచు తమతారతమ్యంబు వేదంబులనడిగిరి. చతుర్వేదంబులును రుద్రుండవ్యయతత్త్వం బన్యులయందాశబ్దవాచ్యత్వంబు సుప్రతిష్ఠితంబు గానేరదని సాక్ష్యంబిడియె వల్లకాటియందుఁ గాంతాసహితుడైయుండు రుద్రునకుఁ బరబ్రహ్మభావంబెట్లుకలుగునని విరించియు యజ్ఞపురుషుడును వేదంబుల సాక్ష్యంబంగీకరింపరైరి. పిమ్మటఁ బ్రణవంబుమూర్తిమంతంబై రుద్రుండే పరమాత్మయని చాటిచెప్పెనుగాని ప్రణవ వాక్యంబులుంగూడ నిరాకరించిరి. అప్పుడొకయఖండదివ్యతేజోమధ్యంబున హరుండుద్భవించెను. అతనింజూచి బ్రహ్మ ఓయిశివుఁడా నీవు నాలలాటస్థలంబునఁ బుట్టితివిగాన నీవు నాపుత్త్రుఁడవు నన్నాశ్రయించి బ్రతుకుము నావుఁడు భర్గుఁడు నితాంతరోషసంరంభంబున విజృంభింప భైరవుఁడుపుట్టెను. భైరవుఁడు శివునాజ్ఞనొంది గర్వించుచున్న బ్రహ్మయొక్క పంచమవదనంబు నఖరధారం ద్రుంచివైచెను యజ్ఞపురుషుఁడు, విరించియునంతటభయపడిస్తోత్రంబుగావించిరి. శివుఁడు భైరవునింజూచి యిఁక నీకోపంబు చాలించి బ్రహ్మకపాలంబుదాల్చి, లోకాచార ప్రకటనార్థంబు భిక్షాన్నంబుఁగొనుచుఁ గాపాలికవ్రతముతోఁ జరియింపుమని చెప్పెను తరువాత శివుఁడు బ్రహ్మహత్యను సృజించి భైరవుని వెంటఁబంపెను బ్రహ్మహత్యతోడనవర్తింప జగమ్ములుగ్రమ్మరుచు నొక్కనాఁడు

చందనపరిలిప్త సర్వాంగుడగుచు
తగటువస్త్రంబులు దగఁబట్టితొడిగి
భస్మమాత్రీకరక్ష బహుభూషణములు
శివలింగములందు దాఁచిమించి
తల్లికిమ్రొక్కి నరుదెంచి
పురనాథు విభవంబు నొంపొప్పగనుగు
దట్టమాకౌ సాంగతీన మొగసాల
కరుదెంచి ఆబాలు డాసంద మొంది
* భూమండలపురోటు పొందుగా గెలిచి
పాండ్యులజోకొనె పటువిక్రమమున
† బలువైనజగజంపు భద్రపాలేయ
మదికంపుమని వార్తనంపెతల్లి కని 190

భైరవుఁడు కాశీపట్టణంబుఁజొచ్చెను. చొచ్చినంతనే బ్రహ్మహత్య మొఱపెట్టుచు బాతాళంబునఁబడియెను. కరంబునఁ జున్న బ్రహ్మకపాలంబు భూతలంబునంబడియెను. ఈశ్వరరూపాంతరమైన భైరవునికి బ్రహ్మహత్యా పాతకంబు తొలఁగిపోయెను. అని యివ్విధమున స్కాందపురాణాంతర్గతంబైన కాశీఖండంబునం జెప్పఁబడినది. బ్రహ్మ పంచముఖుఁడై యుండిన కాలమున నొకనాఁడు త్రిమూర్తులు కొలువుదీరియుండఁ బార్వతి యచటికి వచ్చి పంచాననులైన శివబ్రహ్మలలో దనభర్తయెవరైనది తెలిసికొనలేక విభ్రాంతిచెంద శివుఁడు కనుసైగచేసెను. ఆకనుసన్న నెఱింగి పార్వతి శివుని వద్దకు బోయెను. తనభార్య కింతభ్రాంతి కలుగుటకు బ్రహ్మకైదు ముఖములుండుటయే కారణమని గ్రహించి యా యైదుముఖములలో నొకదానిని ద్రుంచివైచి యతఁడు బ్రహ్మను జతుర్ముఖునిఁ జేసెను. అందుకు బ్రహ్మకోపించి శివునకు గాపాలికత్వమును భిక్షాప్రవృత్తియుఁ గలుగునట్లు శపియించెను. ఈ బ్రహ్మహత్యాపాపనివారణకొఱకు విష్ణుబోధితుఁడై శివుఁడు తీర్థయాత్ర చేసెను. ఇట్లు తీర్థయాత్ర సల్పుచుఁ గాశీపురికిరాఁగా నచట నా పాపమువలన విముక్తుఁడయ్యెను. అని మఱియొకకథగలదు.

* సత్తెనపల్లి తాలూకాలోని ధరణికోటయై యుండును.

† ఇది ఛత్రనామము

బాలచంద్రుఁ డుపాయంబు
వన్నుట.)

తొడిబడి బాలచంద్రుండూహ చేసి
తమ్ములకెరిగించి తనమర్మ మెల్ల
కనుచూపుమేరను గదలకనిలిచి
మకంపుపైనాన దగు మోసమాయె
మి చేయుదునింక నిటమీఁద నేను

పసలియీ పైనంబు మానితి నేని
నిశ్చితునంబగు దొడరునుగీడు
మ్మరపట్టినా కూర్మి తమ్ముండ
డితో డజనుము మీవది నెచుగచుము
ముత్యాలగళపాల ముద్దుటుంగరము
మరచివచ్చితి దెమ్ము మసలకయిప్పు
డనకుమ్మరిపట్టి అతనితో ననియె
ఘనఘూత్మ నాదేహ మలసటవొందె
నడవనోపగలేను నరకుంజరంబ
అరసిచాకలచందు నాలాగుపలికె 18/10

కమ్మరపట్టియీ కరణివచించె
పెడపెకేగెద మెలతజూచెదను
రయమునమిము జేర రాలేనుసుమ్ము
పెలములదోర్నిని వేడనిట్లనియె

ఒడ్డిమల్లపరాజు నోయ్యారిపట్టి
అందనితరువుల యాకులుదీసి
వ్రాయుదు లెక్కలు వసుధేశతతికి
బ్రహ్మవంశజలోక పావనమూర్తి
నాఆత్మసఖుడవు చను శేరరమ్ము
గ్రక్కునవిడి నెచు కనుగొని వేడి
ముత్యాలగళమాల ముద్దుటుంగరను
కొని తెమ్ము తమ్ముడ గురుపీఠిపరుడ
అనఅనపోక చిహ్నంబులనడిగె

పెనగొన్న వేడ్కతో పీటపైనుండి
ముత్యాలుగూర్చిన మొనచీరకొంగు
చేపట్టియీడ్చిన చెదరె ముత్యములు
కనికూర్పగాబోవ గనుపట్టదాయె
ఇదియానవాలని యింతితో పలుకు
హితవొప్పసాని వా రింటికిబోయె
అడుగువారానవా లడిగిన జెప్పు
ఆరటిఫలంబుల అమరుచర్మంబు
ఫలమనియిచ్చెను పడతియా వేళ
ఇదియానవాలని యెరుకగపల్కు

మనిచెప్పి పొమ్మన్న నప్పుడె కదలి

కదుపడి * త్రిపురాంతకమునకువచ్చి
అచటఆసక్తితో సాక్షినడుగుచు
తెప్పించెఘంటంబు తీర్చైనఆకు
వ్రాసినాడొకయుత్తరము స్వహస్తమున
ఆదిరాఖిశొమ్మల కంటగట్టించి
వీరులేగిన త్రోవ వెంబడినడచె
పల్లెలవారెల్ల బాలునిజూడ
చనుదెంచిరెంతయు సంతసంబొప్ప
ముటుకూరి కాపులు మ్రొక్కుచునపిరి
విందారగింపుడు విశ్రమింపుడు
తరువాతదరలుడు తగుశకునంబు
వినుమన్న వారితో వీరుడుపలికె
కార్యమపురమున కదిసెనుబోరు
నిల్వరాదియ్యెడ నిల్వుడిమీర
తార్క్ష్యుండుగిరులపై దాటినయట్లు

(బాలచంద్రుడు నలగొండను డాయుట)

భానునిపైరాహు పరువెత్తినట్లు
భయవర్జితుండయిన బాలుడార్చుచును
పరదళంబులువిన్న పరుగెత్తిపోవ
నరసింగభూపాల నాథుచిత్తమున
కులవిరోధమునకై గురిచేసినిల్పి
కాదమసింగంబులు గూడినభంగి
అనుజులువెనువెంట అరుగుదేరంగ
§ కురువకుచేతెంచె గురుశౌర్యమమర
ఎక్కెనా • నలగొండ యెదురేమిలేక

---

* మార్కాపురమున కీశాన్యముగ 2 మైళ్ళ దూరమున గర్నూలు జిల్లాలోనున్నది. శ్రీశైలమునకుబోవు త్రోవలోనుండును.

† 8-వ పుటలో వివరణము చూడదగును

‡ 8-వ పుటలోని వివరణము చూడదగును.

§ దీనినే నాయకురాలి కనుమయని చెప్పుదురు. ఈ కనుమగుండ వాగులేఱు ప్రవహించును ఇది కార్యమపూడికిని మేళ్ళవాగునకును మధ్యముననున్నది.

• ఈకొండ నాయకురాలి కనుమవద్దనే యున్నది.

కుమ్మరపట్టిపై కుడిహస్తముంచి
వెలమలదోర్నిని వెసజేరబిలిచి
ప్రథితుఁడా అలరాజు పగదీర్పవచ్చి
ఒక్కఁడ నేగుట యనుచితంబుగాదు
వెనుక జిక్కినయట్టి వీరపుంగవులు
కలయవచ్చినదాక గడియ కాలంబు
విశ్రమింతమటంచు వేడ్కతోనుండె
* ఆటమున్నె కలనిలో నైన కార్యంబు
ఎఱింతుజనులకు విశదంబుగాను
నలగాముకొల్వులో నాయకురాలు

(సంధికయి నాయకురాలు
రాయబార మంపుట)

తలపోసి మదిలోన తగినవారలను
వాసిగ బ్రహ్మన్న వద్దకుబంపి
బవరంబు గాకుండ పట్టుట కార్య
మని పెద్దలనదగు ఆప్తవర్గమును
కొండ † అన్నమరాజు కోటకేతుండు
హరిమిహితుఁడను మాడ్గులవీరరెడ్డి
సమరంబు గాకుండ సంధియౌనట్లు
మాటాడిఆటమీద మాచెర్లభాగ
మేలుకొమ్మనిచెప్ప మింకొక మాట
నాయునివద్దకు నరసింగుడెచ్చి
కులవైరమడఁతుము కోరిమీరంద
రొక్కటికమ్మని యొప్పించిరండు
మగిడిపోవలయుచు మన దేశమునకు
అనివీడుకొలిపిన నంతటవారు
పైనమైయేతెంచి పట్టపురాజు

(రాయబారులు మలిదేవమహీపతి
కొల్వునకు వచ్చుట)

మలిదేవుదర్శించి మన్ననవడయ
చెలువొందజోహారు చేసిరందరును
కూర్చుండనియమించె కుంభినీశ్వరుడు
వచ్చినవారలు వారితోననిరి
ఇదియేమికలనిలో నిన్నిదినములు
తడసితిరిచటికి తడవాయెవచ్చి
యేమికార్యంబో మా కెరిగింపుడనిన

---

* ఇది కవి వచనము.

† "మన్నెమరాజు" అని పాఠాంతరము.

కులవైరముం దీర్ప కుతుకంబుతోడ
విఖ్యాతయశులగు వీరపుంగవులు
నిలిచిరి రణభూమి నిశ్చలప్రజ్ఞ
ఎత్తివచ్చినవార లిక బోవరాదు
సమరంబు చేయుట సంతోషకరము
బ్రతుకులస్థిరములు పడుటసిద్ధంబు
సంపదల్నిలువవు జలబుద్బుదములు
సత్కీర్తియొక్కటి సమయదెన్నటికి
వెరగందిపందలై వెనుదీయకుండ
అనిచేయమీరెల్ల నాయత్తపడుచు
కరుగునరమ్మని బ్రహ్మన్న పలికె
వినికోటకేతుండు వివరించిచెప్పె
వినవయ్య నాయుఁడ విన్నపంబొకటి
అతివివేకులుమీర లఖిలరాజ్యముల
మీదృశులయినట్టి మేటివిక్రములు
నీతిమంతులు లేరు నిశ్చయంబిదియుఁ
గొంతుగోయగమీరు కోరినయట్టి
నరసింగరాజును నయమునదెచ్చి
మావంటివారికి మానసంబలరు
అఖిలాధిపతులుమీ ఆజ్ఞ చేయుందురు
మీరెరింగిననీతి మేమెరుగుదుమె
ఉభయసంస్థానంబు లొక్కటిమాకు
* అనుగురాజేంద్రుడు హరిపురికేగు
సమయానతనపుత్రచయమును జూపి
మీకుసమర్పించి మేనుత్యజించె
తర్వాత నిర్వాహదశయెల్లనీది
ఒకయిల్లు రెండుగనొప్పనొనర్చి
తద్దుమాటాడె నేయపుడెవరైన
మతిచెడియీలోన మనసులుఁగలగె
అందుచేపగ హెచ్చెనీర్ష్య జనించె
కోడిపోరాదుట కూడదటంచు
ఇచ్ఛతో జెప్పిన నెవ్వరువినిరి
గురిజాలపురికిని కోడిపోరాడ
ఎవ్వరువచ్చినా రిదియేమిమాయ
ఐనట్టికార్యంబులన్నియునీకు
తెలిసియెయుఁన్నవి (తేటతెల్లముఁగ)

* ఇతఁడు మలిదేవరాజాదుల తండ్రి. చనిపోవునప్పు డతడు తన భార్యలను బుత్రులను సెదుటికి రప్పించి బ్రహ్మనాయుని కొప్పగించెను తరువాత నాయకురాలికుట్రచే ననుగురాజు పుత్రులైన నలగామ మలిదేవాదులు వేఱైరి మలిదేవులకు బ్రహ్మనాయుఁడును, నలగామరాజాదులకు నాయకురాలును అమాత్యులైరి.

పాండవులే మేలు పడసిరి చెపుమా?
చేరి మీరొక నరసింగునికొరకు
సకల భూపతులను సమయంగఁ జేసి
పాడైన రాజ్యంబు పైని బెట్టికొని
చివరకు ఫలమేమి చెందంగఁగలరు
పొందికగల హంపు బుద్ధులు మాని
సవతిపుత్రులకిప్డు సంధియొనర్చి
అనుకూలమున నుంట యర్హంబు మీకు)
అరయ నింతియ కార్య * మనుగురాజాన
నియమానమే మింక నిల్వమిచ్చోట
నావిని ఆవీర నాయకులనిరి

(వీరులు కోపవాక్యములాడుట)

పాపంబు చేసిన పగవాడు వచ్చి
కనుపట్టు శిక్షింప కర్తవ్యమగును
సహనంబొనర్చిన జనులు దూషించి
భయపడిరంచును పరిహాసించెదరు
పగవారియెడ దయ పాటింపదగదు
ఘాత మొనర్చుట మంచిదనువైన వేళ
తెంపున వీరు లీతీరున ననిన

(కొమ్మరాజు వీరుల వాక్యములఁ
బూర్వపక్షము సేయుట)

చెవులు రెండును మూసి శ్రీకంఠు దలచి
నయమున కొమ్మ భూనాథుడిట్లనియె
చేతికిచ్చినవాని ఛేదించినట్టి
పాపంబు నెబ్భంగి బాపికొవచ్చు
(చిన్నరహస్యంబు చెప్పెద వినుము
చతురంగబలముల చందమల్లుంచి
మానసంబైనట్టి మర్మంబు కనుము
ప్రజ్వరిల్లెడు వీరభావంబు మీద
స్వకృతాపరాధంబు ప్రాబల్యమొంది
తొడిబడ జల్లని తుంపురుల్ చల్ల
జ్వలనంబు క్షీణించి చల్లారగదగి
ధర్మతత్పరుడైన తదజ్ఞుని యెదుట
మలుగఁబోయెడి చిరుమంటలై యుండు
సైరించి తలవంచి శరణని వేడి
సగము క్షీణించిన శత్రుని బట్టి

---

* మలిదేవరాజు యొక్కయు, నలగామరాజు యొక్కయుం తండ్రి.

† [ఈపఙ్క్తి ఆదిపర్వంలో కణికుడు చెప్పినవచనాన్ని అనుసరించినది.
" ततः प्रत्यागते काले भिन्द्याद्घटमिवाश्मनि "
అని కణికోక్తి.]

కాచిరక్షించుటటే ఖండించుటరయ
కాదనికసిపోవ ఖండింతు మేని
ఇహమునునిందింతురెల్ల వారలును
పరమున నరకంబు ప్రాప్తించుసుమ్ము
పగవానితమ్ముడు పాదంబుబట్ట
రక్షింపడా? ముందు రామభూజాని
అని భానుకులనాథుడాడుమాటలకు
మనసులోశోకంబు మానినాయకులు
సంధికార్యమునకు సమ్మతులైరి
అటవీరవరులకు హార్యక్షుడైన

(బాలచంద్రుడు నలగొండ శిఖర
మునుండి రణరంగంబు
నవలోకించుట.)

బల్లరగండడు బాలచంద్రుడు
* నలగొండపైనుండి నాలుగుదిశలు
నలగామభూమీశు నమ్మిన సేన
ఉన్నదినామది ఉత్తలపడగ
ఇసుకచల్లిన బడ నెడమేమిలేదు
నేలయీనినరీతి నిండియెసంగు
చుట్టుకొండలు నిల్వజూపనొప్పుచును
రణరంగభూమివిరాజిల్ల సాగె
(వెలుకటిరాజులు విక్రమస్ఫూర్తి
గట్టునచెలరేగి కదనంబుసల్ప
వీరులరక్తంబు విసువకత్రాగి
మత్తిల్లియల్లన మలయుచునున్న
నాగులేరల్లదె నాయునిసుతుడ)
పాలేటెక్షరుముచే పగిలిభూధరము
నాగాధిపతి ప్రాణనాశంబుచేసి
నడుముగాపారిన నాగులేరాయె
కన్నులపండువై కన్పించచూపు

---

* [ఇట్లానే రాముడు సువేలాద్రిని, రావణుడు తన ప్రాసాదశిఖరాన్ని యెక్కి-శిబిరాలను చూస్తారు.

> " सुवेल साधुशैवेन्द्र मिमं धातुशतैश्चितम्,
> अध्यारोहामहे सर्वे ... ...
> लंकांचालोकयिष्यामो निलयं तस्य रक्षसः ।" (रा यु)

అని.

> " इत्युक्त्वा परुषं वाक्यं रावणो राक्षसाधिपः ।
> आरुरोह ततः श्रीमान् प्रासादं हिमपाण्डरम् ॥" (रा यु.)

అని వాల్మీకి]

సన్నెగండ్లఅనంగ జవరనియూరు
ూరుపుదిక్కున తుదిమేరసుమ్ము
క్షిణదిశహద్దుగ వివరింతు
ాగులేటికి తూర్పు నలగొండకాని
లుపైన ఆ ‡ వప్పిచెర్ల చెలంగు
డమటికినిహద్దు బాలచంద్రుండ
దచుగుండ్లయనెడి గురిగ్రామమొకటి
ప్ర జలమేలిమి § చింతపల్లియునొకటి
త్తరదిశ యెల్ల లొయ్యనగాంచు
క గొన్ని గురికొండ్లనేర్చెదవినుము
న్న దేవరగుళ్లు ♦ సవనాలమేడ
ంగతోటలబైలు పన్నియకెక్క
ంగ భూపతిచెర్వు శ్రీకరమైన
ంగ డిగుళ్లును సర్వేశుడైన
త్తరేశునిగుళ్లు మూర్జితాకృతిని
య్యాలకంబంబు నున్నట్టితావు

డమటిదిక్కున పౌజులబ్రహ్మ
సంతోజిగణపతి సరవితూర్పునను

నాయకురాల్ దక్షిణంపుదిక్కునను
దంటలైయుండిరి దక్షత మెరయ
అందెలరాముంకు నానెమలిపురి
చుమ్మడిరెడ్డియుం మొనతీర్చినట్టి
గొబ్బొందుగులనునేలు భూరివిక్రముడు
వీరమల్లునట్టి విఖ్యాతుడొకడు
ఉత్తరభాగానుండిరి వేడ్క
ఇందరినెల్లను హెచ్చరించుచును
తిరుగుచునరసింగ దేవరుడుండె
విక్రమసింహంబు వీరకామేంద్రు

డబ్బంగిసేనతో నచ్చటఁవిడిసె
మాన్యబలుండైన మలిదేవు సేన
మాకొక్కనిచేనున్నది మనసుంచికనుము

---

* కార్యమపూడికిఁ దూర్పుగ షుమారు ౩ మైళ్లదూరముననున్నది.

† కార్యమపూడికిఁ గొంచెమాగ్నేయ దిశయందు $1\frac{1}{2}$ మైళ్లదూరమున నున్నది

♦ నే పేటసన్నెగండ్ల యని కూడఁ జెప్పుదురు

‡ కార్యమపూడికిఁ బడమర $1\frac{1}{2}$ మైళ్లదూరమున నున్నది

§ కార్యమపూడికి వాయవ్యదిశయందు $1\frac{1}{2}$ మైళ్లదూరమున నున్నది.

♦ ఇది వెనుక యజ్ఞములు సల్పుచోటైయుండును

‡ ఇది పల్నాటిలో కృష్ణాతీరమున ఉన్నది.

మనవారికెవరైన మానవుల్ గలరె
ఒక్కొకవీరుడె యొక్కొకలక్ష
దళమునుసమయింప దగియున్నవాడు
చెలువైనసలగాము సేనకునెదిరి
కదలికిచెలియలికట్ట చందమున
మనబలమున్నది మహిమమీరంగ
అనితెల్పుదోర్కీని కనియెబాలుండు

(నలగొండపిగి రాజదర్శనమునకుఁ
బోవుటకై బాలచంద్రుఁడు
గమకించుట)

మెల్లసాంద్రమై వ్యాపించిదిశల
రిసిచెలంగు కేళివీక్షింప
క్కడసందులేదిసుమంతయైన
మార్గంబుగనదుసూక్ష్మంపుచూడ్కియును
రాడాయెనంచును రాజుచింతించు
ఆలస్యమిచ్చటనాయెను మనకు
అపకీర్తిపాలౌదు ఆడికవచ్చు
తెంపుననొకపిక్కు తెగటార్చికొనుచు
శౌర్యసంపదమీరవయ్యనబోయి
కలసినవీరులు కలహించిమనల
తెగనికార్యంబాయె తలియదుమనకు
ఇరుగడవారల ఇచ్చలీవేళ
ఎబ్బంగిచెలియుద మెవరుచెప్పెదరు
సంధికార్యంబింత సమకూడెనేని
విచ్ఛిన్నమైపోవు వేసుకతగ్గు
పొందినకార్యంబు పొసగంగనీక
పగతెచ్చెవీడని ప్రజలాడగలరు

నవ్వుదురవనిపుల్ నామోముచూచి
ఛీకొట్టగలరిక సిగ్గెల్లబోవు
నాతండ్రికొడుకని నన్నుచేపట్ట
డనిపలువిధముల హర్షంబుతగ్గి
పలుకంగచెలికాండ్రు బాలునికనిరి
వినుబాలచంద్రుడ విద్వేషద్భయద

(బాలచంద్రుఁడు కార్యమపూఁడిం
జేరఁగదలుట)

పరశురాముడవీవు బాహులబల్మి
పరగజమార్యతు పావనమూర్తి
శౌర్యగంగాధర సర్వజ్ఞచంద్ర
కదనగాండీవికి కడుపునబుట్టి
ఈనిందపొందుట కేమికారణము

కాముసలత సంధకార్యంబుచయు
ఊన్నార మితరంబులొప్పవుమాకు
అని మాటలాడిన ఆవలికేగి

దర్శింతమప్పుడు ధరణీశవరుని
రాజుపంపగబోయి రణమొనరింప
ప్రాప్తమా దేవేంద్రపట్టణవాస
మనిపల్కబాలుండు హర్షంబునొంది
శైలంబుపైనుండి సాహసంబొప్ప
బిట్టురిక్కభూమిపై పృథ్విపుల్వడక
బలువైనమందర భ్రమణంబుకతన
కలకజెందినయట్టి కంధిచందమున
తరితీపుప్రాపించి ధైర్యంబువదలి
బలమెల్లభయపడి పారగసాగె

తురగముల్ గజములు ధూళిమిన్నులమ
బంధంబులూడ్చుక పరువులుపెట్టె
దండెల్లనీరీతి దత్తరమొందె
తమ్ములుబలమును తనవారలెల్ల
కలసిరిబాలుని ఘనమోదమలర
అంతట ఆబాలుడధికశౌర్యమున
పరిఘుముల్ టెక్కెముల్ బలుసాధనములు
శస్త్రమైతగు భద్రసాలేయమనెడు

[illegible]
బలములనన్నిటి పాయదోలుచును
మలిదేవు గొల్లెనమార్గంబుపట్టి
వచ్చెడుచందంబు భావించిచూచి
సందికార్యమునకు చనుదెంచినట్టి
దొరలమొగంబుల తొలగెతేజంబు

వెలవెలబారుచు వేడుకలుడిగె
ఒకరిమొగంబొక్క రొయ్యనజూచి
ఇకనేమిచక్కటి యేమి కార్యంబ
దితడురాకుండిన నెసగుచుసంధి
ఇకసాగదెవ్వరి హితవిచారంబు
దైవకృతంబేరు తప్పింపలేరు
అనిచింత సేయుచు నక్కటాయనుచు
కళతప్పినిలిచిరి కడుచిన్నబోయి
మలిదేవభూపతి మంత్రియైనట్టి
బ్రహ్మనీడాతని బంధువర్గంబు

సమరసంతోషులౌ సకలవీరులును
కొల్వుకూటంబున కూర్చుండిరెలమి
బాలచంద్రుండంత ప్రాభవంబొప్ప
రాచబిరుదులతో రంజిల్లుచుండి
తమ్ములుకొల్వగదరగనివేడ్క

కార్చిచ్చుభంగినికనలి కోపించి
భూవరుదర్శింప బోవసందీక
ఉన్నభావము బాలుడొయ్యనదెలిసి

సౌందర్యసాంద్ర రాజ సభాస్థలంబు
కనుగొంటి సంతోషకలితుడనైతి
విష్ణుసన్నిభుడైన విభునిజూచెదను
తెరువీయవలెమాకు ధీరాత్ములార
అనదానిఆలింప మెప్పొదుకినిసి
బాసదబ్బరగండ బ్రహ్మన్నసుతుడు
(మంచుకారడువుల మంటచందముల
రణరంగమునయందు రాజిలువాఁడు
ప్రారబ్ధకార్యంబు వదలనివాఁడు
కొరగానికోర్కులు కోరనివాఁడు

సుఖదుఃఖభేదంబు చూడనివాఁడు
తనదేహకష్టంబు తలపనివాఁడు
పరులకార్యములకై పనిచేయువాఁడు
ఆత్మధర్మాధీనుఁడైనట్టివాఁడు
పల్నాటివారికిఁ బ్రాణహితుండు
మహివీరవరులకు మార్గదర్శకుఁడు)

వసుధేశుసన్నిధి వ్రాలెనువేగ
పిడుగుపడ్డవిధంబు పృథివికంపించె
సన్నిధినిల్చుండి జగదీశుజూచి
అతిభక్తిమ్రొక్కిన నటుమొగమాయె.
కడుభయభ్రాంతుడై కరములుమోడ్చి
ఏమిచేసితిరాజ యేలకన్గొనవు
నాయందుతప్పేమి నన్నేలువాడ
అనిప్రార్థనము చేయ ఆకొల్వులోన

(బాలచంద్ర కన్నమదాసుల
సంవాదము.)

గాసిల్లుకన్నమ కడురోషవశత
ఉలికిపాటునలేచి ఉగ్రుడై మెరసి
ఘనరౌద్రభరితుడై ఖడ్గంబుదూసి
చయ్యనజళిపించి సభజూచిపలికె
కంటిరాబాలుని గద్దరిపనులు
తనసాటిబలియుండు ధరలేడటంచు
మత్తిల్లిమరచెను మావంటివారి
చులకనైతిమి వీనిచూపులకేము
దండిశూరులుచూడ దట్టించినిన్ను

* కర్షుఁడు.

అనవినియాంబాలు డప్పడిల్లనిరొ
బంట్లుమీరలుగాక బవరంబునందు
మే మేడబంట్లము మీసాటిగాము
సరిగఎంచినయూళ్లు సర్వంబు విడిచి
విపినశైలంబులు వేసటలేక

తిరిగితిరెవ్వరు దీటులేరైరి
వాగులనీళ్లును వనములబండ్లు
తినుచునుమితిమైన దినములన్నియును
జరగగా జేయుచు సమరంబుమరచి
ఉన్నందుచే వీరయోధులౌమీదు

స్థూలఖడ్గములకు త్రుప్పులుపట్టె
పాపికొనగ మీకు బవరంబులేదు
పగవారుకన్నుల బడకున్నవారు
పగచేసిమముగూల్చి పాపికోత్రుప్పు
సభలోననేనిట్లు చౌకళించితిని

పార్థివుబోడగాంచ వచ్చినయుప్పు
డెవ్వరునెడమీయరే నీతిచెపుమ?
పంతంబుచెడినేను బ్రతిమాలలేక
ఒయ్యనమూడుగా నురవడిజనితి
తప్పేమినాయందు దగవర్లనడుగు
కులవైరముందీర్ప గూర్చుండుటేమి
లనినకన్నమ పల్కె నాబాలుతోడ
పసుచువాడవునీవు పలుమాటలేల
కొలువులోవిషయంబు గురుతెరుంగకయ

ఈతేపపలికిన నీకత్తిచేత
తలతెగవేయుదు ధరణీశునెదుట
అనినతామసపడి అప్పుడుబాలుండు
కులశైలధీరత గొబ్బునపలికె
కడలిమధ్యంబున గడ్డయున్నట్లు

ప్రాలియున్నారు శాత్రవులమధ్యమున
మున్నీరుపెరిగినా మునుగనుదిన్నె
శాత్రవబలములు సమయంబుచూచి
నల్దిక్కులను ద్రొక్కి నడచినవేళ
ఏమాదురో మీర లెరుగకయుంటి

రివివిచారింపక యేలవచ్చితిరి
మీరుమాత్రమె రాక మేదినీశ్వరుని
ఏటికిదెచ్చితి రీస్థలంబునకు
ప్రజలాడికొనుటలు పరికించివినరు
గొల్లనంగాజేరి కోపంబుచేసి

పదరినమాత్రన ఫలమేమిచెపుమ
బ్రహ్మనాయుడు నీకుబంధువుడెట్లొ
వినిపింపుకన్నమ వివరంబుగాగ

క్షుద్రమార్గులనెప్డు చూడనివాడ
ప్రాసాదజీవినై ప్రబలినవాడ
జ్యేష్ఠపుత్రుడనంగ చెలగినవాడ
పుట్టితివీవిన్కఁ పురుషోత్తమునకు
దట్టించిపలికెదు ధరణీశునెదుట

పడుచువాడవునీకు వాగ్గర్వమేల
అనవినిఆబాలు డప్పుడిట్లనియె
చెలగిబ్రహ్మాన్నకు జ్యేష్ఠపుత్రుడవు
తలదన్నిపుట్టిన తమ్ముడనేను
కదిసిఅగ్రజుతోడల్ గద్దెలుచేసి

త్రొక్కుచుబోవచ్చు తోడరినమూర్మి
ధరణీశుబోడగన దాటితినన్న
అంతమాత్రమెసుమ్మ హంకారమెరుగ
అనిపల్కఁకన్నమ అటుతలపంచి
భైరవఖడ్గంబు పడవైచిధరణి

చిరునవ్వునవ్వుచు చేరిసోదరుని
ఒనరంగనెత్తుక ఉర్వికిదించి
తప్పునాయెడనుండె తమ్ముడాయనెను
బాలచంద్రుడు హర్షభావమునొంది
భ్రాతలునందాను రాజునుజూచి

తెలిసెనా? ధరణీశు తెరగెల్లమీకు
పగతీర్చికొనుటకు బవరంబుచేయ
మితిమూడునెలలని మేకొనిచెప్పె
మదిలోననామితి మరచెనోయేమొ
యెందకన్నెరుగని యీరాజచంద్రు
డవనిశాత్రవులకు నర్పించిపెక్కఁ
కానలద్రిమ్మరి కాయంబుడస్సి

నీడలనిలిచిన నీళ్ళల్లద్రావి
పాలపుకూరలుచాల భుజియించెగాన
పసరుకన్నులకెక్కె పలుకకున్నాడు
మంచిమందిచ్చిన మానునువేగ
అనిపల్కుమాటల కదరుచుగండు

(గండుకిన్నమనీఁడు బాలచంద్రుని
వాక్యంబులఁ బూర్వపక్షము
చేయుట)

కన్నప్పయల్లుని గనికోపకలన
భర్జించిఅనువైన పల్కులనియె
ఇటువంటిమాటల నేమిఫలంబు
తప్పంతమనయందు దట్టమైనిల్చె
ఏకీలినయెదవే నెరిగింతు

[illegible]
కంకణధారణ కాంచమూడవది
తెగిరణభూమిలో దిగుటనాల్గవది
తిరిమిశత్రులువచ్చి తార్కొన్నపిదప

కలయవిచారించు కార్యమైదవది
యీరైదుసేరము లెవ్వరివగును?
పంచాపరాధముల్ వైరులయందు
కలవవిచెప్పెద గ్రహియింపగడగు
సరిరాజ్యమోర్వక సంగ్రహబుద్ధి
కోడిపోరున గెల్చి కొనుటమొదటివి
వసులకుపంపుట వరుసరెండవది
కామాతజంపుట సరవిమూడవది
భట్టునుమనవారు పంపించినపుడు
వెళ్ళదోలించిన విధమునాల్గవది

సాలువమూకల గూర్చుకవచ్చి
గర్వించినిల్చిన కార్యమైదవది
ఎక్కువతక్కువ లీరీతినుండ
తెలియకధరణీశు డెగిమాటలాడ
అపరాధమంటదా యదినీతియౌనె
యెక్కువమాటల నికనాడబోకు
మనసురాకుండిన మగిడిపోవేగ

[illegible]

చుక్కలురాలిన సూర్యుండుతప్పి
పడమటబొడిచిన పాథోధిమించి
చెలియలికట్టపై చెంగలించినను
చల్లనైననువహ్ని సత్యసంధుండు
నాయునిమాటకు నమ్మికగలదు
పగవారికలుకుచు పలికితివయ్య
ఇటువంటికార్యము లెందునజరుగు
పగవానిసేనలో బల్విడిజొచ్చి
కరములుశిరములు ఖండించివైతు
దగ్ధముచేయుదు దావాగ్నిరీతి

చిన్నవాడంటివి వెలగియాకలన
అలనాడుగురిజాల నయినట్టిపగకు
చేపట్టియిల్లడ చేయగాలేదె
అపుడుబాలుడనాదు అఖిలభూపతుల
కెదిరియుద్ధముచేయ నేనిల్చినప్పు
డపకీర్తిమాటల నాడుటతగవె
వినగూడదీమాట విడువుముచాలు
అనిచెప్పిసభలోన నందరువినగ
వీరులవేశ్వర పిలిచిరోషమున
మలిదేవుసన్నిధి మంచుచుబలికె

ధీరాగ్రణీవంకి దేవరాజేశ

పట్టిచంపరగదా భయమింతలేక
శౌర్యంబునీయందు చచ్చెనాయేమి?
ముక్కుదూలముమీదఁ బొడిచినయపుడు
గుర్రుమనగలేని కోపమెన్నటికి)
శంకింపగానేల సమరంబుకదిసె
తీరనిసుద్దుల దెగజాలవేల
ధనువుశింజినిఁబాగి ధ్వనిచేసితేని 21/10
బ్రహ్మాండభాండము ల్పగిలినట్లుండు
ఎనలేనివిలు కాద విటువంటినీవు
తనయునిచావుకు తాళెదవెట్లు?
ఆవాలనాయుడా అపుడుపంతములు
పలికిననీవేల పరవశుడైతి
తలపోయగా వీరధర్మంబుమరచి
నిద్రించుచుండుట నీతియెనీకు
విముఖతలేనట్టి వీరుడవీవు
కట్టితివిదీకాశ కత్తిపట్టితివి
పగయీదలేనట్టి పౌరుషమేమి?
మితిమూపునెలఁబారె మెదలకున్నావు
నీవంటిజగజెట్టి నేజూడలేదు
మామకన్నమనీడ మగటిమియేది
శదలనికంబంబు కాలిసంకెలలు
మేటిశూరులసాటి మెచ్చనియట్టి
నమ్మినజంగిలి నాయకులార
తగుజల్లికేడెముల్ దండచక్రములు
పోగొట్టిపోరయ్య పోరుమీకేల
వీరయోధులుగదా పెనుమాలవారు
గాయగోవాళాఖ్య గలబిరుదములు
పగతురుగనకుండ పాతుడిభూమి
బాదన్నరాహుత్త పాలవమేడ
సంపెటనారన్న జయముగుబిరుద
మెక్కుడికేగెనీ వెందుదాగితివి
(జడతనిద్రించెడు శౌర్యాత్ములార
యుద్ధతయుద్ధ సూర్యోదయంబయ్యె
తరచుగాఁగల్గు కర్తవ్యముల్ గలవు
లెండు కాలంబయ్యె లెండు లెండింక)
అనిబాలుడుగ్రుడై అదలించిపలుక
విని బ్రహ్మనాయుడు వేగమెలేచి
తనయునికెదురేగి తాగారవించి
అర్ఘాసనంబున ఆసీనుజేసి
వలనొప్పదంటగ వచ్చినవారి
కొల్వుకుబిలిపించి కూర్చుండుడనిన
కూర్చుండిరందరు కూరిమిమెరయ

ఉద్వేగభరజనితోగ్రరోషాగ్ని
భస్మీకృతాఖిల పరరాజవిపిన
బ్రహ్మన్న నాతోడ బల్కకుమయ్య

వదలకరాజును వంచించినపుడె
నా చేతికత్తితో నాయకుల్ జూడ
తల తెగగొట్టుదు ధరణీశు నెదుట
సత్యంబుపల్కితి శంక నా కేల

(కొమ్మరాజు బాలచంద్రుని
కోపంబు చల్లార్చుట)

అనకొమ్మభూపతి అల్లునిడాసి
వినయంబుతో రెట్టవిడువకపట్టి
నాయన్న వినుమయ్య నలినాక్షతేజ
సంధి కార్యంబేగి శత్రులచేత
పరగజచ్చినవాడె బాలుడుసువ్వె
అరయమాసుతుడైన ఆలరాజవీవె

వచ్చిమనలజూచి వారనిభీతి
బిరుదులుత్యజియించి పిరికిపారుచును
అనుజునిలోబడి అర్చించినపుడె

తనయులవాసంబు లలసిక జప్ప

కౌగిలజేరిచి కడుబుజ్జగించి
మనసుపెట్టకుమన్న మసలకుమన్న
మామాటవినుమన్న మన్నింపుమన్న
వినిబాలచంద్రుడు వినయుడైయుండె
చలమెల్లవిడనాడి సంధిమేకొనిరి
తరువాతకొందరు దర్పముల్ మీగ
నేచేటువాటైన నేమిమాకేల
విందులుభుజియించి వేగమెపురికి
పోవలెరాజ్యంబు పూనకుడనిరి
ఇరుపక్షములవారు నింపుసొంపెసగ

పొదలిన సంతోషమున నాడుచుండి

(అనపోతు మేడపికేగుట.)

రంతలమెడపి కనపోతుచేరి
మాంచాల మేడకు మక్కువనేగి
వినయంబుతోడ ఆవెలదినిజూచి
పల్లవమృదుపాణి బంభరవేణి
కంజాతలోచన కరిరాజగమన
శంబరరిపుబాణ సాధుసమ్మాన

* 19-వ పుటలో వివరణముఁ జూడుము.

* అన్న బాలుడుపంపె అతివనీవద్ద
ముత్యాలహారంబు ముద్దుటుంగరము
కలవవి తెమ్మన్న గదలివచ్చితిని
మరచినవస్తువుల్ మాచేతికిమ్ము
త్వరగబోవలెనేను బాలునికడకు
అనఅనపోతుతో ననియెమాంచాల
యేమానవాలయ్య యీపదార్థముల

కనబ్రాహ్మణోత్తము డావెనుజూచి
కూరిమిపొంచ్పై కూర్చుండితాను
పైటకొంగొయ్యన బట్టిలాగినను
ముత్యపుచేరులు మొదటికితెగిన
అవికనలేకుంట ఆనవాలమ్మ

అనవినిమాంచాల అవునయ్యతత్త్వ
శాస్త్రముల్ వేదముల్ చదివినవాడ
వెరుగవైతివిగదా యీరహస్యంబు
కమ్ములంపిలిచిన తరితీపుతోడ
విడివడ్డముత్యముల్ వెదకికూర్పంగ

వ్యవధిలేకుంటచే బాలుడువెడలె
మాటతెల్విడినీవు మదివిచారింపు
అందుచేరణమున కరుగంగగూడ

దనవినిబ్రాహ్మణు డత్యుగ్రుడగుచు
విముఖుడైయచ్చోటు వెడలియేతెంచి

(అనపోతు శ్యామాంగి గృహ
మునకుఁ జనుట)

శ్యామాంగి యింటికి చయ్యనవచ్చి
పలికెనాయనపోతు భామతోనపుడు
ముత్యాలగళమాల ముద్దుటుంగరము
మరచివచ్చితినేను మగడినీవేగి
అడిగితెమ్మని పంపెనానవాలడిగె
కదళీఫలాలపైకల్గుచర్మంబు
ఇచ్చితిఫలమని యిదియానవాల
టన్న భామినినవ్వి అనపోతుకనియె

ఆసలేనట్టియీ ఆనవాలంది
యెందుకువచ్చితివిది పొల్లుమాట
మరచుటదాచుట మావద్దలేదు
మాయమాటలుచెప్పి మరలపంపించె
కనలేకవచ్చితిగద భూసురేంద్ర

* సోదరుఁడు. అనిన నని యర్థము కాదు.

ఆతిరు మేమేమి అరయుంటలేదు

మూకలుగూడెను ముందరిదెసను
తెలిసికొమ్మనివారు తెల్పదీవ్రముగ
అచ్చటికేగియా అవనీసురేంద్రు
డశ్వత్థతరువున కమరంచినట్టి

(బాలచంద్రుడు వ్రాసిన పత్రము
ననపోతు చదువుట.)

కాండైనపత్రిక పుటనెగనెత్తి
తిన్నగా జదివె నీతీరునదాని
శ్రీగిరీశునియాన చెన్నునియాన
మలిదేవరాజాన మాతండ్రియాన
అర్వదార్గురువీరు లందరియాన
త్రోసివచ్చితివేని ద్రోహమంటెడును

బాలునిమిత్రుల ప్రాణంబులకును
రప్పినలాగౌను తరలితివేని
ఆనలుమీరుట అదినీతిగాదు
తనసంగడీలతో తరలెబాలుండు
సాహసమునసీవు సాగిరాగూడ

దనునట్టికఠినంపు టానలుచదివి
చండాగ్నిపైనూనె చల్లినరీతి

పొమ్మన్నపనులకు పోయితిగాని
తప్పానవాలని తలపకపోతి
నిజమనిచెప్పిన నీయానవాలు
తబ్బిబ్బటంచెగ తాళిపనిపిరి
నిజమువిచారించి నీవున్నకడకు
వచ్చితివిడనాడి వడినేగినావు
వగవనేరందుకు వరగుణశాలి!
నీనాతిమాంచాల నీపొందుకత్తె
హాస్యంబుచేసినారానవాలెరిగి

వెంగలినైతిని వెలకులవద్ద
కలిమికోసమువచ్చి కలియుంటలేదు
కులమునకొదవరి కూడుటలెదు
తల్లినిదండ్రిని దాయాదజనుల
ఎడబాసినీబొందు నేనమ్మియుంటి

పగవాడనైతిని బాంధవతతికి
పాసిపోవగునయ్య బ్రహ్మన్నతనయ
కెళ్లగాబోయితి ఖిన్నునిజేసి
న్యాయంబువిడనాడి నమ్మినవాని
ఒంటరిగానుంచ నొప్పెనాచిత్త

మెన్నడుచాలావు నిసుమంతయైన
కనుగొనవైతివి కట్టిడివాడ
బ్రాహ్మణుడీశిశు బవరంబుచూచి

పాపమనగరాదు బలిమినిబట్టి
ఖండించివైచిన కలుషంబువచ్చు
ద్రోణుండుకృపుడును ద్రోణసుతుండు
సమరంబుచేయరా సాహసమొప్ప
గురువైనద్రోణుండు కూలెయుద్ధమున

ఆకిల్బిషమ్మంటె నాయేరికైన
ఈవెరుంగుదుదీని నింతిమాటలకు
నన్నెడబాసితి నాకర్మమేమొ
కాముని బలములు కదిసినమీద
బల్లియములవారి బవరంబునందు

22/10

గెలువగవలెనంచు కేరుచునుంటి
ఈతెరగాయెను హితమైనవాంఛ
నేమిసేయగలాడ నేమందువిధిని

అడవి వాల్చేసితివన్న' సోదరుని
పరవిక్రమయుద్ధ విభవంబుగనగ

భాగ్యంబులేదాయె పాపినినేను
పూర్వజన్మంబున పొందులుదీసి
యెవ్వరెవ్వరినిచే చెడబాపినానో
అనుభవింపగవచ్చె నాఫలంబిప్పు
డీవుపాసినయట్టి ఈదేహమొల్ల

దహియించుచున్నది దావాగ్నిరీతి
ప్రాణంబులిఁక నేను బట్టఁగఁజాల
తివిరివ్యర్థంబైన దేహంబువిడుతు

స్వర్గలోకమునందు బాలునిరాక
కెదురుచూచుచునుండు నెంతయువేడ్క
పుణ్యనివాసంబుపొందియుండు
అనిచింతసేయుచు నయ్యయోయనుచు
ఉన్నంతలోపల నొయ్యననపుడు

గరిగెమాడచియను కాంతయొకర్తు
వీరమేడపినుండి వీరులగలయ
చనుదానినచ్చోట చయ్యనజూచి
అంజలిచేసినా డనపోతుతెలిసి
బ్రాహ్మణుడాయిట్లు పలుకంగరాదు

తగమునీవొనరించు దండమునగ
విలయిచ్చటనుంటి కరిగింపుడనిన
అనపోతుమాడచి కనియెనావేళ
బాలునికలనికి పంపియిచ్చోట
నిల్వగారణమయ్యె నెలతరోనాకు

అన్నబాలునికిదే అంజలిచేసి
విన్నవించెదనేను వినిపింపవమ్మ

నను గూడరావయ్యా నాబాలచంద్ర
అని చెప్పి మదిలోన నధికనియతిని

ఈషణత్రయమునం దిచ్ఛనువదలి
ఇంద్రియదశకంబు నేర్పడనిల్పి
తల్లిదండ్రుల నెంచి దండంబు పెట్టి
పరమాత్మ మదిలోన పాయకతలచి
ఆడపంబువారిని అతిప్రీతితోడ

గొడుగువారిని ప్రేమ గూడగబిలిచి
వెరతురరక్తంబు వెడలుటచూచి
యీదెసనిల్వక యేగుడుతొలగి
పాపమనుచునన్ను పట్టంగబోకు
అని చెప్పి బ్రాహ్మణు డత్యంతభక్తి

ఇంటివేల్పులనంగ నేర్పడియున్న
శ్రీగిరిలింగంబు చెన్నకేశవుల
భక్తితో ప్రార్థించి ప్రభుడైనయట్టి
బ్రహ్మన్న నామంబు భావించియెంచి
సంగడీలనుచాల సన్నుతిచేసి

బంగారుజంజెంబు పాదంబుబిరుదు
మాడచికినొసంగి మన్నించినీవు
బాలునికిమ్మని పణతికిజెప్పి
తనతలగోసుకధరమీదవ్రాలె

(అనపోతు తలిదండ్రులు కుమా
రుని మృతకళేబరముఁ జూచి
విలపించుట)

కొంతసేపటికిని కొంచెము తెలిసి
కుందుచుజనుగొంచి కొడుకుపైవ్రాలి
(రొమ్ముగుద్దికొనుచు గోలుచుఁబడుచు)
తనయుండామాపుణ్య దశయిట్టులాయె
(మాయచావయ్యెను మాముద్దుకొడుక
ఇచ్చోటనుండెనా మృత్యువునీకు?
చెలువుఁడా మమ్మేమి చేసిపోయితివి
చెలికాండ్రకేమేమి చెప్పిపోయితివి
మాకోర్కెలెల్లను మంటఁగల్పితివి
కటాకటాకడుపును కాల్చిపోయితివి

మూఁడుకాళ్ల ముసళ్ల ముంచిపోయితివి
బాలచంద్రునెపుడు వాయఁగలేవు)
నాల్గువేదంబులు నయమొప్పజదివి
అఖిలదేశముల విఖ్యాతినిగాంచి
చెల్లితివా నేడు చెలికానివిడిచి

(దైవమానీకెంత దయలేకపోయె
అనిచింతనొందుచు నయ్యయోయనుచు
కంటికిఁగడవెడు గాఁగనేడ్చుచును
విలపించుచుండగ విప్రబాంధవులు

దహనకార్యము చేయ దగునంచు బలుక
గంధపుచెక్కలు ఘనకాష్ఠవితతి
తెప్పించి పేర్పించి తీర్చిరి వేగ
తగుశాస్త్రమార్గంబు తప్పిపోకుండ

(అనపోతు దహనసంస్కారము)

జాయ వెంజడి నేగ సమ్మతిరాగ
దంపతులిద్దరి దహనునికిచ్చి
చనిరి గేహములకు స్నానముల్ చేసి
అంతటమాడచి ఆయత్తపడుచు
తరచు నెత్తుటిచేత దడిసినయట్టి

(మాడచి కార్యమాపూడిలోని
శిబిరము సొచ్చుట)

రుదును జందెంబు పెట్టెలో బెట్టి
ందోళికారూఢయై త్వరితముగ
చనుదెంచి ధరణీశు సన్నిధినిలిచె
విందులు భుజియింప వివరంబుగాను
వీరులు దొరలును వేడుకమీర
పక్తినిగూర్చున్న బానసీలపుడు
ఎండినవస్తువుల్ వడ్డించిపిదప
చమురులు వడ్డించు సమయంబునందు
తరచు రక్తంబున దడసినయట్టి
జందెంబు బిరుదంబు చయ్యననిచ్చె

(రక్తసిక్తంబైన జందెము, బిరుదు
చూచి బాలచంద్రుఁడార్చుట.)

చూచినయంతనె చురికాగ్రమునను
వక్షంబు బొడిచిన ఎడువునగలిగి
బాలచంద్రుడు లేచి పగరు వినంగ
పెడబొబ్బ పెట్టెను పృథ్వీశులదర
ఒప్పివారును వీరు నొక్కటియైన

శంకింపకెదురెక్కె శాత్రవచయము
బారులపైబడి ప్రకటశౌర్యమున
బ్రహ్మప్రముఖ వీరవరులను గదిసి
అనిలోన ముందుగ హతముగావించి
తరువాత కాముని దళము పైదుమికి

కాలిబలంబుల గజవాజివితతి
పీనుగుపెంటలు వెల్లుగ జేసి
తమకించి నరసింగు తలను ఖండించి
కొమ్మభూపతికిచ్చి కులవిరోధంబు
తీరిచి పంతంబు దీర్చె దజాడు

అని బాలుడాడిన అప్పుడు తెలిసి

రాయబారులతోడ రాజులిట్లనిరి
కానున్న కార్యంబు కాకపోదిప్పు
డెక్కుడిబంధుత్వ మెక్కుడిచెలిమి
బాలునితమకంబు పట్టలేకెవ్వ
రనివీడుకొల్పిన ఆరాయబార్లు

రాముని కడకేగి కరములు మోడ్చి
వినిపింపసాగిరి విషయమంతయును
మన్నించిపితిరిమీరు మలిదేవుకడకు
విన్నవించితి మంతవీరులయెదుట
వినరంగసంధికి ఒప్పియావేళ

వీరులురాజులు వేడ్కనుబ్రాంగి
విందులుభుజియింప వివిధవస్తువులు
పచనంబు చేసిరి పత్తులుసాగె
ఇరుపక్షములవారు నింపుమీరంగ
కూర్చుండిరరలేని కూరిమితోడ

బానసీలన్నంబు పట్టుకవచ్చి
వడ్డించిచమురులు వడ్డించువేళ
గరిగెమూడచివచ్చి కలవరపడగ
అనపోతుతెరగెల్ల అపుడుబాలునికి
తెలుపగనాతడు తెంపునలేచి

బిల్పుట)

అంతటనబ్బాలు డతికోపమునను
భుజములనెగబెంచి పాదప్రగాఢ్క
ఊదుటుపంతముటాడు మన్నంతలోన
గురుతరరణలక్ష్మి గొబ్బునవచ్చి
ఆవేశమైనిల్చె నాతనియందు

కేరితమ్ములతోడ కిలకిలనార్చి
నిండుధైర్యముమీర నిశ్శంకదనుచు
కనుగొనుచుండెను కామునివాని
తమకంబు హెచ్చంగ దాపియొనగ
బవరంబునకుతాము పైనమైపోవ

సుముహూర్తమొక్కటి చూడగనప్డు
దైవజ్ఞులను సమ్మతంబుగ నడిగె
వీరాగ్రగణ్యుండు విరతసమ్మోహుండు
హాటకాచలధీరు డబ్ధిగంభీరు
దరిజయసంశీలు డైత్రముసుతుడు

సంగడీలకు ప్రాణసఖుడైనవాడు
నిర్మలుడగు బ్రహ్మనిజతనూజాత
భగవదంశముగల బాలచంద్రుండు

* గంగధార మడుగు.

సకలశాస్త్రవులకు సమవర్తివీవు

వన్నెతెచ్చితివౌర వంశమంతకును
నను జేరరావయ్య నమ్మినవాడ
మేటియొజ్జలలోన మేటివైనట్టి
కమ్మరపట్టి నాకడకురావయ్య
తగవింజమోజుకు తనయుడవైన

కంసాలచందు! దగ్గరకురావయ్య
గురువైనబిరుదుల కుమ్మరపట్టి
మరియుచాకలచందు మంగలమల్లు
నమ్మినమిత్రులు నను జేరరండి
అనియిట్టులార్వర అతిభక్తిబిల్వ 23/10

సంతోషమునబాలు సన్నిధికేగి
వరుసతోమ్రొక్కిరి వదనముల్ వాంచి
తరువాతబాలుడు ధైర్యచిత్తమున

(బాలచంద్రుఁడు వీరులకు నిజ
మనోరథంబుఁ దెల్పుట)

వీరనాయకులను వేడుకజూచి
విన్నవించెనుశౌర్య విభవంబెసంగ

కామంబుక్రోధంబు కడకేగనెట్టి
కామభూపతిగెల్తు గదనంబునందు
సత్యవ్రతోత్సాహ సాహసులార
నిర్మలగుణయుక్త నిశ్చలులార

జయులారదేవాంశ సంభూతులార
ధర్మమర్మవిచార తత్పరులార
విజ్ఞానశోభిత వీరాత్ములార
సజ్జనావనులయి జగములలోన
వీరకార్యంబుల వెలసినయట్టి

అరువదేగురుమేటి అయ్యలుమీరు
మీబంటుబ్రహ్మన్న మితిలేనిగరిమ
పూర్వమొనర్చిన భుజవిక్రమములు
విందుముమీరెల్ల వినిపించుచుండ
బ్రహ్మన్నకెదిరెడు పగవాడుగలడె

అటువంటిబ్రహ్మన్న కనుగుపుత్రుడను
భీతిచెబగరకు బెదరను నేను
తాతతండ్రులకును దగుమామలకును
కడుపిన్ననని మీరు గారాబమలర
ఎత్తిముద్దాడుట యీమేలుమీది

[illegible]
ప్రలినతీర్పకయున్న బాలుడగాను
నావుడువిని వీరనాయకులనిరి

(వీరులు బాలచంద్రుని వారించుట)

వలదు బాలుడ చిన్న వాడవునీవు
సన్నుప్రుపని కాదు సమరకార్యంబు

దళము విస్తారంబు తగదుశౌర్యంబు
పసుచువాడవునీవు పటిమకొంచెంబు
వలనొప్పశీలము వారికందరికి
సంతానమే లేక సంతోషమెడలి
పండ్రెండువర్షాల పరిమితిగడచె

మాచెర్ల చెన్నుని మన్ననపడసి
ఐతాంబనినుగనె అధికమోహమున
సంతతివృద్ధియై జరుగంగనిమ్ము
సమరంబునకునేగు సాహసమేల
మీతలిదండ్రుల మిగులమన్నించి

మమ్మాదరించియు మామాటవినుమ
బంచు బల్కినవారి కనియెబాలుండు
కడుతెంపుమీరగ గలకలనవ్వి

అనఘులు మనుగులో అందరుమీరు
స్నానముల్ చేసి ప్రశస్తివహించ
భక్తిలింగంబుల పట్టుకవచ్చి
ధరణిప్రతిష్ఠించి ధైర్యంపత్తి

అన్నంబువెసముట్టి ఆరాజుచేత
విడియముల్ గొన్నట్టి వీరులుమీరు
ప్రథమతాంబూలంబు పట్టితినేను
వీరులునాయకుల్ వేడుకజూచి
శ్రీరణమొనరింతు వెన్నుడు మెచ్చ

ఎంగిలిపోటగు విప్పుడుమీకు
సురలోకవైభవస్ఫూర్తినాకగును

(బాలచంద్రుడు తన పూర్వ
జన్మముల వృత్తాంతము
తెల్పుట.)

బాలుడీతండని పలుకగరాదు
నాపూర్వమంత విన్నప మొనరింతు
వీరనాయకులార విఖ్యాతులార

వినుడుచెవులనొగ్గి విశదముగాంగ
ఉరుతరనగరమయోధ్యబాలించి
చనినట్టియాహరిశ్చంద్రభూపతికి
చంద్రమతికినేను జనియించిమించి

ఘ్రి

నాడుబాలుడగానె నాయకులార
యేలెడుశివకంచి యేకామ్రపతికి
చిరుతొండనంబినా చెలగుభక్తునికి
శెంకెలశిరువను సీమంతినికిని
సిరియాళుడనబుట్టి చెన్నొందినాడ

తలిదండ్రులపుడు నిర్దయశమర్దించి
యిష్టభోజనముగానే మీశ్వరునకు
నిన్నియ్యమంటిమి నీవేమియందు
వనినచ్చుప్రశ్నింప నౌనుగాదనక

నాడుబాలుడగానె నాయకులార
కిష్కిందనేలెడు కీశాధిపతికి
తారకంగదుడనై ధరబుట్టినాడ
రామచోదితుడనై రావణుకడకు
రాయబారిగనేగి రాక్షసుల్ గ్రమ్మ

వారివిఖండించి వడిచూపినాడ
నాడుబాలుడగానె నాయకులార
రఘువంశమునయందు రామచంద్రునకు
కుశుడనైపుట్టితి గురుశూరుడైతి

[* హరిశ్చంద్రపుత్రుడు రోహితుడని

"तस्य ह पुत्रो जज्ञे रोहितो नाम" (ऐ. ब्रा.)

అనేశ్రుతి చెప్పుతున్నది ఇట్లానే

"....पुत्रो जातस्तु रोहितः' (श्री. भा. न.)

అని శ్రీభాగవతకారుడు.

ఈకథయొక్క విస్తరం మార్కండేయపురాణంలో కలదు మార్కండేయ పురాణప్రతుల్లో రోహితాస్యుడని, రోహితాశ్వుడని రెండు పాఠాలు ఉపలబ్ధం. మారనాదులకృతుల లోహితాస్యుడనే పాఠం రలల అభేదాన్ని అనుసరించినది]

చెప్పశక్యముగాదు చెప్పనియ్యాన
శిక్షరక్షజన్మమం దొప్పవిక్రమము
శ్రీపురాణంబులు చెప్పచునుండు
కలియుగంబుననిప్డు కడసారికేచు
కుంతాలవారింట కూరిమిమీర

బ్రహ్మనాయునికిని పడతిఐతమకు
బాలుని పేరిట పల్నాటిలోన
జననమొందినవాడ సమరశూరుండ
పేర బాలుడుగాని బిరుదు మగండ
పగవారిగొట్టని బ్రతుకదియేల?

తలిదండ్రులను బ్రోవ తనయుడెకర్త
మానంబుదక్షత మగటిమిమించ
ప్రబలింపగలవారు బాలురేసుమ్ము
బాలురె పెద్దలు బల్లిదుల్ వారె
బాలురకే వృద్ధిపరికించిచూడ

పెద్దలుమతిచెడి పిరికిపారుదురు
పాంచభౌతికదేహ పటిమక్షీణించు
మనసుచలించును మాటిమాటికిని
ధైర్యంబుతగ్గు నుత్సాహంబులుడుగు
వయసుమీరినవేళ వచ్చునాబలిమి

కీర్తికైనను నపకీర్తికైన

అనియిట్టులాబాలు డాడినమాట

(బ్రహ్మనాయుడు బాలచంద్రుని
సాహసము వారించుట)

వినితండ్రులెల్లరు విశ్వాసమునను
గాఢంబుగాగ్రుచ్చి కౌగిటజేర్చి

బాదన్న మొదలైన భ్రాతృవర్గంబు
వేరుచింతలుమాని వినుచుండగాను
బాలచంద్రునితోడ బ్రహ్మన్నపలికె
నాఆత్మనందన నాకూర్మిపట్టి
పుట్టినదాదిగ బుధులచుగొల్వ

ఇట్టిధీరత్వంబు నీదిట్టతనము
పరికితినికబ్బె నిదియెమిపంత
ఒకబుద్ధిచెప్పెద ఒప్పుగవినుము
ఘోటకంబులు మేటి కుంజరావళులు
కాల్బలంబులు ఘనఖడ్గతతి

కుంతంబులును గండ్రగొడ్డండ్లు గదలు
ముసలముద్గరములు మొనలకఠార్లు
చక్రతోమరములు శార్ఙ్గసంఘంబు
ఛురికలుబాణముల్ శూలచయమ్ము
మొదలైనశస్త్రాస్త్రములనెల్లజూచి

విఘ్నమ్మొనర్తురు విమరణవేళ
* పార్థుడంతటివాడు ప్రధనరంగమున
కర్ణునిరాకడ గనిభీతినొంది
బ్రతికితేశుభములు పడయంగవచ్చు

అరదంబుమరలింపు మయ్యశ్రీకృష్ణ
అనివిన్నపముచేసె ఆశ్చర్యభంగి
ఇతరులమాటలికేల వచింప
ఆమీదపౌరుష మంతయుంబోవు
అన పల్కు విని బాలు డల్లనవ్వి

(బాలచంద్రుండు నిజశౌర్యంబు తండ్రికిం దెల్పుట)

తండ్రితోననియెను ధైర్యంబుమీర
వారిధిలంఘించు వడదాటుగాక
బాలుడుచిల్లర బలముపైబడడు
రామునితమ్ముని గదిసిమర్దించి

తలగోసితెచ్చును ధైర్యంబెసంగ
అనుచుబాలుడుపల్కె నందరువినగ
తరవాతనాయుండు తనయునిజూచి

(బాలచంద్రుండు యుద్ధమునకుం బోవుటకు సమ్మతించి బ్రహ్మనాయుండతనికి రణధర్మంబుల నుపదేశించుట)

వినుబాలచంద్రుడ విశదముగాగ
ధరలోననాపేరు దశదిశలందు

---

* [ఈవాక్యాలు

'जीवन् प्राप्नोति पुरुषः सङ्ख्ये जयपराजयौ ।
मृतस्य तु हृषीकेश भङ्ग एव कुतो जयः ॥
एष कर्णो रणे भाति मध्याह्न इव भास्करः ।
निवर्तय रथं कृष्ण जीवन् भद्राणि पश्यति ॥" (म क)

అని అర్జునవచనంగా చెప్పబడిన పద్యాలననుసరించినవి

ఇట్లాటి అభిప్రాయాన్నే-

" विनाशे बहवो दोषा जीवन्भद्राणि पश्यति । " (रा-सु)

అని అశోకవనస్థుడైన హనుమంతుడి చేత వాల్మీకి విశదం చేయిస్తాడు.]

మిలలోనమనలావు సెన్నలేరెవ్వ
(రాజియనంగ నేమనితలంచెదవు)

(యుద్ధరంగ తత్త్వము.)

శౌర్యంబునకు బాదుస్వర్గంపుద్రోవ
యెల్లసుఖంబుల కిదిపట్టుగొమ్మ
* యిదిముక్తిసోపాన మిదిమూలధనము
(ఆగర్భశూరుల కాటప్రదేశ)
మిది దేవవితతుల సెన్ననామేలు
హెచ్చైనవీరుల కిదిపుట్టినిల్లు
(ధర్మసంరక్షణార్థంబయి బుధులు 24/10

కదలకరక్తంబు కార్చుచుచోటు)
పటుకీర్తినొందించు బ్రహ్మాండమందు
ఇదిసమరావని యిదిపుణ్యభూమి
శ్రీకంఠుశిరసంటి చెప్పెదనీకు

[illegible]
చతురంగబలములు చాలుపచ్చోట
పూర్వంబుమనతోడ పోరాడలేక

చిక్కిచెప్పినయట్లు చేయుచునుండి
పగవారిలోజేరి పరతెంచినారు
జడియకల్లురు సమరంబునందు
కన్నెకయ్యంబిది కనిపెట్టిపోరు
సలువంగవలయును సత్కీర్తివచ్చు

తలపడునప్పుడు తలకకుమన్న
అలుగులదీప్తికి అలుకకుమన్న
వారణధ్వనివిని వడకకుమన్న
శరములదీప్తికి జడియకుమన్న
సమరకాలంబున జంకకుమన్న

మొనచెడరణములో మురియకుమన్న
బిరుదులుజారిన బెదరకుమన్న

---

* [ఈతీరుగానే

"इदं व: क्षत्रिया द्वारं स्वर्गायापावृतं महत्,
गच्छध्वं तेन शक्रस्य ब्रह्मणः सहलोकताम्." (म. भी.)

అని భీష్ముడు వీరులకు ఉపదేశిస్తాడు. శాస్త్రధర్మాలసందర్భంలో యుద్ధప్రశంస శుక్రనీత్యాదులందు దృష్టం.]

నరసింగుపై కేగు నాతూర్మిసుతుడ
జయముచేకొనదగు సాహసస్ఫూర్తి

అనినీతిగా జెప్పి అపుడు బ్రహ్మన్న
తగినట్టికర్పూర తాంబూలమిచ్చి
శంఖతీర్థమొసంగి జయమొందుమంచు
పంపింపతనతండ్రి బ్రహ్మనాయునికి

(బాలుఁడు యుద్ధరంగమున
కేగుట.)

దండనమస్కృతుల్ తాజేసివెడలె
ఆవేళరణభేరు లదికమైమ్రోసె
ఢక్కాఢమామికల్ * డంగురంబులును
పటహాశంఖంబుల పటుతరధ్వనులు
బహుళమైమిన్నంద బాలచంద్రుండు
సమరభూస్థలినుండి సంతోషమలర

సూర్యభైరవులాది సురలకుమ్రొక్కి
దిక్పతులార ఓ దేవతలార
కనుగొనుచుండుడి కదనరంగంబు
చేసెదసమరంబు చిత్తముప్పొంగ

ఘనమైనగజముపై గ్రక్కుననెక్కి
సమరరంగమునకు చనుదెంచువేళ
చొక్కచువ్వలవారు సూరెలవారు

నిల్చిరిపదివేలు నిండుశౌర్యమున
బల్లెముల్ పట్టుక బలువైనబంట్లు
గజముముందేగిరి గాఢధైర్యమున
విలుకాండ్రు నాలుగువేలసాహసులు
బాణతూణీరముల్ పరగధరించి

వడితోడరణరంగ వసుధదార్కొనిరి
అశ్వమ్ములైదువే లరుదెంచెధాటి
భూరిమాతంగముల్ భూధ్రంబులట్లు
బృంహితధ్వనులతో పెల్లుగనడిచె
శూలశరోద్వృష్టిశోభిల్లుచుండు

వీరులువచ్చిరి విచ్చలవిడిని
కడమబలంబులు కాదులెక్కింప
పటువిక్రమస్ఫూర్తి బలమిట్లువెడలె
ధ్వజములు పడిగెలు దట్టమైకదలె
బిరుదుఛత్రంబులు పెద్దటెక్కెములు
సాంద్రమైయుండెను జగదీశునెదుట
ప్రబలమైవాద్యంపు పటలిమ్రోయంగ

* వీరణము.

…యునియాయ్చచు కుప్పించియెంరికి
బలముపైవ్రాలెను పౌరుషాధికత
కుంతముల్ చేనంది గదలుగాబొడిచి
కత్తుల చేతలల్ ఖండించివైచి

(బాలచంద్రుడు భీమంబగు
సంగ్రామం బొనర్చుట.)

మణికట్లదునుమాడి మస్తకవితతి
ధరమీదనొరగంగ దట్టించినరకి
మోచేతులెడచేసి ముక్కలుచెక్కి

ఫాలంబులంజింపి ప్రక్కలగోసి
దౌడలూడగనూకి దండముల్ ద్రుంచి
కనుగ్రుడ్లుపగులంగ కర్ణముల్ వ్రాల
బలువైనరొమ్ములు పరియలుగాగ
తొడలెల్లతునుకలై తూగాడుచుండ

జానువులూడంగ జంఘలువిరుగ
చీలలుపట్టేది చీకాకునొంద
ఈరీతిగొంతసే పీప్సితమదర
అనుజాలతోగూడ ననిచేసిదప
దంతావళంబుల దట్టంబుచూచి
బాలుడుకోపంబు ప్రకటంబుగాగ
కాదమసింహాముభంగి కుప్పించియెగిరి

[illegible]
ఘనపదంబుల దున్మి కంఠముల్ నరికి

కొంతసేపిమ్మాడ్కి ఘోరశౌర్యమలర
సమరంబుగావించి జవనాశ్వవితతి
చక్కాడపైబడి సాహసగరిమ
ఖడ్గకుంతంబులు కరములబట్టి
పైనున్నరాహుత్తపటలిని చంపి
తొడిగినజోడంగి తునుకగజేసి
సింగిణివిండ్లను చిదుకలొనర్చి
బాణతూణీరముల్ భగ్నముచేసి
ఖడ్గఖేటకములు ఖండించిమించి
మెడలురెండుగజేసి మేనులుచించి

యెదురురొమ్ములలెస్స యీటెలగ్రుచ్చి
కొంకులుతెగగొట్టి ఖురములుచెక్కి
చాలసేపీగతి సమరంబొనర్చి
బలమెల్లనీలాగు భంగంబునొంది
కంఠముల్ దెగిపడ గ్రక్కునచురికి

(నలగామరాజు సైన్యము
కలతనొందుట)

పడితన్నికొనిచచ్చు బలసమూహంబు
మస్తకంబులుపోయి మహిమీదమడిసి

కడిమి చేబల్లెంబు గట్టిగాబట్టి
అహమహమికతోడ అరుదెంచగడగి
సంచలింపనిదీర్ఘ సాహసఘనులు
మూల్గుచు చచ్చెడు మహాయోధవరులు
బాలునికన్గొని భయమందిబెగడి
పారిపోయెడుపంద భటసమూహంబు

పారిపోవగలేక బ్రతుకుపైనాశ
బ్రతిమాలుచుండెడు బలనిచయంబు
లిటువంటిజగడంబు లెన్నడెరుంగ
మేలాగుపోదు మన్యేడ్చెడువారు
ఆలుబిడ్డలబాసి అన్నంబుకొరకు
వచ్చితిమీనేల ప్రాపెను మృత్యు
వనిదుఃఖమొందుచు నసురుసురంచు
వేగమెప్రాణముల్ విడిచెడువారు
బహుదినంబులు మేము పాలేరుచేసి
మునికొల్లలెల్లను ముంజూర్లదోపె

కూతులుదిట్టిన పడలేకవచ్చి
చచ్చుచుంటిమీ సమరరంగమున
పారిపోనిచ్చిన బ్రదుకుదుమయ్య
అని మ్రొక్కుచుండెడు అతిదీనభటులు
బోయవారము మేము పూర్వంబునందు
మనియంజలియొనర్చి యవమాన మొంది
మగసిరివిడిచిన మానహీనులును
వీలుచిక్కనరణ వీరులవదలి
పోయెడునట్టి దుర్బుద్ధియుక్తులును
చచ్చినవిధమున సమరోర్వియందు
పలుకకయూరక ప్రాలెడువారు
చనలేకభంగమున చచ్చినవారి
మీదద్రోసుకయుండి మెదలనివారు

చచ్చినగజముల చాటునదాగి
పందతనంబున పడియుండువారు
పెండ్లాలదలచుక బిట్టేడ్చువారు
వల్మీకములమీద వసియించువారు
గడ్డిలోజొరబడి కదలనివారు
ప్రేళ్ళచీకెడువారు వెన్నిచ్చువారు
(వెండ్రుకల్ విప్పుక విదిలించువారు
నీవారమనిపల్కి నిల్చుండువారు
ఆయుధాల్ పడవైచి యడ్కెడువారు
పడలేకచతికిలబడి యుండువారు)

బవరంబులోగూలి ప్రాణజాలంబు
విడిచియుఖడ్గముల్ విడువనివారు
భయదమైయిబ్బంగి పరికింపరాక
సమరరంగము భయజనకమైయుండె

తనువునబాణముల్ దాకకుండంగ
భ్రమణనైపుణ్యంబు బల్విడిఁజూపె

పరతెంచువిశిఖముల్ పాయగొట్టుచును
ఖడ్గమాడించుచు గర్జలొనర్చి
అట్టహాసంబున నావిలుకాండ్ర
పైకేగి ధనువుల భంగంబుచేసి
శింజినులెల్లను జిదురుపల్ చేసి
తూణముల్ శరములు తుమురుగాగొట్టి
మట్టుపేరెమువారి శూరతమెరయ
పండతరిగినట్లు వడిమేనులెల్ల
ఖండించియముజేర గ్రక్కుననంపె
చొక్కుచువ్వలవారు శూరతహెచ్చ

పంచుకపైకుర్కి వచ్చుటచూచి
బాలుడువెసనార్చి పకపకనవ్వె
తమ్ములుతోడు రాదంటయైతొడరి
కుప్పించిపైఁబడి గొడ్డండ్లతోడ
చెరకులుసరికిన చెలువుఘటిల్ల

తలుగులనీటెల నన్నింటిదునిమి
శూలంబులంబోడ్చి సురియలగ్రుమ్మి
గండ్రగొడ్డండ్లతో గనెలుగాగొట్టి
బాకులదొమ్ములు పరియలుచేసి
గదలచేశిరముల గడునుగ్గొనర్చి

(పారిపోవుచున్న సైన్యమునకు
నరసింహభూపతి ధైర్యవాక్య
ములు చెప్పుట)

పారెడువారికి బలుకంగసాగె
విరిగిపోవుట యిట్లువీరధర్మంబె
బాలురకనుగొని పరువిడనేల
మిమ్ముగాచినవారి మేలెత్యజింప

(బలిమిమీనరముల బారురక్తంబు
రాజాన్నవర్ధిత రక్తంబుగాదె
ధూర్తులైనృపునకు ద్రోహంబొనర్చ
నమ్మినరాజును నట్టేటముంచి
పోవుటయేనీతి పుణ్యాత్ములార
తనువులస్థిరములు ధనములుకల్ల
కీర్తియొక్కటి బునిఖిలముగానుండు
ధైర్యహీనత వీరధర్మంబుమాని
భంగురంబై మలభాండమైనట్టి
దేహంబుకొరకు సత్కీర్తిపోనాడి

విరిగిపోయెడునట్టి వెఱ్ఱులుగలరె
వీరసింహములకు వినుతినిగాంచు
సమరరంగంబులే సంచారవనులు
చచ్చిన బ్రతికిన సౌఖ్యమచ్చటనె

పరకాపువాండ్లక వచ్చుటలయి
సమర కార్యమునకై చనుదెంచినాము
వచ్చిన కార్యంబు వరదలో గలిపి
బంధులుమిత్రులు పగవారునవ్వ
పోవుటనీచతపుట్టదన్నంబు

పోవద్దురాజాన పోయితిరేని
అనియిట్లుపల్కిన ఆబలంబెల్ల
పారిపోవకరోష భరితమై నిల్చె
బాలచంద్రుండంత భ్రాతలగూడి

(నలగామరాజు సైన్యంబు బాల
చంద్రునిపైఁ గవయుట)

అట్టహాసము చేసె అరి సేనలపుడు
జడిసిగుండెలు వ్రీల చలనంబునొంది
ధైర్యంబువహియించి దర్పముల్ మీర
కదంబచక్రంబులు గండ్రగొడ్డండ్లు
పెద్దఏసురియలు భిండివాలములు
బల్లెముల్ కుంతముల్ పరుశూలచయము

శౌనికరంబుల తీవ్రకోపులై వచ్చి
మిడుతలుమంటపై మిడిసిపడ్డట్లు
బాలునిదాకిరి భయదూరులగుచు
విక్రమాటోపత వెలసిబాలుండు

వారు ప్రయోగించు వరశస్త్రవితతి
బహువిధంబుల ద్రుంచె భంగముగాగ
ఒకబంటునొకకాలు నొయ్యనబట్టి
యొకబంటుతోడపట్టి హుంకరించుచును
ఇద్దర ముగ్గర నేకకాలమున

కుంతంబులంజిమ్మి కూలజేయుచును
బాణంబులంగ్రుచ్చి పట్టియెత్తుచును
కత్తులతో తలల్ గట్టిగానరకి
వ్రయ్యలైతనువులు వసుధపైబడగ
కటిదేశములయందు కత్తులువేయు

తునకలైభూస్థలి దొరగుచుండె
కుంతంబులెడ గ్రుమ్మికూల్చెడువేళ
నెత్తురుభూమిపై సింధుగపారె
ఎదురులేక సమర మీగతిచెల్ల
కనుగొనినరసింగు కంపంబుగదుర

తలయూచి శ్రీహరి దలచినెమ్మదిని
వ్రేలిడిముక్కుపై వెరగందియుంది

(బాలుఁడు శత్రుసైన్యంబులఁ జాప
కట్టుగఁ గూల్చుట)

ఇతడుబాలుండని యేలాగుపలుక
శూరతదళముల సుడివడగొట్టె

గుదిగ్రుచ్చెగొందరగూల్చె కొందరను
సంగరమీరీతి జరుగుటకతన
ఖండనరంగంబు బయలగుచుండె
మదగజవ్యూహంబు మావంతులపుడు
తివిరిధీరతతోడ దీకొల్పియార్చి
దట్టంపుశరవర్ష ధారలుగురియ
బాలచంద్రుడు కోపభరముతో అపుడు
అనుజులతో గూడి అధిక వేగమున
కదిసిఖండించెను గజసమూహమును

తునుమాడిదంతముల్ తుండెముల్ చేసి
శూలంబులంగ్రుమ్మి సురియలబొడిచి
పట్టిసంబులగొట్టి బాకులమొత్తి
గదల వేకుంభముల్ ఘాతలుచేసి
చరణముల్ తెగిపడ శాతఖడ్గముల
కొట్టినకూలెను కొండలరీతి
వినువీథి దేవతల్ వేడుకచూచి
ఆశ్చర్యమొందిరి హర్షంబులెసగ

(బాలచంద్రుఁడు నరసింహుని తల
యనుకొని వేరొకని తలగోసి
తండ్రియొద్దకుఁ గొంపోవుట)

ననమంగనొక వెల్ల గజముపైనెక్కి
కూల్చెనుభూమిపై కొండచందమున
పైనరుడెవ్వడో భావింపలేక
నరసింగువీడనినమ్మి చిత్తమున
తమకంబుచేవాని తలతెగగోసి

తనచేతబట్టుక తమతండ్రికడకు
బాలుడువచ్చెనె ప్రజ్వరిల్లుచును
సమరరంగము మీద చక్కగనుండె
ఘనమైనసెత్తురు కాల్వలైనిలిచె
తెగిపడ్డగజములు దీవులైయొప్పె
నరకినతురగముల్ నక్రంబులాయె
పొర్లాడుశిరములు బుద్బుదపటలి
(టెక్కెముల్ గొడుగులు డిండీరవితతి)
కలిగినపుచ్ఛముల్ కచ్ఛపరాజి
మేటినేత్రంబులు మీనవారంబు

దీర్ఘశిరోజముల్ తీరైననాచు
మెదడునుమాంసంబు మించినబురద
తరచైనయీటెలు దర్వీకరాళి
పొడియైనభూషణ పుంజంబులెల్ల
సైకతనిచయంబు సరవివర్ణింప
ఇటువంటిరణరంగ మీక్షించికొనుచు
చనుదెంచిపోవాన సంయుక్తమైన

[illegible]
తరలెనుబలముల తానెత్తుకొంచు

తెలియలేవైతివి ధీరాగ్రగణ్య
అనిపల్కగాబాలు డాగ్రహమంది
వీరులకెల్లను వినతిగావించి
కడువేగమునవచ్చి కలిసెశత్రులను

(ఇరుపక్షములవారు సంకుల
సమరంబొనర్చుట)

అటమున్నె నరసింహు డధికబలమ్ము
తెచ్చుకమొనచేసె ధీరతనెదుట
మదగజంబులపైకి మత్తసింహంబు
లురుకెడువిధమున ఆశ్చర్యలీల
ఫౌజుపైపడచిరి బాలురార్వురును
సుధేశుతమ్ముడు వారలజూచి
తనవారికెల్లను తాసైగజేసె
క్రమ్మిరివిలుకాండ్రు ఘనులపైనపుడు
బాలుడుమొదలైన బాలవీరులను
నారులవిండ్లను నలినలిచేసి
తొనలునుబాణముల్ తునుకలుచేసి
వెరవకయుండిరి వీరులపైకి
కదిసిమూకలువచ్చి కదనమధ్యమున
వ్యాఘ్రంబుగోవుల పడిదాకినట్లు
సేనలపైకేగి చెండాడిమరియు
చెక్కులముక్కుల చేతులమెడల
కన్నులవెన్నుల గడ్డాలతలల
ఘనమైనకత్తుల ఖండించిమించి
కుంతములంబొడ్చి శూలంగ్రోసి
చక్రసంఘముచేత చక్కగాజేసి
ఎదురెవ్వరునులేక యీతీరుసల్పి
చావకట్టుగగూలె సకలబలంబు
అంతకంతకుయుద్ధ మగ్గలంబాయె
అప్పుడుబాలుడా యనుజులకనియె
దళముపైబోకుడి దట్టించిమీరు
కామేశుతమ్ముని కనుగొనివత్తు
అనుచునతడుబోయె నడుగుచురిపుల

(బాలచంద్ర నరసింహభూపతుల
ద్వంద్వయుద్ధము.)

అనుగుభూపతిపుత్రుడా నరసింహు
డెక్కడనున్నవా డేడిరావాడు
బాలచంద్రుడువచ్చు పటిమవీక్షించి
ధాకకుభయపడి డాగెనోలేక

[illegible]
గరిమబ్రహ్మానపట్టు ఘనమంతమునను
ప్రతివచ్చు * సామంత రాగోలపట్టి
కటియందుగట్టిగ కాసెబిగించి
ఆంజనేయునిభంగి అటచౌకళించి
కిలకిలనార్చుచు కేరళవిభుని
పొడిచిత్రోసెనువేగ భూమిపైబడగ

కర్ణాటభూమీశు కలనిలోజంపె
మాళవమహీనేలు మనుజేశుశిరము
చిదిమినట్టుగద్రుంచె చిత్రంబుగాగ
బర్బరధరణీశు బాహులనరికి
సమవర్తికడకంపె శౌర్యంబువెలయ
కరిపైనినుండిన ఘనునరసింగు
పైబడెసాహస పాటవమొప్ప
దంతినికవియించె ధరణీశ్వరుండు
బాలచంద్రుడు కోపభరముతో పిదప
తండ్రినిబోలిన తనయుడుగాన 26/10

కడుఉన్నతంబైన కరిపైకివడిగ
కుప్పించిదుమికి అకుపలయేశ్వరుని
బుజమునపొడిచెను భూమీశుడలిగి
ఐతాంబపుత్రుని అసిధారగొట్టె
తప్పించికొనియంత ధరణీశు సేనె

[illegible]
అంకుశంబునపొడ్చె అదిబాలచంద్రు
భేదింపజైటికి ప్రేవులువెడలె
బాలచంద్రుకురోష పాటవమెసగ
సామంతరాగోల చక్కగబట్టి
వక్షఃస్థలంబున వడితోడగ్రుచ్చె
గాడిపీపున వెళ్ళె గ్రక్కున అలుగు
మొగలిపూభంగిని మొనచందమమర
అప్పుడు నరసింహు డాత్మనిశ్చలత

మాచెర్ల చెన్నుని మదిలోనదలచి
అనుగుభూకలనాథు నాత్మలోనెంచి
శీలమ్మనాయుని చింతించిపొగడె
ఊర్ధ్వమార్గంబుల నొయ్యనసెక్కి
బ్రహ్మరంధ్రంబున ప్రాణంబులేగె
కుంభికుంభముమీద కూలెనారాజు

(బాలచంద్రుడు నరసింహభూపతి
తలగోసికొని తండ్రియొద్దకేగుట)

కనిబాలచంద్రుడు కడుదుఃఖమొంది
వలగొనిముమ్మారు భక్తితోమ్రొక్కి
అనుగుభూవరపుత్ర అంగజగాత్ర
ఊర్వీశతనయ అయోధ్యనివాస

* 1 ఆయుధ విశేషము.

పట్టిచంపితిగాని పాపంబెరుంగ
అనిఖేదమొందుచు ఆయత్తపడుచు
కత్తితోతలగోసి కరములబట్టి
అనుజులతోనిట్టు లపుడుపచించె
నరసింగుతలనిత్తు నరనాథునెదుట
ఇచ్చోటనిల్వుడి యెచటికిపోక
అనిచెప్పితమ్ముల నచ్చటనిలిపి
ఒకచేత ప్రేవుల నొయ్యనెత్తి
సామంతరాగోల చంకనబెట్టి
తనతండ్రి తావుకు తలగొనిపోయి

(నరసింహుని శిరస్సుకనుఁగొని
నాయకులు విలపించుట.)

సోపానములమీఁద చులకగనెక్కె
నాయుడుగనిలేచి నయముకన్పట్ట
రసింగువచ్చెను నాయకులార

యెదురుకొందమటంచు నేతెంచిభక్తి
నరసింగుశిరమును నమ్రతగొనియె
తపనీయపీఠిపై తలయుంచిమంచి
ఘనదేవభవనముల్ కట్టించినట్టి
ధర్మసేనుండు మాతండ్రిపాదముల
కడకేగమీకిట్లు కారణమాయె
* అనుచుశోకమునొందె అనఘుడుబ్రహ్మ
విలపించు ఆతని విధమువీక్షించి
తనమదిఖేదంబు తాబట్టలేక
నరసింగుశిరమును నయముగబట్టి
కన్నులఆశ్రువుల్ గడ్డానజార
ప్రబలశోకముబొందె బాదన్నరౌతు
తండ్రిచచ్చినవెన్క దంటయెకూర్మి

ఉండమికొన్నినా ళ్లుర్వీశతనయ
వెగటుమృత్యువున వెంబడిబడియె
చెన్నదుకులమును చెల్లించెనేటి
కనిబాదరాహుత్తు డడలెచింతించి
కొమ్మరాజుపగచె కొలువెల్లనడలె
సుంకర్లువగచిరి శూరులేడిచిరి
గండువారలవంత ఘనమయియుండె
కమ్మవారందరు కడుచింతపడిరి

---

* [రావణమృతిప్రకరణంలోని

"शोकवेगपरीतात्मा विललाप विभीषणः"
"मरणान्तानि वैराणि"

అనే రామాయణోక్తులు ఇట్లాటిసందర్భాన్నే తెలుపుతున్నవి.]

విభునకు సేనకు విధివైతివకట

(బాలచంద్రుడు బ్రహ్మనాయుని
కపటకార్యంబుల నెన్నుట.)

అనిపల్క వినిబాలు డతులరౌద్రమున
పలికెనందరువిన బ్రహ్మన్నతోడ
వెడవెడయేడ్పులు వేగచాలింపు
కొల్వులోమామామకొమ్మభూపతికి
అలరాజుఁగకయి అప్పగించితివి
నిస్స్వభావంబింక నేవివరింతు

పోగొట్టితివికోడి పోరునభూమి
నినునమ్మివచ్చిన నీమేనమరది
ప్రాణంబుకొన్నట్టి పాపాత్మకుడవు
చెలువుచూడగబంప చెవులరాయనను
చండకర్ముడవయి చంపించితీవ
ఘను వేంకజోదును కలనికిబంపి
మందలోచంపితి మాయయొనర్చి
యింటువంటినీచేష్టలెన్ని వర్ణింతు
అనినమాటలు బ్రహ్మ కలగులైతోచి
బాలచంద్రునికనె ప్రకటముగాగ

వెన్నిచ్చివచ్చితి విమతులకీవు
వెన్నిచ్చివచ్చెడు వీరుడగాను

అప్పటిరణకర్మ మెవియేపొగడ
వాణీశుడైనను వర్ణింపలేడు
కమ్మరకాచన్న కడుశౌర్యఘనుడు

కాంక్షించితనపాలి కామాక్షిదలచి
పరదళంబులమీద వ్రాలిఖండించి
కడసారిమృతినొంది కలనిలోగూలె
శత్రుసైన్యమునకు సమవర్తియైన
మంగలకులమల్లు మహితవిక్రముడు
తురగసంఘంబును తునుకలుచేసి
కదనంబులోబడి కాలునిజేరె
కోరాడుచుండిన కుమ్మరపట్టి
విశ్రుతంబుగజాత వేదునిబోలి
పరదళవిపినంబు భస్మంబుచేసి

గురుదేవతలమది గూర్చిప్రార్థించి
హతశేషభటులచే అనిలోనమ్రొగ్గె
చాకలచందన్న సాహసాఢ్యుండు
పాతాళగంగను భావమందుంచి
ప్రకటధైర్యవిలయ పవనునిచేత
దుష్టశత్రువులను తూలికలట్లు
ఆకాశపథమున కరుగంగజేసి
బవరంబులోవ్రాలి ప్రాణముల్విడిచె
సమరంబులోజొచ్చి చలనంబులేక
బాలునిఅనుజుడ బాహుబలుండ

మాచెర్లచెన్నుని మదిలోదలంచి
వెలమలదోర్నీడు విడిచెప్రాణంబు
తమ్ములపాటంత తప్పకచూచి

బాలుడురోషంబు పట్టగలేక
చండవిక్రమమున సాహసంబెసగ
వ్రేలాడుప్రేవులు వేగమెపెరికి
గంగధారంగప్పి కలనికివచ్చి
తమ్ములదలచుక తావిలపించి

మిముబాసియుండుట మేరయేనాకు
నాదురాకడమది నమ్ముడిమీర
లనిచాటిచెప్పుచు ఆయుద్ధభూమి
నిర్భయవృత్తిచే నిలిచెబాలుండు
కనుగొనిపరసేన కడుభీతినొంది

మృత్యువుతరుముక మీదికివచ్చె
ఎట్లుజీవించెద మీతనియెదుట
అని పారిపోయెడు నాసేనజూచి
పోవద్దుబటులార పుణ్యకాలంబు
చనుదెంచెదేవేంద్ర సభకేగవలెను

మీకెల్లనిలువుడి మేలిమిగనుడి
అనిపల్కువారిలో నధికవిక్రములు
గడలువంచుకవచ్చి కదిసిరిబాలు
వెనుకక్గువేయుక విక్రమాధికత

అలుగులపైవ్రాలె ఐతాంబసుతుడు
గ్రుచ్చిపట్టెరియెత్తి గురుశౌర్యఘనుని
వేంచెసిదివియందు వీరులగలసె
అంతటభాస్కరు డస్తాద్రికేగ
సాంద్రమైచీకట్లు జగమునగ్రమ్మె

జంగమస్థావర సకలవస్తువులు
కాటుకపట్టిన కైవడినొప్పె
సత్యంబుగా చరాచరమైనజగము
విష్ణుమయంబన్న వేదవాక్యంబు
నిశ్చయంబాయెను నిరిమనంగ

శివుడేడి కైలాసశిఖరంబునేది
సోముడువృషభంబు సురనదియేడ
యెక్కడికేగెనో యెరుగరాదంచు
సంశయస్వాంతయై శైలజవెదకె
ఇభముఖుగాక యింద్రుడువెదకె

వాణిని వెదకెను వనజాసనుండు
తెలియకయీరీతి దేవతలెల్ల
చెలగిరి విభ్రాంతచిత్తులై అపుడు
అతులమదంబున ఆసమయమున

[illegible]యుద్ధంబునముచ[illegible]ద్యంబు
యింతకాలంబయ్యె నెరుగమె యహహా
అని వెరగందుచు నాశ్చర్యపడుచు

కలచుగాంచుకయున్న కాళినిజూచి
మీదయ చేతనే మేము తనియగ
అధికభోజనమాంస మబ్బెను మాకు
అని మొక్కి తేన్చుచు ఔత్సుక్యమదర
బాలుడు మనపాలి పరమేశ్వరుండు
చేయంగ అతడిట్లు సిద్ధించెమనకు
అనికొందరాడిరానందగరిమ
నాయకురాలైన నాగమ్మవుండి
మన కాంక్షతీరెను మాటలకేమి
అనికొందరాడిరి హర్షంబుమీర 27/10

నిబ్బంగి మెచ్చుచు నింతులుతమరు
[illegible]
ఎవ్వరు రామీద నెక్కినవారు
దిగిరారతులుప మర్దించెద నిన్ను
అని వెక్కిరించుచు హాస్యమొనర్చి

భటకళేబరములు పట్టుకవచ్చి
చచ్చినగజముల సాధించినిల్పి
కదనమాడుమటంచు కత్తులవాడిచి
పడియున్నగజముల పైకిగూర్చుండి
అంకుశంబులతోడ నదరించువారు

వాజీశవంబుల వడిమీరనెక్కి
చబుకులగొట్టుచు చనుమనువారు
గజములవాజుల కాళ్ళమాంసుల
పట్టుకవచ్చి అపాంభోధియందు
ఘనమైనసేతువు కట్టుదమంచు

---

* [యుద్ధరంగపు రక్తాదులందలి సక్తిని రాక్షసికి రాక్షసుడికి ఈతీరుగానే

"अरे रुधिरप्रिय, ईदृशोऽपिनाम हतनरगजतुरङ्गमशोणितवसासमुद्रदुःसञ्चरे समरे परिभ्रंस्त्वं पिपासितोऽसीत्याश्चर्यमाश्चर्यम् ॥" (वे) (छा.)

"रुधिरप्रिय, गृहाणैतद्धस्तिशिरःकपालसञ्चितमग्रमांसोपदंशम् । पिब शोणितासवम् ॥" (वे) (छा.)

అని మొదలైనమాటలతో భట్టనారాయణుడు తననాటకంలో ప్రవేశకంలో కనబరుస్తాడు.]

బొబ్బలువెట్టుచు బొండుగల్ దినుచ
హుంకారమండెను హాకినీచయము
దిక్కులనంతట తేజంబు హెచ్చ
మిణుగురుల్ రాల్చుచుమింటికిజుచు

కూడిపర్వులువెట్టు కొరవిదయ్యములు
పొరిపొరి ఆయుద్ధభూతలమందు

బాలునివిక్రమప్రావీణ్యమెల్ల
జనులకువివరించె సక్తితోఁదని 50

పాటించి చదివిన వ్రాసినవినిన
బంధులు పుత్రులు పౌత్రులు హెచ్చ
(సకలశుభంబులు సమకూరుచుండు)
శ్రీయు ఆయుస్సును స్థిరముగాఁగలుగు. 54

బాలచంద్రయుద్ధము

సమాప్తము.

ఆ

ప.

బ.

భ.

మ.

య.

ల

వ.

స

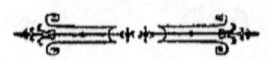

B

C

2	1	ఇక	హీనం
25	1	చూచి	చూచిన
30	12	ఒకటిగను	ఒకటిగసుకను
37	4	వాఙ్మయాశాఖ	వాఙ్మయశాఖ
50	10	నికృష్టదాస్యం	నికృష్టదాస్య
50	14	సయింప్రతిని	సయితం
55	12	पण	पण्य
56	16	कृणवाहै	कृणवावहै
57	4	ल	लम्
58	5	रुद्ध	रुद्धां
59	12	भण्ड	भङ्ग
88	25	ఇల్లాటి	ఇట్లాటి
77	17	యిట్లా ఈతీరున	ఈతీరున
60మూలం	25	చతుర్థాధ్యాయములో	హీనం

[illegible]

4	చంద్రాలోకవివరణం	0	8
5	రూపకభాష్యం		
6	రసమీమాంస		

ధర్మశాస్త్రం

7	తెలుగుదేశమండలి చండాలురు	0	5

వ్యాకరణశాస్త్రం

8	సంస్కృత వ్యాకరణప్రదీపం (కారకంవరకు)	0	8
9	పాణినీయం సాంధ్రవివరణం 9 సంచికలసంపుటం గట్టిబైండు	3	8
10	వ్యాకరణసిద్ధాన్తభాష్యం		
11	భాషావ్యాకరణం వృత్తిసహితం		

ఛందస్సు

12	భాషాచ్ఛందః, సాంధ్రవృత్తి		
13	కారెంపూడి సాహిత్యమహాసభోపన్యాసం (యతిస్థానం వళిప్రాసావశ్యకతాఖండనం)	0	8
	తెలుగుపద్యం	0	8

విమర్శలు

14	నైషధతత్త్వజిజ్ఞాస	0	8
15	శ్రీరామాయణ మహాభారత విమర్శవిచారణ	0	8

కథలు, చరిత్రలు, నవలలు

19 పల్నాటివీరచరిత్ర, శ్రీనాథకృతి సభూమికం, సలఘుటీకం ఫైదర్వెయిటు	3	8
,, సాధారణకాగితం	2	8
20 అరవదేశమందలి ఆంధ్రవాఙ్మయం	0	8
21 శ్రుతిరంజని	0	8
22 Foreign connection of Buddha	1	0
23 పల్నాటివీరులకథలు	0	8
24 షేక్స్పియరు నాటకకథలు	1	8
25 త్రిలింగ చిన్నకథలు	0	8
26 టిప్పుసుల్తాన్	1	4

తర్కశాస్త్రం

న్యాయదర్శనం శ్రీలక్ష్మణరాయకృతి (ప్రథమాధ్యాయం)	1	8
వైశేషికదర్శనం - శ్రీ మేడేపల్లి వెంకటరమణాచార్యకృతి (ప్రథమాధ్యాయం)	1	8

మేనేజరు:— వాఙ్మయసమితి,

గుత్తికొండ, పిడుగురాళ్లపోస్టు. గుంటూరుజిల్లా.

విశేషముం గూర్చి మీరు వ్రాసిన పీఠికలోని భాగమునుబట్టి యీ మహాకవినిగూర్చి విపుల విమర్శనమును వ్రాయుటకు మీరు తగిన వారని తోఁచుచున్నది పండితజనాదరణీయమగు విమర్శకు మీపీఠిక దారిచూపుచున్నది.

మైసూరుమహారాజుగారి సర్వకళాశాలయందు హిస్టరీప్రొఫెసర్
శ్రీ క. రామలింగారెడ్డిగారు, ఎం. ఏ, (M. A. Cantab)
మైసూరు, (29 10-11)

వీరరసభరితంబును, బామరులకు సయితము సులభవేద్యమును, అత్యంతరసవంతంబును, అనన్యసామాన్య మహాద్భుత స్వభావ వర్ణనా చమత్కృతియుతంబును, రసికులకుఁ జరిత్రకారులకు సమానాదరణీయమును అయిన యీ కావ్యంబు యెల్లరకుఁ దెల్లమగుట మీకరుణాతిశయంబునను, బాండిత్య ప్రభావంబునం గాన మీరెల్లభంగుల వందనీయులును, కృతార్థులును అయితిరనుటకు సందేహింపఁ బనిలేదు. నాకుంజూడ భావనాశక్తిని, రసపోషణమున నీ వీరచరిత్రంబు భారత తుల్యంబని తోఁచెడిని ఎంతకాదన్నను నైషధమను చరిత్రాదికావ్యంబులకన్న నుత్కృష్టంబు.

[illegible] పత్రికాధిపతులు శ్రీ చిలకమర్తి లక్ష్మీనరసింహం
పంతులుగారు. రాజమహేంద్రవరం

దీనిని సంపాదించి మీరు తెనుఁగుదేశమున కుపకారము చేసినారు. ఇందుకు మేమందఱము మీకు వందనములఁ జేయుచున్నాము మీపీఠిక మిక్కిలి హృదయరంజకముగ నున్నది

ప్రెసిడెన్సీ మేజస్ట్రీటు
శ్రీజయంతి రామయ్యపంతులుగారు, బి ఏ, బి యల్., చెన్నపురి.

ఆంధ్రవాఙ్మయము నభివృద్ధిచేయుటయంద కాక, జాతీయ శౌర్యపరాక్రమముల శాశ్వతస్థాయులఁ జేయుటయందుఁగూడ నీగ్రంథ మమూల్యమైనదిగ నున్నది దీనిని బ్రచురించి మీరు దేశోపకారము సల్పియున్నారు

బందరులో ప్రకటింపబడే మాసపత్రిక "ఆంధ్రభారతి":—

ఇదివఱకు వెలువడిన గ్రంథములవలననే శ్రీనాథునికీర్తి యాంధ్రకవితా ప్రపంచమున నగ్రస్థానము వహించియున్నది కాని, యిట్టి యీ కీర్తినిఁ బల్నాటివీరచరిత్రము ద్విగుణీకృతము చేయుచు స్థిరస్థాయినిఁ జేసినదనుటకు సందియము లేదు ఇది శ్రీనాథుని గ్రంథములలోఁ గట్టకడపటిదియగుటచే రసపోషణమునందును, స్వాభావికవర్ణనములందును, భావగాంభీర్యమునందును మిన్నయై సర్వకవులకును మార్గద్యోతకముగ నున్నది

సామాన్యములగు నుపమలచే ముద్దులు గుల్కుచున్నది

పాణినీయం (అష్టాధ్యాయి) సాంధ్రవివరణం.

మహామహోపాధ్యాయ తాతా సుబ్బరాయశాస్త్రులుగారు, విజయనగరం.—తమరు పంపిన యాంధ్రవివరణోపేతమైన వాణినీయము యొక్క మాదిరిపత్రములు చూచితిని తమయుద్యమము మిగుల శ్లాఘనీయము ఆన్ధ్రభాషాభిజ్ఞు లెల్లరకును బాణినీయవిషయజ్ఞానమును జేకొనుట కియ్యది సులభోపాయము ....”

డాక్టరు కె రామానుజాచార్యులుగారు, ఎం ఏ, బి యల్,
ప్రిన్సిపాల్ మహారాజావారి కాలేజి, విజయనగరం

“ఆన్ధ్రవివరణోపేత పాణినీయముయొక్క మొదటి సంచికను జూచితిని. మీయుత్సాహప్రయత్నములు మిగుల స్తవనీయములు”

పేరి కాశీనాథశాస్త్రులుగారు, వ్యాకరణాధ్యాపకులు, మహారాజావారి సంస్కృతకళాశాల, విజయనగరం.

“परिश्रमं हि भवतो दृष्ट्वा मोमोद्मि सांप्रतम्” ॥

D

[illegible]
గలదు

यो वेदप्रथिताखिलाक्षरसमाम्नायैकमूलो बृह-
त्सूत्रस्कन्धनिरूढवार्तिकवचश्शाखोपशाखान्वितः ।
गोनर्दीयवचःप्रसूनभरितो वाक्साधुताधीफल-
स्सोयं व्याकरणामरक्षितिरुहस्सद्भिस्सदा सेव्यताम् ॥

మీజన్మ మిక్కిలి సార్థకమైనది నాకీపని చాల మంచిది అని తోఁచినది. మహాభాష్యార్థమును వ్రాయుచున్న తమరు సర్వసమర్థులని యూహించుచున్నాను......మీరు విరమింపక యీపని నెరవేర్పఁగల రని నేను దలంచుచున్నాను

“ तल्लाप्रगडसम्भूतसूर्यनारायणाश्रयः ।
चकास्ति गोष्पदक्षेत्रे रामसूरि र्हरिं स्मरन् ” ॥

మేడేపల్లి వేంకటరమణాచార్యులుగారు, ప్రధాన సంస్కృత పండితులు మహారాజావారి కళాశాల, విజయనగరం:—‘‘తాము దయతోనంపిన సాంధ్రవివరణపాణినీయము నిన్నటిదినమందే నాకుఁ జేరినది ఆ మూలాగ్రముగఁ జదివితిని. చిరకాలమునుండి యిట్టిగ్రంథము ఆంధ్రభాషలో లేకుండుటవలనఁ గలిగినలోప మిన్నాళ్లకుఁ బూర్తి యయినదని నాకు మిక్కిలి ఆనందము కలిగినది.”

ఈ సత్కార్యము ఇదివరకు నెవరును చేయక భాషాకాంతలకు ఇటుల సంప్రాప్తమయిన మహాకష్టవ్రణబాధ చాలవఱకు నివారణము కాఁగలదని నమ్ముచున్నాము శబ్దముయొక్క స్వరూపమెట్టిదో కడ్డాయమును తెలియక యెవరికిఁ దోఁచినట్లు వారు అపశబ్దశస్త్రములను ప్రయోగించుచు భాషాకాంత దేహమును గాఢముగ వ్రణపఱచుచుండు నీకాలమున నిది యాంధ్ర గీర్వాణభాషాజిజ్ఞాసువులకు మహాజ్యోతివలె నంధకారమును బోకార్పఁగలదు అవసరస్థులకు దీనిని విలువ యింతింతని చెప్పఁజాలము. కావున బడిలో చదువుకొన్న రెండుమూఁడు తెలుఁగు పొత్తములతోడనే పండితులమయితిమని సంతసించి బొల్లిపొత్తములు వ్రాయు కవితాభిలాషులందఱు సంతతోడనే తృప్తిపడి పరిహాసపాత్రులు గాక యీ సంచికలను దెప్పించుకొని చక్కఁగఁ జదువుకొని భాషాస్వరూపమును దెలిసికొందురు గాక.’

పాలపూడి నరసింహశాస్త్రులుగారు పండితులు, బోర్డు హైస్కూలు, బల్లారిజిల్లా, హారపనహల్లి:—

“ఇయ్యుద్యమము బహుశ్రమవ్యయసాధ్యమై యపారమహోదధి తరణప్రాయమై యున్నందు కావంతయు సందియము లేదు. పూర్వమమాకాంతునిచేతనే సనకాదులకు చతుర్దశసూత్రరూపమున నను గ్రహింపఁబడియె ఇప్పుడును నయ్యుమాకాంతులగు మీచేతనే యస్మదాదులకుం దదనుబద్ధమగునట్టి యష్టాధ్యాయియొక్క యాంధ్ర వివరణరూపమై ప్రసాదింపఁబడుచున్నది చూడఁగా నిది యనితర సాధ్యమనుట యొకయరుదా ?

ఈ మీయుద్యమము తెలుఁగుభాషకును మిక్కిలి మేలొనరించునదిగా నున్నది భగవదనుగ్రహంబునను, భాషాభిమానుల ప్రోత్సాహంబునను మీప్రయత్నము నిర్విఘ్నముగా నెఱవేఱుఁగాక. వ్యయప్రయాసములఁగాని లక్షింపని యీ శాస్త్రజ్ఞానమును, జనసామాన్యమునకుఁ గొంకుబడిఁడిగా జేయుచున్న మీకు ఆంధ్రులెల్లరుఁ గృతజ్ఞతాబద్ధులగుదురు గాక."

స్వధర్మప్రకాశికా ప్రవర్తకులు, కనుపర్తి మార్కండేయశర్మ గారు, గుంటూరు:—

सन्तुष्यामस्तमां वयममुना श्रीमतां समुत्साहेन नूनं नास्तीदृशम् ॥

రాజమహేంద్రవరం గవర్నమెంటు కళాశాలయందలి ఉభయ భాషాపండితులు, కల్లూరు వేంకటరామశాస్త్రులుగారు:—

"स्वस्त्यक्किराजुवंश, श्रीमदुमाकान्तकृतिमणीकृतये ।
पेशलरचनागतये, भोभूयात्पाणिनीयमतनिधये ॥ १

यन्माहेश्वरसूत्राण्याधारीकृत्य पाणिनिश्शाब्दम् ।
शास्त्रं चक्रे तदुमाकान्तोपज्ञं हि पाणिनीयमभूत् ॥ २

वैयाकरणबुधाः के चिज्जाग्रत्येव भारतीभाजः ।
वाचंयमत्वमेते, सेवन्ते स्वोपकारमात्रपराः ॥ ३

लोकोपकारकृदुमाकान्तो यत्पाणिनीयमान्ध्रयति ।
तत् ख्यातिमुमाकान्तोपज्ञत्वेनान्ध्रपाणिनीयमियात् ॥ ४

आकरतस्सारांशः, प्रदीपसन्दीप्तविवरणाग्रसरः ।
क्रोडीकृत्याम्बुनिधेस्सुधेव मथितादहो ! समग्राहि ॥ ५

प्राड्माकान्तो रत्नाकरसारांशं रसं बुधेभ्योऽदात् ।
अद्योमाकान्तार्यस्सरसाकरसारसर्पयत्यूहे ॥ ६

गीर्वाणपाणिनीयमिवान्ध्रीकृतपाणिनीयमेतदपि ।
यदुमाकान्तोपज्ञं, तज्जीयाद्यावदिन्दुतारार्कम् " ॥ ७

" नासूया कर्तव्ये "ति " पङ्क्ति " सूत्रस्थभाष्यमास्थाय ।
स्वच्छन्दः कल्प्य न्वयवेङ्कटरामशास्त्रिणाऽदायि " ॥ ८

Dr A. Moffat, M.A.B S.C.L.L D., F.R.S.E., Madras, December 27th, 1924.

"It is a very interesting paper."

*　　　*　　　*　　　*

Mrs. D B. Spooner, Agra, 14-2-25 & 28-2-25.—

"Through the kindness of Dr. Modi of Bombay, I have a copy of your valuable lecture. I am so amazed that conformation coming from such a source as yourself should have succeeded to my late husband's (Dr. Spooner's of the Archaelogical Department, Delhi) views..... ....It would have gratified him beyond measure. Only it came one day too late. Influenza had carried him off the day before. I now write to ask if there are more copies of this address "Foreign Connection of Buddha" available... I should be most grateful if you would send me at least 25 copies... ..Dr. Spooner was convinced that Buddha was of Magian Origin And now the Archaelogical finds at Harappa are surprising and the Summarian remains so clearly proven by Prof. Sayce link up the Babylonian, Assyrian and Persian evidence so clearly shown with Pataliputra . ...I am now sending copies of your paper to the learned Sanskritists of Paris and London by this week's mail.'

seriously read as the idea expressed is apt to raise controversy but whatever has been said has been substantiated with quotations from authorities."

BETTY HEIMANN, Professor, School of Oriental Studies, London —

5th July 1938.

...."Interesting article of Foreign connection of Buddha. There are many doubts for me too acording to the Buddha-legend about Buddha's Rājāship. In my book, Indian and Western Philosophy,...and in my former German written books I hinted to that problem. And especially the fact of the decay of Buddhism in former centuries in India and its finding room in other cuntries out side India is still for me a problem not yet dssolved."

www.ingramcontent.com/pod-product-compliance
Lightning Source LLC
LaVergne TN
LVHW020116220825
819277LV00036B/439